பா. கண்மணி

பிறந்த வருடம் 1967. தஞ்சை மாவட்டத்தின் கும்பகோணத்தில் வளர்ந்தவர். வங்கியில் வேலைபார்த்து விருப்ப ஓய்வு பெற்றிருக்கிறார். கடந்த 20 வருடங்களாக பெங்களூரில் கணவர் மற்றும் இரு மகள்களுடன் வசித்து வருகிறார். இதுவரை இவரது சிறுகதைகள் சிலவும் கணையாழியில் குறுநாவல் ஒன்றும் பிரசுரமாகி இருக்கின்றன.

இடபம்

பா. கண்மணி

எதிர் வெளியீடு

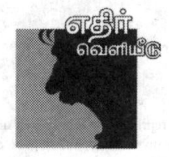

இடபம்
நாவல்
பா. கண்மணி

முதல் பதிப்பு: ஜனவரி 2020
எதிர் வெளியீடு,
96, நியூ ஸ்கீம் ரோடு, பொள்ளாச்சி – 642 002.
தொலைபேசி: 04259 – 226012, 99425 11302.
விலை: ரூ. 220

Idabam
Novel
B. Kanmani
Copyright © B. Kanmani

First Edition: January 2020
Published by
Ethir Veliyeedu, 96, New Scheme Road, Pollachi - 642 002.
Email: ethirveliyedu@gmail.com
www. ethirveliyedu.in

Price: ₹ 220

Cover Design: Santhosh Narayanan
ISBN: 978-93-87333- 71-0
Printed at Jothy Enterprises, Chennai.

All rights reserved. No part of this book may be reprinted or reproduced or utilised in any form or by any electronic, mechanical or other means, now known or hereafter invented, including photocopying and recording, or in any information storage or retrieval system, without permission in writing from the Publisher.

ஆகச்சிறந்த வாசகரான
என் அப்பா
பாலகிருஷ்ணனுக்கு...

1

எனக்கு எவ்வளவு போதுமென்று நிர்ணயிக்க இந்த மயிரான் யார்?

ஊழியனாக வாழ்ந்து ஊழியனாகவே சாகப்போகும் பிரதீப் எனக்கு அறிவுறுத்தினான்,

'நானு அவாகே ஹேளிதினல்வா? வர்ற லாபம் போதுன்னு அப்பப்ப எடுத்துக்கணும் மேடம்.'

ஏறிய இந்தியா புல் ஹவுசிங் என்கிற IBHL பங்கு நான் வாங்கிய விலைக்கருகில் இறங்கியதும், 'அப்பவே வித்திருந்தா இப்ப வில குறஞ்சி வர்றப்ப மறுபடி வாங்கியிருக்கலாம்', பிரதீப் வெறுப்பேற்ற நான் பல்லைக் கடித்து ஆமோதிக்கிறேன்.

சந்தை திறக்கும்போதே 670 ரூபாய்க்கு நான் வாங்கிய IBHL ஐந்தே நிமிடத்தில் 5 ரூபாய் விலையேற, கணினியை இயக்கும் பிரதீப் என்கிற கத்துக்குட்டி இளைஞன், "ஃபைவ் ரூபீஸ் அப். ஷல் ஐ புக்?" என சபலப்படுத்தினான்.

அவன் எப்போதும் இப்படித்தான்; அவரசக்காரன். நான் மேலும் 5 கூட்டி 10ரூபாய் லாபத்திற்கு ஆணை போடச் சொன்னேன். இப்போது IBHL அதிலிருந்து 3 ரூ இறங்கி இரண்டே ருபாய் லாபத்தில் நின்றது. அவன் சொல்வது பொதுவாக சரிதான். ஆனால் IBHL குறிப்பாக ஒரு பந்தயக் குதிரை. ஒருமுறை விட்டுவிட்டால் அதை எட்டிப் பிடிப்பது கடினம். இப்போது எனக்கு முன்னே இருக்கும் கேஷ் டெர்மினலில் 672 முதல் 676 வரை ஆட்டம் காட்டிக் கொண்டிருக்கிறது IBHL. இதற்குள் கிளை மேலாளரான சிபி வந்துவிட, நானெழுந்து

பின்னிருக்கைக்குப் போய் நேற்றைய வர்த்தக ருசுவிற்கான மின்னஞ்சல்களை செல்பேசியில் அழிக்க ஆரம்பித்தேன். பெரும்பாலானவை 'லக்கி ஸ்டாக்ஸி'லிருந்து. தலால் ஸ்ட்ரீட் புத்தகத்திலிருந்து தினசரி ஒன்றும் நான் அரிதாக வர்த்தகம் செய்யும் ICI வங்கிக் கணக்கிலிருந்து- என நாளொன்றுக்கு ஐந்தாறு மின்னஞ்சல்கள் வந்துவிடும். அவற்றில் பலதை நான் திறக்கவே மாட்டேன். ஏதாவது ஆய்வு அல்லது பங்குப் பரிந்துரை அஞ்சலாக இருந்தால் மட்டுமே கண்ணோட்டுவேன்.

'லக்கி ஸ்டாக்ஸ்!' இதுதான் நான் வீற்றிருக்கும் பங்குத்தரகு நிறுவனத்தின் பெயர். சற்று மலிவாகத் தோன்றினாலும் பொருத்தமான பெயர். பங்குகளுக்குப் புத்தக மதிப்பிருந்தாலும்... அவை நல்ல வருவாய் ஈட்டினாலும்... அதிர்ஷ்டம் இருந்தால் மட்டுமே அவற்றின் விலை மேலே மேலே ஏறும். மனிதர்கள்கூட ஒருவகையில் இப்படித்தான். அறிவு, திறமை, உழைப்பு, மூலதனம்- இவை எல்லாவற்றையும்விட யோகமிருக்கும் முட்டாள்களே முன்னேறுகிறார்கள். நரகலையும் குப்பையையும் அடித்துக்கொண்டு வரும் இந்த வாழ்க்கைப்புனலை உற்று நோக்காத அவர்கள் தயக்கமின்றி நீந்திக் கரைசேர்ந்து விடுவார்கள்.

பன்னிரெண்டிற்கு இருபதடி நீளமுள்ள லக்கி ஸ்டாக்ஸ் கூடமானது மொசைக் தரையும் நீலச் சுவர்களும் வெளிர் மஞ்சள் கதவுகளும் அழுக்குக் காற்றாடியுமாக வழக்கமானதொரு நவீன அலுவலகத்திற்கான எந்த லட்சணமுமின்றித் தன் போக்கிலிருக்கும்.

சுவர் நெடுக அடிக்கப்பட்ட நீண்ட கவுண்ட்டரின் மேல் ஒட்டியிருக்கும் பழுப்பு மைகாவிலிருக்கும் மரமிழைத்தது போன்ற கோடுகள் தேய்ந்து போயிருக்கும். அதன் மேலாக மூன்று கணினிகள் இடம்விட்டு இடம்விட்டு அமர்ந்திருக்கும். அவற்றில் முதலாவது கேஷ் டெர்மினல் நடுவிலுள்ளது ஃபியூச்சர்ஸ் அண்ட் ஆப்ஷன் டெர்மினல்; ஏனைய பின்னோட்டு அலுவலக வேலைகள் செய்வதற்கான கடைசிக் கணினி, அச்சுப்பொறியோடு இணைக்கப் பட்டிருக்கும். அவற்றின் முன்னால் அரக்குநிற சுழல் நாற்காலிகள். கவுண்ட்டருக்கு மேல் சுவற்றில் ஜான் அகலமுள்ள மரத்தாங்கி பொருத்தப் பட்டிருக்கும். அதன்மேல் பிள்ளையார் சரஸ்வதி சமேதமான லட்சுமியின் படமொன்று சாய்ந்து நிற்கும். கையிலிருந்தும் குடத்திலிருந்தும் காசு கொட்டும் லட்சுமி. அதை எளிதாக அள்ளிக் கொள்ள லட்சுமி விடுவதில்லை. பக்கத்தில் யேசுபிரானுக்கும் இடமுண்டு. படங்களுக்குமுன் நடுநாயகமாக சிறிய பித்தளை மலையாள விளக்கொன்று மணிச்சுடராக

நாள்முழுதும் எரியும். வலது மூலையில் அளவான எண்ணெய்க் குப்பியும் இடமூலையில் எவர்சில்வர் ஊதுவத்தித் தாங்கியும்.

இதற்கு எதிர் சுவற்றில், திறக்கப்பட்ட வாசல் கதவு பொருந்தியிருக்கும். கதவு முடிந்ததும் நெகிழி நாற்காலிகள் மூன்று. அவற்றில் நடுவிலிருக்கும் நாற்காலியில் பெரும்பாலும் அன்றைய எகனாமிக் டைம்ஸ் நாளிதழ் கிடக்கும். அவற்றின் பின்னாலிருக்கும் இருண்ட சிறிய அறையினுள் சக்திவாய்ந்த மோடம்கள் நிறைந்திருக்கும். அறையின் எஞ்சிய மூலையில் பழைய தினசரிகள் அடுக்கப் பட்டிருக்கும். நாற்காலிகளின் அணிவகுப்பு முடிந்ததும் அமைந்த கதவானது கச்சிதமான கழிவறைக்கானது.

வாசலை அடுத்த பக்கவாட்டுச் சுவற்றிலிருக்கும் அளவான சாளரம் மேல்பாதி மட்டும் திறக்கப் பட்டிருக்கும். அதையடுத்து சுவற்றில் தொங்கும் சிறிய தொலைக்காட்சித் திரையில் CNBC வர்த்தக அலைவரிசை மிதமான சப்தத்தில் ஓடிக் கொண்டிருக்கும். வாயிலுக்கு நேரெதிராகக் கூடத்தின் முடிவில் சிறிய அடுக்களை ஒட்டமும் அதை ஒட்டி மண்டல மேலாளருக்கான அறையும். அதை ஆக்கிரமிக்க யாரும் வராததால் அலுவலகத்தில் சுதந்திரக் காற்று வீசும். சாப்பிட மட்டும் அதை அவ்வப்போது பயன் படுத்துவார்கள். அடுப்படியை ஒட்டிய மூலைச் சுவற்றில் வட்டக் கடிகாரமொன்று. மொத்தத்தில் லக்கி ஸ்டாக்ஸ் ஒரு தாய்வீட்டைப் போலக் கதகதப்பாக இருக்கும்.

நானும் வழமையாக வரும் ஒன்றிரண்டு வாடிக்கையாளரும் தேவைப் படுகையில் நெகிழி நாற்காலிகளை முன்னே இழுத்துப் போட்டுக்கொண்டு கணினித் திரையில் கண் பதிப்போம். புதிய ஆட்கள் அபூர்வமாகவே வருவார்கள் என்பதால் நாங்கள் அவரவர் வர்த்தகத்தைக் கவனித்தபடி மோனத் தவத்திலிருப்போம். அவ்வப்போது வர்த்தக ஆலோசனைகளும் அரிதாக சொந்த விஷயங்களும் பரிமாறிக் கொள்ளப்படும். பரஸ்பரம் காலை பாரிப் பகடி செய்துகொள்வதும் உண்டு.

பிரதீப், IBHL விற்கப்பட்டுவிட்ட நற்செய்தியை அறிவித்தான். நான் விற்ற 680-ஐத் தாண்டி 682, 684... என IBHL பந்தயத்தில் முதல் குதிரையாக ஓட, உள்ளே குமைகிறது. டெலிவரி எடுக்க என் கணக்கில் போதுமான வரவு இல்லாதபோது ஒருமணி நேரத்திற்கு ஆயிரம் போதாதா? வாசலில் குளம்பு வடிவத்தில் ஏந்தலாய்ப் பசபசக்கும் மந்தார இலைகளைப் பார்த்து ஆற்றிக் கொண்டேன்.

தொடக்கத்திலேயே வந்துவிடும் ரத்னசபாபதி, தன் பழைய ஆக்டிவாவை முன் வராண்டாவில் தடடென நிறுத்தி அடித்துப் பிடித்தபடி நுழைந்தார்.

“3 தோசைக்காக. சே!”, தனக்குள் முனகியபடி அமர்பவரிடம் சிபி, “ரத்னா ஸார், வீ ஹேவ் மிண்டட் மணி இன் த மோர்னிங். யூ மிஸ்ட் இட்”, வெறுப்பேற்றினான்.

ஓட்டப் பந்தயத்திற்குத் தயார் நிலையிலிருக்கும் வீரனின் பரபரப்போடு கணினித் திரையைப் பார்க்கும் சபாபதி, உடன் எதையோ வாங்கி சில நிமிடங்களில் விற்றும் விட்டார். அவர் வர்த்தகம் செய்வது ஆப்ஷன்களில்* மட்டுமே. இழுக்கப்பட்ட சுருள் கம்பியைப்போல எப்போதுமே விறைப்பாகவே இருக்கும் சபாபதிக்குப் பொறுத்திருப்பதென்பது இயலாத காரியம். ஹைப்பர் ஆக்டிவான அவர், சும்மா இருக்காமல் 15 நிமிடத்திற்கு ஒருமுறை ஏதாவது ஒரு பரிவர்த்தனையை செய்தபடியே இருப்பார்.

தமிழரான ரத்னசபாபதி, டயர் சம்பந்தமானதொரு சிறுதொழிற்சாலையின் உரிமையாளர். சவரம் செய்துகொண்ட நாட்களில் சர்ட்டும், செய்யாத நாட்களில் டிசர்ட்டும் அணிந்து வருவார். சிலநாள் நெற்றியில் துலங்கும் விபூதிக் கீற்று, அவர் முகத்திற்கு தேஜஸைக் கொடுக்கும். சபாபதி, உடை, தோற்றங்களைப் பற்றிய பிரக்ஞைகளைக் கடந்தவர். அவரது கண்கள் எதிலும் நிலைகொள்ளாது கண்காணாத எதையோ தேடி அலைந்தபடி இருக்கும். சபாபதி பத்தரை மணிக்குமேல் தன் ஊழியருக்குத் தொலைபேசியில் ஆணையிடுவார். பதினொன்றரைக்கு மேல் வியாபாரிகளிடம் பேச்சுவார்த்தை நடக்கும். உரையாடல் நீளும்போது வெளியே சென்று பேசும் நாகரிகம் அறிந்தவர். பங்குச் சந்தையில் சில ஆயிரம் ஈட்டியபின் அல்லது இழந்தபின் 12மணியளவில் கிளம்பித் தொலைவிலிருக்கும் தன் தொழிற்சாலைக்குப் போவார். தினம் போகவேண்டிய அவசியமில்லை.

சபாபதி, தான் கிளம்புமுன் கூடியவரை தன் இருப்புகளைப் பைசல் செய்துவிட்டே போவார். இத்தனை ஜாக்கிரதையாக இருந்தும் அவர் நஷ்டப்படுவதெப்படி? ஏற்கெனவே பங்குச் சந்தையில்

★ ஆப்ஷன் – கால் ஆப்ஷன் என்பது, குறிப்பிட்ட பங்கு குறிப்பிட்ட விலையேறும் எனச் செலுத்தும் பந்தயத் தொகை. புட் ஆப்ஷன் என்பது, குறிப்பிட்ட பங்கு குறித்த விலையிறங்கும் எனப் பந்தயம் கட்டுவது. 1–இலிருந்து 200ரூ வரை பொரும் இதன் லாட் அளவானது, 75 முதல் 6000 வரை அதன் ஃபியூச்சர்ஸ் அளவை ஒத்ததாகும்.

சில பல லட்சங்களை இழந்திருந்ததால், லாபம் ஆயிரத்தைத் தொட்டவுடனேயே விற்றுவிடுவார் சபாபதி. அதேபோல நஷ்டம் ஆயிரத்தைத் தொட்டால் பொறுத்திருந்து பார்க்காமல் இருப்பைத் துண்டித்து விடுவார். பங்குகளின் உச்சத்தில் வாங்கியும் அடிமட்டத்தில் விற்றும் தன் கணக்கைக் கழித்தலாக்கி விடுவார். கம்பெனியில் வரும் உபரி லாபத்தை இப்படியாக அவர் உதிர்த்துக் கொண்டிருப்பார்.

லக்கி ஸ்டாக்ஸின் தலைமை அலுவலகம் கொச்சினில் இருக்கிறது. இங்கு மலையாளம், கன்னடம், தமிழ், தெலுங்கு ஆகிய 4 மொழி பேசுபவர்களும் வந்து போவார்கள். எங்கள் எல்லோராலும் அவற்றைப் புரிந்துகொள்ள இயலும். அவற்றைப் போட்டடித்துப் பேசவும் செய்யும் நாங்கள், இடையிடையே ஆங்கிலத்தைத் துணைக்கழைத்து சமாளிப்போம். இப்படியாகத் தென்னிந்திய மொழிகளின் சங்கமமாக லக்கிஸ்டாக்ஸ் விளங்குகிறது.

பெங்களூருக்குப் புதிதாக வரும் யாரும் மொழிக்காக அன்னியப்பட வேண்டியதில்லை. ஹிந்திகூட பெங்களூர்வாசிகளுக்குப் பரிச்சயந்தான். உண்மையான காஸ்மாபாலிடன் நகரமென்றால் இந்தியாவில் இதுதான். ஒருநாளைக்கு இரண்டாயிரத்திற்கு மேலாகப் பிழைக்க நுழையும் அத்தனை பேரையும் தன் சின்னக் கைகளுக்குள் அரவணைக்கத் திண்டாடும் நகரமிது. என் பிள்ளைப் பிராயத்தில் ஓய்வு பெற்றவர்களின் சொர்க்கமாகப் பனிக்கும் சாரலுக்கும் போர்த்தித் துயின்ற நகரம், 2000-த்தின் மென்பொருள் புரட்சிக்குப்பின் குட்டி சிலிக்கான் நகரமாகப் பரிணமித்தது. இரவில் இருளும் பேரமைதியும் உறைந்து அச்சுறுத்திய பெங்களூரு வீதிகள், விடிய விடியப் பணிசெய்யும் அழைப்பு மையங்களின் வரவிற்குப்பின் ஆழ்துயிலை மறந்தன. பெருமரங்கள் பிடுங்கப்பட்டு அடுக்குமாடிக் கட்டிடங்கள் நடப்பட, நகரத்தின் குளிர் குறைந்து வெம்மை படரத் துவங்கியது.

வெளியே வந்து என் கரிக்குருவி -ஹீரோ ப்ளெஷரை ஸ்டார்ட் செய்தேன். ஃபைபராலான அதன் சிக்கென்ற உடல் இலகுவாய் மிதந்தது. தூங்குமூஞ்சு மரமும் கேஷுவரினாவும் கூண்டு கட்டிய 100அடிச் சாலையில் மெல்லச் செலுத்தினேன். உதிர்ந்து கிடக்கும் பழுத்துக் காய்ந்த தூங்குமூஞ்சு இலைகள்- கார்களின், பேருந்துகளின் பின்னால் காற்று வாட்டத்திற்குத் தங்கக் காசுகளாய் உருண்டபடி ஓடுகின்றன. சூரியன், மரங்களுக்கு ஒளி ஒப்பனை செய்து அழகு பார்த்தது. அலுவலகம் இவ்வளவு சீக்கிரம் வந்துவிட்டதே என இருந்தது. இடைப்பட்ட தூரம் ஒரு கிலோமீட்டர்கூட இருக்காது.

2

'பாரடைஸ் பில்டர்ஸ்.' வனிலா கேக்கைப்போல வெள்ளையாக நிற்கும் என் இரண்டடுக்கு அலுவலகத்தை அடைந்தேன். கீழ்தளத்தில் வேறு அலுவலகம் வாடகைக்கு இருக்க, மாடியில் எங்களது அலுவலகம் இயங்குகிறது. பாரடைஸ் பில்டர்ஸ்... சொர்க்கத்தைக் கட்டித் தருபவர்கள். சொர்க்கத்திற்குப் போனதாகக் கருதப்படும் உத்தமர்கள் யாரும் திரும்பிவந்து அதைப்பற்றி சொன்னதில்லை. அதனால் அது இப்படித்தான் இருக்கவேண்டுமென்ற எந்த வரையறையுமில்லை. எனவே நாங்கள் கட்டித்தரும் குட்டி சொர்க்கங்கள் வாடிக்கையாளரின் வசதிக்கும் நிறுவனத்தின் லாப விகிதத்திற்கும் ஏற்றபடி கட்டப்படும். கட்டுமான நிறுவனம் என்பதால் உள்ளே சுவர்கள், பெரிய ஜன்னல்கள் எல்லாமே வர்ணங்களின் வாசம் மாறாது புத்தம்புதியதாக இருக்கும். கால்வைக்கக் கூசும் இத்தாலியன் பளிங்குத்தரை, வழுக்கிவிட யத்தனிக்கும். குளிரூட்டப்பட்ட அந்த இரண்டு கிரவுண்ட் அலுவலகத்திற்கு உள்ளிருக்கும் அறைகலன்கள் எல்லாமே அவ்வப்போது புது மோஸ்தரில் மாற்றப்படும்.

அந்தக் காலத்தில் முதலாளி கிஷோரின் அப்பா இந்திராநகரில் வாங்கிப்போட்ட இடம். இந்தப் பெரிய மீன் மூலமாகத்தான் கிஷோர் சின்ன மீன்களைப் பிடித்துக் கொண்டிருக்கிறான். மீனே வைத்திருக்காத நான், பூச்சி, புழுவைப் போட்டுப் பொடிமீன்களைப் பிடித்துக் கொண்டிருக்கிறேன். சில லட்சங்களைப் போட்டுப் பங்கு வர்த்தகத்தில் ஈட்டுவதைத்தான் சொல்கிறேன்.

எனது இடமான எம்.டியின் அறைக்குள் நுழைந்தேன். எம்.டி-யான கிஷோருக்கு நான் அந்தரங்கக் காரியதரிசியாக்கும். அறைக் கோடியில் கிஷோரின் சுழல் நாற்காலி. அதற்குமுன்னால் கண்ணாடித்தளம் போட்ட மேசை பரந்து விரிந்திருக்கும். மேசைக்கு அப்பால் இரண்டு சவுகரியமான நாற்காலிகள். இவற்றைத் தாண்டியதும் பக்கவாட்டுச் சுவற்றையொட்டி என்னுடைய சிறிய மேசையும் நாற்காலியும். எனக்கு எதிர் சுவற்றையொட்டி,

அமர்பவர்களின் பிருஷ்டங்களை உள்வாங்கிக்கொள்ளும் சொகுசு சோஃபா. அதற்கெதிராக மர டீபாய். சுவர் மூலையில் பொருத்தப்பட்ட கால்வட்ட மர அடுக்குகளில் கிஷோர் சேகரித்த கலைப்பொருட்கள், அவன் விஜயம் செய்த நாடுகளைப் பறைசாற்றியபடி அமர்ந்திருக்கும்.

கிஷோர் இன்னும் வரவில்லை. பிள்ளைகளைப் பள்ளியில் விட்டுவிட்டுத்தான் வரவேண்டும். கிஷோர் என்னுடைய பதின்பருவத்துத் தோழன். பிளஸ் டூவிலிருந்து பி.காம் வரை நாங்கள் ஒன்றாகப் படித்தோம். அந்த நாட்களில் அவன் எனக்கு ஐ லவ் யூ சொல்லி நான் ஏற்றேன். அதன் தொடர்ச்சியாகவே பி. காம் இறுதித்தேர்வு எழுதிமுடித்த அடுத்த வாரமே தன் நிறுவனத்தில் எனக்கு வேலை போட்டுக் கொடுத்தான். ஆனால் சேட்டுகள் காதலில்லாமல் வாழ்ந்துவிடுவர்; பணமில்லாமல் அவர்களால் வாழ முடியாது. எனவே அவனது பிதாஜி பார்த்துவைத்த செல்வச் செழுமையுள்ள பிரமாண்டமான பெண்ணை மணந்தான். அவனது திருமண வரவேற்பில் அவன்மேல் காழ்ப்பைவிட எனக்கு இரக்கமே மேலிட்டது. குரூர திருப்திகூட.

அதன்பிறகு ஒன்றிரண்டு ஆண்டுகள் காதல் தோல்வி என்று சுயபச்சாதாபத்தில் மூழ்கி சோம்பியிருந்தேன். அப்பா சேகரித்துக் கொடுத்த வங்கி மற்றும் மத்திய மாநில அரசுப் பணிகளுக்கான தேர்வுப் படிமங்களை நான் பூர்த்தி செய்யவுமில்லை. இதற்குள் என் சம்பளப் பணத்தைப் பங்குச் சந்தையில் முதலீடு செய்து லாபம் பார்க்க ஆரம்பித்ததால் இதிலேயே எளிதாகப் பணம் பண்ணிவிடலாம் என்கிற மெத்தனம் வேறு. தவிர, அப்போது ஏனோ கிஷோரை விட்டுத் தள்ளிப்போக மனம் வரவில்லை. பின்னாளில் நவீனுடன் பழக ஆரம்பித்ததும்தான் கிஷோரின்மீதான எனது ஈடுபாடு வெறும் பப்பி லவ் என்பதை உணர்ந்தேன். ஒருவேளை நான் கிஷோரின் செல்வச் செழுமையை, எதிர்காலம் குறித்துக் கவலைப்படத் தேவையில்லாத அப்பாவித்தனத்தை விரும்பியிருக்கலாம். புதிய வெளிச்சத்தில் பழைய கிழிசல்கள் தெரிந்தன.

தந்தையில்லாத குடும்பத்தைக் காப்பாற்றும் நவீனின் மனமுதிர்ச்சி அவனை முழுமையானதோர் ஆண்மகனாக எனக்குக் காண்பித்தது. ஆனால் நெருங்கி வந்ததும் என்னை உபதேசங்களால் மூழ்கடித்தான். தானொரு பரமயோக்கியன் என நிரூபிப்பதற்காகவே நவீன் என்னைத் தொடமாட்டான். நாங்கள் தனித்திருக்கும் வேளைகளில் கூட தன்னை எப்போதும் யாரோ கவனித்துக் கொண்டிருப்பது போலவே அவன் நடவடிக்கைகள் இருக்கும். இதைக்கூட

அவனது வெள்ளைத் தோலுக்காகப் பொறுத்துக்கொண்டேன். ஆனால் நான் பங்குச் சந்தையில் பணம் போடுவதை நிறுத்த ஆணையிட்டபோது பொறுமையிழந்தேன். அன்பின் அடுத்த கட்டமானது அதிகாரந்தானே. இந்த உலகாயதப் போரில் களமிறங்க எனக்கு முழு உரிமையிருக்கிறது. நான் சேதப்படக் கூடுமென்று என்னிடமிருந்து ஆயுதங்களைப் பிடுங்கிவிட்டால், நிராயுதபாணியாக நின்று சரணடைய நான் தயாரில்லை. காயங்களும் தழும்புகளும் இல்லாதவொரு வாழ்க்கை முழுமையடையாது. எனவே நாங்கள் பேசிப் பிரிந்துவிட்டோம்.

அதீதமாக வளர்ந்துவிட்ட குழந்தையைப்போலத் தோற்றமளிக்கும் கிஷோர் வந்துவிட்டான். தோற்றந்தான் அப்படியேயொழிய காரியத்தில் கெட்டி. பத்தாண்டு சேவையில் என் சம்பளம் நாற்பதாயிரத்தை இன்னும் தொட்டப்பாடில்லை. ஆனால் இங்கு கிடைக்கும் சுதந்திரம்? காலையில் முன்னேபின்னே வந்தால் கேட்க நாதியில்லை. மதியம் உணவு இடைவேளையில் லக்கிஸ்டாக்ஸில் போய் அமர்ந்தால் மூன்றரை மணிக்கு பங்குச்சந்தையை மூடிவிட்டே திரும்புவேன். யாவற்றிற்கும் ஓர் விலை இருக்கத்தான் செய்கிறது.

கிஷோருக்கும் என்னைப் போன்றதொரு நாணயமான பி.ஏ. கிடைப்பதரிது. லட்சக்கணக்கில் வரும் பணத்தை எண்ணி இரும்புப் பெட்டகத்துள் வைத்துப் பூட்டுவதும் கூலி கொடுக்க, அதற்கு இதற்கென்று அவ்வப்போது எடுத்துத் தருவதும் பிறகு எழுதிய கணக்கை சமன்படுத்துவதுமாக ஏழு மணிவரை எனக்கு வேலை சரியாகத்தான் இருக்கும். கிஷோர் சாவியைக் கொடுத்துவிட்டு உலாத்தப் போய்விடுவான். மண்டையை உடைத்துக்கொண்டு பொய்க்கணக்கெழுதி சல்லியாக ஆயிரக்கணக்கில் திருடி ஆகப் போவதென்ன? இந்தப் பணவீக்கத்தில் ஒருசில கோடிகளாவது தேற்றமுடியாவிட்டால் இதுபோன்ற அத்துமீறல்கள் பொறாது. நான் கிஷோருக்கு ஒரு முதலாளிக்கான மரியாதையை அளிக்கத் தவறுவதில்லை.

பிறகு வாங்கிய பங்கை அவ்வப்போது கைபேசியில் நோட்டமிட்டபடியே அலுவலக வேலையைத் துவக்கினேன். ஸ்டாப்லாஸ்* போட்டிருந்தால் இப்படி இடையறாது கவனிக்கத் தேவையில்லை. கிஷோரின் ஓங்கிய விளியில் எரிச்சல்

⋆ ஸ்டாப் லாஸ் – நாம் வாங்கிய பங்கு, இத்தனை ரூ விலை குறைந்தால் தானாக விற்றுவிடும்படி பதிவிட்டு வைக்கும் ஆணை. இதனால் பங்கு சரிய ஆரம்பிக்கையில் குறைந்த இழப்போடு நாம் தப்பித்து விடலாம். இதே உத்தியானது, பங்கை விற்கும்போதும் பொருந்தும்.

தொனித்தது. அவனது மெலிதான அழைப்புகளைக் கவனியாது இருந்திருப்பேனோ... உடனடியாக என்னை அவனது மேசைமுன் குவிக்கிறேன். என் கண்களில் மன்னிப்பு கோரும் இழை. அது போதுமவனுக்கு. இன்றைக்கான அவனது ஆணைகளை சிரத்தை காண்பித்து நாட்குறிப்பில் குறித்துக் கொண்டேன்.

செய்யவேண்டியவற்றைச் செய்துமுடித்துவிட்டு லக்கிஸ்டாக்ஸுக்கு விரைந்தேன். HDFC வங்கியின் பங்கு 2104-லிருந்து 2253-க்கு ஏறியிருந்தது. அதை ஷாட்செல்* செய்யச் சொன்னேன்.

சிபி, ‘வேண்டாம். சந்தை வலுவா இருக்கு.’

அதை உதாசீனித்து விற்றேன். நான் தொட்டதும் சூடுவைத்த மீட்டர்போல HDFC எகிற ஆரம்பிக்கிறது.

நான் தழைந்து, “வாட் டு டூ சிபி? ஸ்கொயர் ஆஃப் பண்ணிடவா?” சாப்பிடாத வயிற்றில் ஹைட்ரோகுளோரைட் ஊறியது.

“தவுசண்ட் ரூபீ லாஸ். ஜஸ்ட் வெய்ட்.” அவன் குரலில் எனக்காகக் குழைத்த சோகம்.

போண்டியாகிவிட்டால் திரும்ப வர்த்தகம் செய்ய வரமாட்டோமே.

நல்லவேளையாக 50 பங்குகளை மட்டுமே விற்றிருந்தேன். 100 விற்றிருந்தால் இரட்டிப்பு நஷ்டம். மீண்டும் 50 பங்குகளை அதிக விலைக்கு விற்கச் சொன்னேன். சராசரி விலையை மேலேற்றி வெளியே வரும் உத்தேசம். காக்காய், தண்ணீர் ஜாடி, கல் தத்துவந்தான். எல்லா சிக்கலான பிரச்சினைகளுக்கும் சில அடிப்படையான எளிய தீர்வுகளுண்டு. சிபி சாப்பிடப் போய்விட, பிரதீப் 2275-க்கு விற்றுவிட்டான். லாபமானாலும் நஷ்டமானாலும் நிறுவன கமிஷன் வந்துவிடுமே. 2280-இல் நான் போட்ட ஸ்டாப் லாசை குதித்துத் தொட்டுவிட்டு பங்கு சாதுவாக இறங்க ஆரம்பிக்கிறது. காலையில் ஈட்டியதும் போக, இன்றைய என் நிகர நஷ்டம் ஐநூற்றி சொச்சம். சை!

“பெரிய ஸ்க்ரிப்ட் இல்லையா... 50 ரூபீஸ் ஸ்டாப்லாஸ் ஹாக்கபேக்கு.”

★ ஷாட்செல் – நம்மிடம் இல்லாத பங்கை விற்பது. விற்ற விலையைவிடக் குறைந்த விலைக்கு அதைத் திரும்ப வாங்க, வித்தியாசம் லாபமாகும். சட்டப்படி இது அன்றன்றைக்கு முடிக்கப்பட வேண்டும்.

இனி எதிலும் மாட்டக்கூடாது. ஆனாலும் 31/2 மணிவரை தொலைக்காட்சியையும் கணினியையும் சபாபதியின் கடைசிநேர வர்த்தகத்தையும் வெறுமே பார்த்துவிட்டு வெளியேறினேன். அவர்கள் என்னைப் பகடி செய்யக்கூடும். சாப்பிடத் தோன்றவில்லை. இளநீர் குடித்தேன். சாலையின் வாகன இரைச்சலில் தலைவலி ஆரம்பிக்க, அலுவலகத்திற்கு விரைகிறேன்.

3

‘சந்தை சரியும்போதும் பணம் பண்ணலாமென்றால் அது ஃபியூச்சர்ஸில்* மட்டுந்தான் சாத்தியம். ஏனெனில் இறங்குமுக நாட்களில் சந்தை திறக்கும்போதே பங்குகளின் விலை குறைந்திருக்கும். தின வர்த்தகத்தில் ஷாட் செய்ய நிஃப்டியையோ** குறிப்பிட்ட பங்கையோ விற்றால், அதற்குமேலாக அதே நாளில் விலை அதிகம் குறையாது. அதையே ஃபியூச்சர்ஸில் விற்று இருப்பைக் கேரீ செய்தால் தினந்தினம் கழியும் தொகை வரவில் கூடிக்கொண்டே போகும். ஒரு பங்கிலிருந்து மற்றொன்று, பிறிதொன்று, என குரங்குத்தாவு தாவுவதால்தான் எதுவுமின்றி நஷ்டமாகிறது. ஃபியூச்சர்ஸில் சரியான பங்கைத் தேர்ந்தெடுத்து வாங்கியோ விற்றோ அதை மட்டும் அவ்வப்போது பார்த்துக்கொண்டால் போதும். ஏனென்றால் அதில் பங்குகளின் அளவு அதிகமாக இருப்பதால் ஆயிரக்கணக்கில் வரும். இப்படி சின்னத்தனமாகக் கண்சோரப் பல பரிவர்த்தனைகள் செய்து நூறு நூறாய் சேர்க்கவேண்டிய அவசியமில்லை’, சிபி என்னைத் தூண்டினான்.

‘நஷ்டமானாலும் ஆயிரக்கணக்கில் ஆகுமே...’ சபலத்தை மறைத்துக் கேட்க,

‘நா கவுனிச்சுக்குறேன்’, என் கண்களை ஊடுருவிப் பார்த்தான்.

அன்று மாலை அழைத்த சிபி, அலுவலகம் முடிந்து போகையில் ஃபியூச்சர்ஸ் அண்ட் ஆப்ஷனில் வர்த்தகம் செய்வதற்கான என் ஒப்புதல் கையெழுத்தைப் போட்டுவிட்டுப் போகச் சொன்னான். மறுநாள்கூட செய்யலாம்தான். நல்ல செயல்களை ஒத்திப்

★ ஃபியூச்சர்ஸ் – இந்த வர்த்தகப் பிரிவின்கீழ் 5லட்சம் பொருமான பங்குகளை வர்த்தகம் செய்ய, 1 லட்சம் மார்ஜின் போதுமானது.

★★ நிஃப்டி – முக்கியமான 50 பங்குகளின் கூட்டுக் குறியீடு.

போடக்கூடாது. லக்கிஸ்டாக்ஸில் சிபி மட்டுமே நடுஇரவு வரை தங்கி கமாடிட்டி சந்தையைக் கவனித்துக் கொள்வான். நாள்பூரா அவஸ்தை வேண்டாமென்று நான் கமாடிட்டி பக்கம் போவதில்லை. இன்று வேலை அதிகம். முடித்துவிட்டு லக்கியை அடைகையில் 8 மணி. இளஞ்சிவப்பு நிற சோடியம் விளக்கொளியில் தெரு சோபையாய்த் தெரிய, அதன்மேல் படுத்துருள விழைகிறது.

தொலைக்காட்சி ஒலியும் பேச்சரவமும் இல்லாத அமைதியான லக்கிஸ்டாக்ஸ் குளிர்ந்திருந்தது. சிபியின் மீது இரவு தன் கைவரிசையைக் காண்பித்திருந்தது. எப்போதும் சுறுசுறுப்பாக இருப்பவன், இப்போது மப்பும் மந்தாரமுமாக வேறு ஆளாய்த் தெரிந்தான். சிபி நீட்டிய கற்றைப் படிவங்களில் பெருக்கல் குறியிட்ட இடங்களிலெல்லாம் அயராது கையொப்பமிட்டேன். அப்போது விரல்கள் உரசிக்கொள்ள, ஒருவரை ஒருவர் புதிதாகப் பார்த்துப் புன்னகைக்கிறோம்.

இதற்குள் தொலைபேசி சிணுங்க, “இன்னைக்கு மார்க்கெட் ஒண்ணும் செரியில்ல சாரே. ட்ரேடிங் செய்யாதிருகின்னது நல்லது”, துண்டிக்க நான் சிரித்தேன்.

“தென் வாட் யா? டுடே ஈஸ் மை பர்த்டே. இன்னைக்குக்கூட விடியவிடிய ஜோலி செய்யணும்”, அலுத்தான்.

காலையிலும் மதியமும் நான் வந்தபோது பிறந்தநாள் பேச்சே எழவில்லையே... ஒருவேளை இப்போதுதான் பிறந்திருப்பான்.

நான் பல்லைக்காட்டி, “மெனி ஹேப்பி ரிடன்ஸ் ஆஃப் த டே”, கை குலுக்குகிறேன்.

கடினமான அந்தக் கையின் இறுக்கம் அவன் எண்ணத்தைச் சொன்னது.

“வேர்ஸ் த பார்ட்டி?” நான் உரிமையாகக் கேட்க,

அதற்காகவே காத்திருந்தவனாக, “வில் யூ ஹேவ் எ ட்ரிங்க் வித் மீ?”

எதுவரை போகிறானென்றுதான் பார்ப்போமே. நான் சம்மதித்ததும் அடுப்படிக்குப் போய் கருநீலத்தில் இரண்டு நெகிழி தம்ளர்களைக் கொண்டுவந்தான். வாசல் கதவை ஒருக்களித்து சாத்தி புட்டியிலிருந்து அவன் ஊற்றிக்கொடுத்த கிங்ஃபிஷர் ஸ்ட்ராங்க் பியர், ஆலகால விடமாக அருந்தத் தூண்டியது. சியர்ஸ் சொல்லி தம்ளர்கள் மோத, நுரைத்த பியர் தளும்பி வழிந்தது. எங்கள் தயக்கங்களும் வழிய, அவசரமாய் உறிஞ்சுகிறோம். உள்ளே சென்று நேந்திரங்காய் சிப்ஸையும் சுக்குவெல்லப்பாகில் தோய்ந்த

நேந்திரம்பழ இனிப்பையும் ஓர் எவர்சில்வர் தட்டில் எடுத்து வந்தான். ஊரிலிருந்து கொண்டுவந்ததாம். தன் ஊரைச் சுமந்தே திரிபவர்களால் அதிக தூரம் பயணிக்க முடியாது.

சிபி இடையிலெழுந்து மீள சமயலறைக்குப் போக, நான் தொடர்ந்தேன். மேடையில் ஒரு மின்னடுப்பு மட்டும் தன்னந்தனியாக இருந்தது. அதன்மேல் சிறிய தவாவை வைத்துவிட்டு சிபி முட்டையை உடைத்த லாவகம், வெங்காயத்தைப் பெரிது பெரிதாக நறுக்கிய அலட்சியம், பச்சைமிளகாயைக் கழுவாத பெருந்தன்மை... ஸ்டைலாகத் திருப்பிப்போட, ஆம்லெட்டுகள் தயார்! காலை ஒன்பதே முக்கால் மணியளவில் இதே அடுக்களைக்குள்ளிருந்து என் நாசியைச் சுண்டியிழுத்து எச்சில் ஊறப் பசியைத் தூண்டும் அதே வாசம்! இந்த மாலையை அலாதியாக்க இது ஒன்று போதுமே... அவற்றை அலமாரியிலிருந்த பீங்கான் தட்டில் எடுத்துபோன நான், அவசரமாக பிய்த்துப்போட்டு நாக்கை வேகவைத்தேன். ஆம்லெட் மேலுக்குத் தீய்ந்து உள்ளுக்குள் கொழகொழவென வேகாமல் கவுச்சியடித்தது. அதுதான் நிமிடத்தில் ஆகியிருக்கிறது. சரியாக அடிக்கப்படாத முட்டையில், ஓட்டுத் துணுக்குகளின் நறநறப்பு வேறு.

அபாரம் எனப் பாராட்டிய நான், தாய்மார்களின் வயிறுபோலப் புடைத்திருந்த நடுப்பகுதியைத் தவிர்த்துவிட்டு மெலிந்த ஓரங்களை உட்கொண்டு ஒப்பேற்றினேன். சிபி நடுப்பகுதியை சாப்பிட, எதுவும் மிஞ்சவில்லை. இனி உள்ளிருந்து வரும் ஆம்லெட் வாசமானது, வர்த்தகக் கூடத்திலிருக்கும் என் புலன்களைப் பாதிக்காது. எந்தவொரு கவர்ச்சிக்குள்ளும் புகுந்து பார்த்தால் இப்படித்தான். அதன்மீதான ஈர்ப்பு குன்றி - இவ்வளவுதானா என்று ஆகிவிடுகிறது.

தனக்குச் சமமான வேகத்தில் நானும் குடித்ததைக் கண்டு உள்ளுக்குள் வியந்த சிபி, அதை மறைத்து அடுத்த குப்பியைத் திறந்தான். நாங்கள் ஆசுவாசமாகப் புகைக்க ஆரம்பிக்கிறோம். நான் புகைக்கும் *Djarum Black* சிகரெட்டை இழுத்துப்பார்த்தவன், உதட்டைப் பிதுக்கி என்னுதட்டிலேயே மீளப் பொருத்திவிட்டான். ஸ்ட்ராபெர்ரி வாசமும் லேசான இனிப்பும் கொண்ட அது, காட்டம் குறைந்தது. இதனால் அவனது ஆண் அகந்தை திருப்தியடைந்திருக்கும். இருக்கட்டும்; இருக்கட்டும். அகந்தை நல்லது. செயலூக்கத்தைக் கூட்டும்.

இப்போது சிபியுடைய நாற்காலி என் நாற்காலியோடு ஒட்டி உறவாடுகிறது. சிபி என்னருகே வரும்போதெல்லாம் கிளர்த்தும்

காட்டமான சிகரெட் நெடி இப்போது அதி காட்டமாக... எங்களுடல்களின் மெல்லதிர்வுகள் உணரப் படுகின்றன.

எழுந்த சிபி, “ஹோப் யூ வோண்ட் மைண்ட்”, விரிந்திருந்த கூந்தலூடாக விரல் நுனிகளால் பின்னங்கழுத்தில் கோலமிட்டு அனுமதி கேட்டான்.

“பட் வீ ஷுட் ஃபர்கெட் இட் டுடே இட்செல்ஃப்”, தடித்த அவனது விரல்கள் அழுந்துமாறு மல்லாந்து கிறங்கினேன்.

“ஷ்யூர்”, விலகிச் சென்று கதவைத் தாழிட, யாரும் வரமாட்டார்களென உறுதி செய்தேன்.

இந்த நேரத்தில் இங்கு வருபவர்கள் ஒரு சிலரேயாம். அவர்களும் ஊரிலில்லையாம்.

மலையாளிகள் நம்மவர்களைப்போல சுற்றிவளைத்துக் காலவிரயம் செய்வதில்லை. கணினிகளை சுவற்றோடு தள்ளிய சிபி, கவுண்ட்டர் மீது *எகனாமிக்ஸ் டைம்ஸை* விரித்தான். பீக் ஹவரில் அவன் டெர்மினலைப் பார்க்காமல் இருக்க முடியாது. நான் மங்கலான பல்பை எரியவிட்டுக் குழல்விளக்கை நிறுத்தினேன். ‘பாவம்... ரொம்ப ஜோலி வச்சிட்டனா?’ என் சர்ட்டைத் தூக்கி அவனது மேடுநெற்றியில் அரும்பிய வியர்வையைத் துடைத்தேன். “இனிதான ஜோலியே இருக்கு.” சிபியின் ஒயர்மீசை கண்ட இடத்தில் கிச்சுகிச்சு மூட்ட, நான் சிரித்து நெளிகிறேன். இரண்டடி அகலத்தின்மேல் அவன் ஜாக்கிரதையாக வேலை செய்யும்போது எனதுடலுக்குக் கீழே சரசரக்கும் காகிதங்கள், சூழலின் தீவிரத்தைக் குலைத்தன. நானெழுந்து அவற்றையெல்லாம் உருவி நாற்காலியில் எறிந்துவிட்டு வந்து படுத்தேன்.

எனக்குப் பக்கவாட்டுக் கணினித் திரையில் கருப்பும் வெள்ளையுமாகக் கண்சிமிட்டிக் கொண்டிருக்கும் எண்கள் என் மேடுபள்ளங்களில், இண்டு இடுக்குகளில் நிரம்பி வழிந்தன. தொலைபேசி ஒலிக்க எழுந்த சிபி, வாடிக்கையாளரின் கட்டளைப்படி கீபோர்டை ஒற்றிப் பரிவர்த்தனையை முடித்தான். இதற்குள் என் உடலெங்கும் குறுக்கும் நெடுக்குமாக எண்கள் 8, 2, 0, 9, 7, 1... பளீர் பளீரென ஊர்கின்றன. தாளவியலா குறுகுறுப்பு. எண்கள்... எண்கள்... எண்கள்... இந்த எண்களிலிருந்து விடுபடுவது சாத்தியமே இல்லையா? ‘நாய்ப்பிழைப்பு’, சலித்த சிபி ஒரு வர்த்தகனுக்கேயுரிய வேகத்தோடு விட்டதைத் தொடர்கிறான். லிஸ்டிங் நாளின் பங்குவிலை போல எல்லாம் இனிதே முடிய, மைகாப் பரப்பு வியர்வையில் வழுக்கியது.

4

லக்கி ஸ்டாக்ஸ் கவுண்ட்டரில் எப்போதும்போல் கணினிகள் முன்தள்ளப் பட்டிருந்தன. என்னையே பார்த்துக் கொண்டிருந்த சிபி நிறைவாகத் தெரிந்தான். முகிழ்த்த நமுட்டுச் சிரிப்பை மறைக்கும் வண்ணம் கழுத்தொடித்து எதிரெதிராக முகந்திருப்பிக் கொண்டோம். தினம் வந்துபோகுமிடத்தில் இந்தப் பரிவர்த்தனை கசிந்தால் அசிங்கமாகும் அபாயமிருக்கிறது.

சந்தை துவங்கியதும் எல்லாம் மறந்து போயின. க்ரானிக் ஸ்டாக்கஹாலிஸ்டுகள் இதுபோன்ற சிற்றின்பங்களையெல்லாம் பெரிதாக எடுத்துக்கொள்ள மாட்டார்கள். சிறிது நேரமானதும் கணினித் திரையில் அஜந்தா பார்மாவுக்கு பை கால் வந்தது. அதன் லாட் அளவு 500தான் என்பதால் மார்ஜினும் குறைவாம். எனவே ஃபியூச்சர்சில் வாங்கலாமென சிபி தெரிவித்தான். நான் சம்மதித்தேன். இரவுச் சம்பவமானது, சிபி எனக்கு நல்லதே செய்வான் என்கிற நம்பிக்கையைக் கொடுத்திருந்தது. எதையுமே பரிசீலிப்பதைவிட நம்புவது எளிதாக இருக்கிறது. இந்த சோம்பேறித் தனத்தினால்தால், நம் மனம் புலன் கடந்த ஆற்றலுடையவர்களாக பிரமை ஏற்படுத்தும் திரைப்பட கதாநாயகர்களை, சாமியார்களை, குருமார்களை நாடுகிறது. இதன் பொருட்டே டிபிகல் அரசியல் தலைவர்களையும் போலி சமூக ஆர்வலர்களையும் நம் ரட்சகர்களாக பாவித்துக் கொள்கிறோம்.

1023 ரூபாய்க்கு வாங்கிய பங்கு 1027-ஆக உயர்ந்ததும் 2000ரூபாய் லாபம். இறங்க ஆரம்பித்தால் ஆபத்தென்று சிபி விற்றுவிட்டான். அதன்பின் அதே அஜந்தா, என் வயிறு எரிய எரிய 1037-ஐக் கடந்தது. அவசரப் பட்டுவிட்டதாக நான் கடுப்படித்தேன்.

தன் அதிகாரியை விட்டுக்கொடுக்காத பிரதீப், "அஜந்தாவிற்கு ஸ்டாப்லாஸ் - 1000. விழுந்தால் (23 x 500) 11500 ரூபா லாஸுக்கு ரெடீன்னா காத்திருக்கலாம்," முத்தாய்ப்பாகச் சொன்னான்.

நான் அலுவலகம் திரும்பியதும் சிபியிடமிருந்து அழைப்பு- வேறொரு பங்கிற்கான செல் கால் வந்திருப்பதாக. வர்த்தகத்தை ஏற்பதும் விடுவதும் உன்னிஷ்டம் என்பதுபோல அவன் குரலில் அந்நியம். நான் ஆசைவிடாது சம்மதித்தேன். பிறகே லாட் அளவு குறித்த கேள்வியெழ, அழைத்து வினவினேன். 1200-ஆம். ஆனால் பங்கின் விலை குறைவென்பதால் பரவாயில்லை என்றான். அவன் குரலின் கறார், அவனது கோபம் தீரவில்லை என்றது. அதற்கும் மேலாக தோண்டித் துருவி விபரங்கள் கேட்டு, ஃபியூச்சர்ஸில் என் பாமரத்தனத்தை வெளிப்படுத்திக்கொள்ள நான் விரும்பவில்லை.

அந்தக் குறிப்பிட்ட பங்கின் விலையசைவுகளை மட்டும் எனது செல்பேசித் திரையில் போட்டுக் கண்கொட்டாது கவனித்துக் கொண்டிருக்கிறேன். நான் விற்ற விலையைவிடப் பங்கு 1ரூபாய் குறைந்தது. 1200 x 1= 1200ரூ வருமானம். தரகு? பங்குகின் மொத்த மதிப்பு கிட்டத்தட்ட 6லட்சமாகும். விற்க, வாங்க 12லட்சத்திற்கு தரகுத்தொகை 400போக, 800-ஏ மிஞ்சும். இவ்வளவு அபாயம் தாங்கியது-வெறும் 800 ரூபாய்க்கா? இன்னும் ஒரு ரூபாயாவது குறையட்டும். பிறகு கூப்பிட்டு அதற்குக்கீழே 1ரூ -ஆக 3ரூ வித்தியாசத்திற்கு வாங்கும் ஆணையைப் போடச் சொல்லலாம்.

பங்கு இறங்க, நான் உற்சாகமாகக் கைபேசியை ஒற்றினேன். பிரதீப்தான். சிபி பாதிநேரம் கிளையண்ட்டுகளை சந்திக்கவென்று ஊர்சுற்றப் போய்விடுவான். இது தவிர அவ்வப்போது புகைப்பதற்காகவும் தெருவிற்குப் போய்விடுவான். அந்தப் பங்கின் விலையானது ஃபியூச்சர்சில் ப்ரீமியத்தோடு 4ரூ அதிகமாம்! நிஜத்தில் நான் விற்றதைவிட 2ரூ விலை ஏறியிருக்கிறதாம் அது. பிரதீப் தெளிவு படுத்தினான். அப்படியென்றால் ஏறக்குறைய 2500 நட்டம்.

நான் சிபியின் செல்பேசிக்கழைத்து ஆலோசனை கேட்டேன். அவன் அலட்டிக்கொள்ளாமல் வேண்டுமானால் ஸ்டாப்லாஸ் போட்டுக்கொள்ளச் சொன்னான். அதன்படி நான் பிரதீப்பிடம் 5 புள்ளிக்கு வாங்கும் ஸ்டாப்லாஸ் போடச் சொன்னேன். ஒருமணி நேரத்தில் என் ஸ்டாப்லாஸ் அடிபட்டுவிட்ட துயரச் செய்தியை பிரதீப் தெரிவித்தான்.

மதியம் போனபோது உட்குமைச்சலை இறுக்க மூடி என்னை சகஜமாகக் காட்டிக்கொண்டேன். இல்லையென்றால் சிபியும் பிரதீப்பும் பட்டுக்கொள்ளாமல் ஒதுங்கிவிடுவார்கள். இம்முறை நிறுவனத்திலிருந்து லாங்க் கால் ஒன்று வந்தது. அதன் லாட் அளவு 650தான். பங்கு விலையும் நடுத்தரந்தான். இதுவரை ஆன 3600 மைனஸை சரிக்கட்ட வேண்டுமே... சிபி

அக்கறையாக விலைகுறையக் காத்திருக்கும்படி சொன்னான். நான் காத்திருக்கிறேன்.

உயரமான கஜலெட்சுமி கிரேப் புடவை, நகை, பூ சகிதமாக மெகா சைஸ் லட்சுமியாகப் பிரவேசிக்க, லக்கிஸ்டாக்ஸ் களை கட்டியது. அருகிலிருக்கும் அரசு வங்கியொன்றில் எழுத்தராக 25 வருட சேவையை முடிக்கப்போகும் கஜலட்சுமியிடம் தாராளமாகப் பணம் புழங்கும். குடும்ப வரவுசெலவு பார்ப்பது அவர்தான். சீட்டு போடுவது, எடுப்பது, மகன்களுக்கு பெங்களூரு எல்லையில் இடம் வாங்கிப் போடுவது... இப்படியாக கஜலெட்சுமி செய்யும் புரட்டல்களின் பின்னே அவரது பங்குச்சந்தை நஷ்டம் வசதியாக ஒளிந்துகொள்ளும். வங்கி அதிகாரியாக உழலும் கஜலெட்சுமியின் கணவருக்கு, சம்பளத்தை வாங்கி மனைவியின் கையில் கொடுப்பதைத் தவிர வேறெதையும் சோதித்துப் பார்க்கத் திராணியிருக்காது. அரைமணி நேர உணவு இடைவேளையில் கஜலெட்சுமி மூச்சுவாங்க வந்து போவார். இதற்காக அலுவலக நேரத்திலேயே தன் டப்பாவிலிருப்பதை அவசர அவசரமாக விழுங்கி விடுவாராம். நான் கவனித்த பங்கு சிபி பரிந்துரைத்த விலைக்கு இறங்க, ஒரு லாட் (650) வாங்கினேன்.

கஜலெட்சுமிக்கென்று பிரத்தியேகமாக 300ரூபாய்க்கு உட்பட்ட சில பங்குகளுண்டு. அவை பெரும்பாலும் அரசு வங்கியின், அரசுத் துறையின் பங்குகளாகும். மேற்கூறப்பட்ட தன் அபிமானப் பங்குகளைத் தவிர வேறெந்தப் பங்கையும் அவர் ஏறெடுத்தும் பார்க்கமாட்டார். இன்று காலையிலிருந்து அவை ஒன்றையும் கஜலட்சுமி தத்தெடுக்கவில்லையாம். வந்தமர்ந்த சில நிமிடங்களில் அவற்றிலொன்றை 1000 பங்குகள் வாங்கினார். அவர் வாங்கும் அவசரத்தைப் பார்த்தால் இனி அவை சந்தையில் கிடைக்காதோ எனத் தோன்றும். கஜலெட்சுமியின் இன்றைய கோட்டா முடிந்தது. ஒரு நாளைக்கு ஏதாவது ஒன்றை மட்டுமே வாங்குவார். ஒன்றிரண்டு ரூபாய் ஏறினால் விற்றுவிடுவார். இன்று அவர் வாங்கியது இறங்குமுகத்தில். அதைப்பற்றிக் கவலைப்படாத கஜலெட்சுமிக்கு ஸ்டாப்லாஸ் என்பது கெட்டவார்த்தை. அப்படியென்ன நம்பிக்கையில்லாமல் என்பார்.

கஜலெட்சுமி ஒரு நம்பிக்கைவாதி. பங்குச்சந்தை முன்னேற்றம் குறித்து, தன் இதயக் கோளாறுள்ள மகனின் உடல்நிலை குறித்து, ஏதோவொரு கோடியில் வாங்கிய நிலம் நகரமயமாகப் போவது குறித்து... இப்படி எல்லாவற்றின் மீதும் நம்பிக்கை வைப்பார். அதற்காகக் காத்திருக்கும் பொறுமையும் அவரிடமிருந்தது. தான் வாங்கிய பங்கின் விலை குறைந்ததை அவர்

பொருட்படுத்தவில்லை. ஒரு பங்கு மறுநாள் வீழ்ச்சியடைவதற்கான 99 சாத்தியக்கூறுகள் எங்களுக்குத் தெரியும். இவை ஏதும் தெரியாத கஜலட்சுமி, மறுநாள் பார்க்கலாமென்று கிளம்பினார். அவை விற்கும் நாள்வரை இங்கு வரமாட்டார். ஆனால் இப்போதைக்கு அதிஷ்டம் கஜலெட்சுமிக்கு அண்மையில் அமர்ந்திருப்பதால் இதுவரை பெரிய பாதிப்பில்லை. 'அறியாமைதான் செல்வம்', அவரைப் பற்றிய விமர்சனம் இது. கஜலட்சுமி, 'பேபீஸ் டே அவுட்' குழந்தையைப்போல சந்தையின் வீதியில் காயப்படாமல் தவழ்ந்து கொண்டிருந்தார்.

நான் பொறுத்திருந்து, சிபி சொன்னபோது என் பங்கை விற்றேன். நாள்முடிவில் ஆகக்கூடி 750ரூ ப்ளஸ் காண்பிக்கிறது என் கணக்கு. இதை நான் அவ்வப்போது 100, 200 பங்குகள் வாங்கி விற்றே அடைந்துவிடுவேனே. இதற்காகக் காலையிலிருந்து வயிற்றில் நெருப்பைக் கட்டிக்கொண்டு... யோகமிருந்தால் ஆயிரக்கணக்கில் வாய்க்குமாம். என் யோகம்தான் தெரிந்து கிடக்கிறதே... சிபி இதில் என்னை இழுத்துவிட்டது என் நலனிற்கா அல்லது நிறுவன நலனிற்கா? ஒருவேளை அவனுடனான உறவைத் தொடர்ந்தால் பார்த்துப் பார்த்து ஈட்டிக் கொடுப்பானோ... காதலில்லாத கலவி உடற்பயிற்சி போன்றதே. உடற்பயிற்சியைவிட மேலதிகப் புத்துணர்ச்சி கிடைக்காமலில்லை. ஆனால் ஆதாயத்திற்காக மட்டும் இதுபோன்றதோர் உறவைத் தொடர்வது கடினம். அதன் பெயர் வேறு.

சிபியே ஆப்ஷன்களில் இழந்து புலம்பியதெல்லாம் நினைவுக்கு வந்தது. நான் ஃபியூச்சர்ஸ் பற்றிய என் அறிவைப் பெருக்கித் திறமையோடு முயற்சிப்பேன். பங்குச்சந்தை யாருடைய பிடிக்கும் அகப்படாததொரு மாயநதி தானே? நம்மைவிடப் பெரும் பணம் முதலீடு செய்யும் அயல் நாட்டவர்கள், நம் பங்குச்சந்தையை சிலசமயங்களில் குறிப்பிட்ட காரணத்திற்காக ஆட்டுவிக்கலாம். இங்கே பெரும்பணம் படைத்தவர்களும் ஆபரேட்டர்களும் சில பங்குகளில் விளையாடலாம்.. ஆனால் பெரும்பாலும் சந்தையின் திசையென்பது லட்சாதி லட்சம் பேரின் மனவோட்டங்கள், பணவோட்டங்கள், பன்னாட்டுப் பொருளாதாரக் கொள்கைகள், கனிம வளங்கள், உள்நாட்டு, வல்லரசு அரசியல்கள், எண்ணெய் விலை... இப்படியான பல்வேறு கூறுகள் கூடி நிர்ணயிப் படுவதாகும். ஒவ்வொருடைய சிந்தனையும் வெவ்வேறானது; 'எந்த இரண்டு மனிதனும் ஒரேமாதிரி சிந்திப்பதில்லை', என்பதே சந்தை இயக்கத்தின் அடிப்படை. ஒருவரின் இழப்பு-மற்றவரின் அனுகூலம். நான் அனுகூலம் அடைபவளாக இருப்பேன்.

சபாபதி தன்னுடைய வியாபார நிமித்தமான சந்திப்பை மாலையில் நிர்ணயித்தார். கூடியவரை சந்தை நேரத்தில் அவர் சந்திப்புகளைத் தவிர்த்துவிடுவார். இப்படியாகப் பகலில் சந்தையிலும், அதன்பின்னர் தன் தொழிற்சாலையிலும் உழைத்து உழைத்து சபாபதி ஓடாகத் தேய்ந்திருப்பார். சந்தை மூட, பிரதீப்பும் சிபியும் சபாபதியைக் காவலுக்கு வைத்துவிட்டு காப்பி குடிக்கப் போயினர். சபாபதி அதிகமாக காபி, டீ குடிப்பதில்லை; புகைப்பதில்லை. குடிகூடப் பெரிதாக இல்லாததுபோல்தான் தெரிகிறது. பங்கு வர்த்தகத்திற்கு மட்டுமே அவர் அடிமை. வர்த்தகத்தில் ஈடுபடுகையில் தன் பிள்ளைக்கு நேர்ந்த விபத்து, அதன் விளைவாகக் கண்ணுக்கடியில் நிரந்தரமாகத் தேங்கியிருக்கும் இருள் - எதைப்பற்றிய பிரக்ஞையுமே இல்லாது முனைந்திருப்பார். ஒன்றிலிருந்து விடுபடுவதற்காகப் பிரிதொன்றை கெட்டியாகப் பிடித்துக் கொள்கிறோம்.

சபாபதி, "தப்பா நெனைக்காட்டி..." தயங்கினார்.

"அதெல்லாம் ஒண்ணுல்ல. சொல்லுங்க"

"அவுங்க சொல்றாங்கன்னு மட்டும் ஃபியூச்சர்ஸ்ல எதையும் செய்யவேண்டாம். அவுங்க அப்புடித்தான் டெம்ப்ட் பண்ணுவாங்க. அது அவுங்க பிசினஸ். நா எவ்ளோ லூஸ் பண்ணியிருக்கேன் தெரியுங்களா? உங்களுக்கு நல்லா தெரிஞ்ச ஷேர சரீன்னு பட்டா மட்டும் ட்ரேட் பண்ணுங்க. அதையும் சேம் டே ஸ்கொயர் ஆஃப் பண்ணிடுங்க. லாபமோ, நஷ்டமோ அண்ணையோட முடிஞ்சிடும். ஏன்னா நம்முளுதெல்லாம் ஹார்ட் ஏர்ன்ட் மணி இல்லையா?" எச்சரித்தார்.

"யூ ஆர் ரைட்"

"சொல்லணும்ன்னு தோணிச்சு..."

"தேங்க்ஸ்"

ரத்னசபாபதியின் கண்களிருந்த வலியும் சத்தியமும் அந்த விதிகளை எனக்குள் ரீங்கரிக்கச் செய்கின்றன.

5

நான் ஒரு லாங்க் பொசிஷனும்* ஒரு ஷாட் பொசிஷனும்** எடுத்து மறுநாளுக்கு கேரீ செய்திருந்தேன். அதைப்பற்றிய சஞ்சலமின்றி நிம்மதியாகத் தூக்கம் வருகிறது. ஏனெனில் நாளை சந்தை எழுந்தால் என்னுடைய லாங்க் பொசிஷன் ஈட்டித்தரும்; விழுந்தால் ஷாட் பொசிஷன் பணங்கொட்டும் என்கிற நிம்மதி. இந்த சூட்சுமம் தெரியாது வர்த்தகர்கள் போராடுகிறார்களே... அவர்களுக்கு என் அனுதாபங்கள். என் அறிவின்மீது பெருமிதம் பொங்கியது.

அடுத்தநாள் சந்தை வீழ்ந்ததற்கு முதல்முறையாக மகிழ்ந்தேன். நான் ஷாட் எடுத்திருந்த பங்குமட்டும் நங்கூரம் பாய்ச்சிய கப்பலாக நேற்றைய விலையிலேயே நின்றது. லாங்க் எடுத்திருந்த பங்கோ, சறுக்குமரத்தில் இறங்குவதுபோல இறங்கியது. பிரதீப்பும் சிபியும் சற்று பொறுக்கச் சொன்னதால் பொறுத்தேன். நாள் இறுதியில் சந்தையின் புள்ளிகள் ஷாட் கவரிங்கால் சற்று அதிகரித்திருந்தது. இதில் சோகம் என்னவென்றால், என்னுடைய ஷாட் பங்கு மேலேயும் லாங்க் பங்கு கீழேயும் தலைகீழாக நின்று என் மார்ஜினில் பாதியைத் தின்று பல்லிளித்தன. எனக்கு முடியைப் பிய்த்துக்கொள்ளத் தோன்றியது. பேசாமல் இரண்டு பொசிஷன்களிலிருந்தும் வெளிவந்து பெருமூச்சிடுகிறேன். அதனால் ஏற்பட்ட ஆயிரக்கணக்கு நஷ்டம் எனக்குப் பெரிய தொகையில்லை என்பதுபோல எல்லாரெதிரிலும் பாவனை செய்தேன். ஒரு பங்கின் குறுகியகால அசைவென்பது காரண காரியத்தைப் பொருத்தல்ல; வர்த்தகர்களின், ஆபரேட்டர்களின் பணமுதலைகளின் தீர்மானத்தையும் பொறுத்தது. இவற்றோடு அந்தப் பங்கின் டெக்னிகல் வரைபடமும் துணைபுரியவேண்டும் என்கிற பாலபாடத்தைப் பயின்றேன். இதைப் பயில்வதற்குக்

★ லாங் பொசிஷன்– பங்குகளை வாங்கிவிட்டு அவை விலையேறக் காத்திருப்பது.

★★ ஷாட் பொசிஷன் – பங்குகளை விற்றுவிட்டு அவை விலையிறங்கக் காத்திருப்பது.

கொடுத்த தொகை அதிகந்தான். இந்தப் பாடம் ஏற்கெனவே கேள்விப் பட்டதுதான். ஆனால் நெருப்பென்று எழுதிப் படித்தால் சூட்டை உணரமுடியுமா? சுட்டால்தானே புரியும்.

நான் மட்டுமல்ல; அங்கிருக்கும் எல்லோருமே அவரவர் தகுதிக்கேற்ப சூடுபட்டு வாய்திறவாது அமர்ந்திருந்தார்கள். கிளையண்ட்டை சந்தித்துவிட்டு உள்ளே நுழையும் சிபியின் சட்டை ஆங்காங்கு ஈரமாக இருந்தது. இப்போது மழை பெய்யவில்லை; இது வியர்க்கும் பருவமுமல்ல.

'பெல்லந்தூர் லேக்ல பத்தடி ஓயரத்துக்கு நொர! ராத்திரி மழ ஜாஸ்தியா பேஞ்சுதா... அதுல பொங்கி வழியுது. காத்துக்கு ரோடெல்லாம் பறந்து, போற வர்றவுங்க மேலெல்லாம் கனவு ஸீன் மாதிரி நொர அப்புது', சிரித்தான். "அப்ப டிராஃபிக் டைவர்ட் சேஸேஸாரா?" வரலெட்சுமி அப்பாவியாகக்கேட்டார்.

'நீங்கவேற மேடம். இருக்குற டிராஃபிக் பத்தாதுன்னு டிவி காரங்க வேற வந்து ட்ராஃபிக் ஜாமாயிடுச்சு.'

சபாபதி, "பெங்களூரின் ஏரிகளிலேயே பெரியது அதுதான். ஒருகாலத்துல வெளிநாட்லருந்து எவ்வளோ பறவைங்க வரும் தெரியுமா?"

மத்தாய் ஸார், "கோடைல வெள்ளம் மேல பத்தி எரிஞ்சிது. எல்லாம் ஃபேக்டரி கெமிக்கல் வேஸ்ட் -இல்லீகலா டம்ப் செய்றது. சாலிட் வேஸ்ட் கூடவாம்."

பெல்லந்தூர் ஏரி எல்லாரையும் சோர்விலிருந்து திசை திருப்பியது.

"அங்க இருப்பவங்குளுக்குத் தோல்வியாதி வருதாம். அவுங்க யாரும் ஜன்னலையே தெறப்பதில்லையாம் சாரே", டீ பையன் தனக்குத் தெரிந்த தகவலைச் சொல்ல, அவன் தாமதமாக வந்ததையே எல்லோரும் மறந்தனர்.

"ஆனாலும் அங்க எடத்துக்கான தேவ இருக்குது. எங்க கம்பெனி ஃப்ளாட் ஒண்ணு பெல்லந்தூர்ல வரப்போவுது", என் பங்கிற்கு கூறிய பின்பே அந்தத் தகவலானது அங்கு நிலவியிருந்த கிளர்ச்சியைக் குறைத்ததை உணர்ந்தேன். இதற்குத்தான் நான் அதிகம் பேசுவதில்லை.

எந்தக் கொடுமை இழைக்கப் பட்டாலும் நமக்கு வருவது பாழாய்ப்போன மனக்கிளர்ச்சிதான். ஆத்திரம், வருத்தம், அவமானம் எல்லாம் மழுங்கி மொண்ணையாகிவிட்டோம். BWSSB-யே(பெங்களூரு நீராண்மை மற்றும் கழிவுநீர் வாரியம்)

கழிவுநீரை ஏரியில் வடிக்கிறது. இதனால் நிலத்தடி நீரும் அங்கு பாழாகிவிட்டது. பெல்லந்தூர்வாசிகளின், சமூக, சுற்றுச்சூழல் ஆர்வலர்களின் மனுக்கள், போராட்டங்கள் எதற்கும் பலனில்லை. ஏரியில் கடந்த பத்து வருடங்களாக நடக்கும் இந்த அவலத்தை ஆட்சிக்கு வந்த எந்தக் கட்சியும் களைய முயற்சிக்கவில்லை. பூனைகள் பிய்த்துத் தரப்போகும் அப்பத்திற்காகக் கையேந்திக் காலமெல்லாம் காத்திருப்பதுதான் நம் விதி.

"பேட் ஸ்மெல். மொதல்ல ஷர்ட் தகிரீ", குல்தீப்.

ஓ... அந்த நாற்றம் சிபியிடமிருந்துதானா?

'அங்கிருந்த நாத்தத்தைப் பாக்கணும். மாத்திக்க வேற சட்டையில்லையே', சிபி குறும்போடு சொல்ல, தாமதியாது வெளியேறினேன்.

அப்போதெங்கள் விழிகளைக் கோர்த்த குட்டிமின்னல்...

"குளிக்கான் போவா", கரிக்குருவியின்மீது அமர்கையில் சிபியின் குரல்.

யாருமறியாதவரை அந்தரங்கங்கள் ரசமானவைதான்.

ஃபியூச்சர்ஸை என்னதானென்று பார்த்துவிடுவது. தவிர, விட்ட கணிசத்தைப் பிடிக்க இதைவிட்டால் வேறு வழியில்லை. அடுத்தநாள் எதுவுமே செய்யாது சந்தையைக் கவனித்துக் கொண்டிருந்தேன். எந்த பரிந்துரையும் பாதுகாப்பாகப் படாததால் எதையுமே செய்யவில்லை. அதற்கு அடுத்தநாள், 1 வருடத்தைய கடைநிலை விலையிலிருந்த ஜெட் ஏர்வேஸ்- ஐ ஃபியூச்சர்ஸில் வாங்கினேன். அதன்பின் அப்பல்லோ ஆஸ்பத்திரியை வாங்கும்படி சிபிக்குப் பரிந்துரை வர, அதையும் வாங்கினேன்.

மதியம் அலுவலகத்திற்குக் கிஷோரின் பிதாஜி வந்துவிட்டதால் என்னால் நகரமுடியாத நிலை. என்றைக்காவது திடீர்விஜயம் செய்யும் பிதாஜி, ஆடிட்டரைவிடக் கருணையற்றவர். அந்த ஆவணத்தைக் காண்பி, இந்தக் கணக்கை எடு... எனக் குடைந்து எடுத்துவிடுவார். இவற்றில் எழுதியிருப்பது எல்லாம் அவருக்கு உண்மையில் புரியுமா அல்லது கிஷோரையும் அலுவலகத்தவரையும் விழிப்பூட்டுவதற்காக இப்படி காபரா படுத்துகிறாரா என்பது முட்டாள் கிஷோருக்கே தெரியாது.

இந்தக் களேபரத்திற்கு இடையில் என் இரண்டு பங்குகளுமே விலை குறைவதைக் கவனித்தேன். சிபி 3 மணிக்கு அழைக்க, கழிப்பறையில் நுழைந்து பேசினேன். என்னுடைய இந்த

நிலையை எண்ணிக் கூச ஆரம்பிக்கும்போதே சிபி சொன்ன விலையிறக்கங்களைக் கேட்டு அதிர்ந்தேன். அல்பம். ஸ்டாப்லாஸ் போட்டிருந்தால் இத்தனை நஷ்டம் வந்திருக்காது. சிபி, நான் தேர்ந்தெடுத்த ஜெட்டைத் துண்டித்துவிடலாமா எனக் கேட்டான். தான் பரிந்துரைத்த அப்பொல்லோவை மட்டும் வைத்துக் கொள்ளலாமாம். இது எவ்விதத்தில் நியாயம்? அவன் என்னைக் குறைத்து மதிப்பிடுகிறான். நான் இரண்டும் இருக்கட்டுமென்று அமத்தலாகச் சொன்னேன்.

இரண்டு இருப்புகளுமாகச் சேர்த்து என்னுடைய நிகர நஷ்டம் தோராயமாக பதினைந்தாயிரம். குப்பியில் மீதமிருந்த ரம்மையெல்லாம் அருந்திய பிறகே கண்மூட முடிந்தது. நான் ஒரு குகைக்குள் நுழைகிறேன். அதற்குள் சுரங்கப்பாதை நீண்டது. அதன் கடைக்கோடியில் வெளிச்சம் தெரிய, முன்னேறி நடந்தேன். நடக்க நடக்கப் பாதையானது நீண்டுகொண்டே போனது. காற்றும் வெளிச்சமும் அருகிப்போக, மூச்சுத்திணறி வியர்த்தது. நான் திரும்பிப் பார்த்தேன். குகைவாயில் தென்படவில்லை. முன்னே நடப்பதைத் தவிர வேறு வழியில்லை. என் பாதங்கள் கெஞ்சின. இளைப்பாற அமர்ந்தால் மூச்சின்றி செத்துவிடுவேனோ என அச்சமாக இருக்கிறது. நல்லவேளை வயிற்றுக் காந்தலால் விழித்துக் கொண்டேன். எழுந்து ஜெலூசிலைத் தேடினேன். கிடைக்கவில்லை. ஃபிரிஜ்ஜில் பாலுமில்லை. தண்ணீரால் வயிற்றைப் பானையாக்கியபின் காந்தல் பாதி குறைந்தது. விடிந்ததாக எண்ணிய பறவையொன்று 'ஊக்ஊக்', எனவும், 'கூப்கூப்', என்றும் கூப்பாடுபோட்டது. பதிலேதும் வராமல் போகவே, மீள உறங்கிப்போனது.

ஆயாசமாக இருந்தது. எல்லாவற்றையும் விட்டுவிட்டு அகலமானதொரு தோளில் சாய்ந்துகொள்ள வேண்டும். அந்தத் தோளுக்கு என் பிசகுகளை மட்டுமல்ல; பிறழ்வுகளையும் தாங்கும் உறுதி வேண்டும். அப்படியொரு தோள் கிடைப்பது சாத்தியமா? கிடைத்தாலும் காலமெல்லாம் இளைப்பாற முடியுமா என்ன? என் பலவீனம் தெரிந்தபின்பு தோளுக்குரியவன் என்னை ஓர் ஆசைநாயகியாக, அடிமையாக, அல்லது சேவகியாக அனுபவிக்கலாம். என்னால் ஏன் யாரையுமே நம்ப இயலுவதில்லை? ஏனெனில் இந்த உலகில் அது அதற்கான விலையை இழக்காமல் எதுவுமே நிரந்தரமாகக் கிடைக்காது என்பதுதான் நிதர்சனம். இல்லாத காதலையும் நிபந்தனையற்ற அன்பையும் இருப்பதாகக் கற்பனை செய்துகொண்டு உறவுகளில் தொக்கிக்கொண்டுதான் எல்லோரும் வாழ்கிறார்கள். நானொன்றும் சத்தியகிருத்தியில்லை.

ஆனாலும் பொய்கள் எனக்குள் செரிமானம் ஆவதில்லை. ஆயுசு முழுதும் அறிதுயிலில் ஆழ்ந்திருப்பது என்னால் இயலாதது. அதேசமயம் ஏதோவொரு காலகட்டத்தில் பால்சோம்பில் தலையை நுழைத்து வெளியெடுக்க முடியாமல் மாட்டிக்கொள்ளும் பூனையாகிவிடுவேனோ என்று பயமாகவும் இருக்கிறது.

என்னோடு படித்தவள்களெல்லாம் டயர் பிடித்த இடுப்பில் குழந்தையை வைத்துக்கொண்டு வலம் வருகையில் நான்மட்டும் எதற்கு வதைபடுகிறேன்? அவர்களெல்லாம் இப்போது நிச்சிந்தையாகத் தூங்கிக் கொண்டிருப்பார்கள். அவர்களுக்குச் சின்னச் சின்ன அன்றாடக் கவலைகள். அவையெதும் இல்லாததால் நான் பெரிதாகத் தேடிக் கொள்கிறேனோ? எதற்காக இப்படி கொதித்துக் கொதித்துத் தளும்பிக்கொண்டே இருக்கிறேன்? பணம் சம்பாதிக்க மட்டுமென்றால் அதற்குப் பல்வேறு வழிகளுண்டே. என்னை அலாதியாகக் காண்பித்துக்கொள்ள வேண்டுமென்கிற அவாவால் அவதிப்படுகிறேனா? அப்படியென்றால் யாரைப் பற்றியும் எனக்குக் கவலையில்லை என்ற சவடாலெல்லாம் சும்மாவா? அடியாழத்தில் நானும் சக மனிதர்களைக் கருத்தில் கொண்டே செயல்படும் ஒரு சராசரிதானா? இல்லை; சராசரியைவிடக் கோழை. பொறுப்புகளை ஏற்கத் துணியாத கோழை. உறவுகளைக் கையாளத் தெரியாத மூர்க்கச்சி. துணிவின்றிதான் வாழ்வின் அடுத்த கட்டத்திற்கு நகராமல் பம்மிப் பதுங்குகிறேன். இத்தனை காலம் முயன்றதில் பெரிதாக எதையும் சாதித்துவிடவில்லைதான். இனி எதுவும் என் கைகளிலில்லை. எனக்கு அழத் தோணுகிறது. ஆனால் கண்ணீர் வரவில்லை. அதேசமயம் ஏதோவொரு காலகட்டத்தில், பாலுக்கு ஆசைப்பட்டு சொம்பிற்குள் தலையை நுழைத்து வெளியெடுக்கமுடியாமல் முட்டி மோதும் பூனையாகிவிடுவேனோ என்று பயமாகவும் இருக்கிறது.

மறுநாள் சந்தை சரிய ஆரம்பித்தது. அதைவிட வேகமாக எனது இரண்டு பங்குகளும். லக்கிஸ்டாக்ஸ் பக்கம் போகவே கசந்ததால் போகவில்லை. சந்தை மூடியபின் கணக்குப் பார்த்தால் என்னுடைய நிகர நஷ்டமானது அரை லட்சத்தைத் தாண்டியிருந்தது! எனக்குக் குளிர்ஜுரம் வருவதுபோல இருந்ததால் நேரே வீட்டிற்குப்போய்ப் போர்த்திப் படுத்தவள், எட்டு மணிக்கு அமெரிக்கச் சந்தை திறக்கையில் எழுந்து தொலைக்காட்சியை முடுக்கினேன். உலகின் எல்லா சந்தைகளையும் ஆட்டுவிக்கும் ரிமோட் அதுதானே. அது திறந்ததும் சிங்கப்பூரிலிருக்கும் இந்தியப் பங்குச் சந்தையானது அதன் திசையில் ஏறவோ இறங்கவோ செய்யும். அது, நாளை நமது சந்தையின் இயக்கத்திற்கான ஒத்திகையாகும்.

அமெரிக்க சந்தை ஒரு சதவீதத்திற்கும் அதிகமாக மைனஸில் திறந்ததைத் திரையில் கண்டதும் என் பின்மண்டை எரியத் துவங்குகிறது. சற்றைக்குப்பின் செயல்பட ஆரம்பித்த மூளை, சிபியிடம் ஆலோசனை கேட்கப் பரிந்துரைத்தது. இனி வறட்டு கௌரவத்திற்கெல்லாம் இடமில்லை. சிபியின் செல்பேசிக்கு மீளமீள அழைத்தேன். அழுதழுது ஓய்ந்தது அது. என் விவகாரமறிந்து வேண்டுமென்றே தவிர்க்கிறான்- திருடன்.

சற்றைக்கெல்லாம் செல்பேசி, கோயில்மணியாக ஒலிக்கிறது. லாவ, சிபிதான். பைக் செலுத்திக் கொண்டிருந்தானாம். நான் என் கண்ணீர்க்கதையைச் சொல்லி, லக்கிஸ்டாக்சின் ஆய்வுக்குழுவிடம் என் இரண்டு பங்குகள் குறித்த ஆலோசனையைக் கேட்டுத் தெரிவிக்கும்படி பணிவன்போடு விண்ணப்பித்தேன்.

சம்மதித்தவனிடம், 'தாமதியாது கேட்டுச் சொன்னால் நலம். ஏனென்றால் இரவாகிவிட்டது. பிறகு அவர்களைத் தொல்லைசெய்ய முடியாது. நானும் மிகுந்த பதைப்பிலிருக்கிறேன்', குரலைக் குழைத்து உருக்கமாக இறைஞ்சினேன்.

சிபி என் வீட்டைக் கடந்துதான் போகவேண்டுமாம். இரவு உணவு கொடுப்பதானால் விசாரித்துவிட்டு என் வீட்டிற்கே வந்து தெரிவிப்பானாம்.

கள்ளன் அடிபோடுவது எதற்கென்று புரிந்தது. எனக்கும் இப்போது அவன் தேவைதான். துரிதமாக செயல்பட்டேன். ஸ்விக்கியில் நல்லதோர் கறி பிரியாணிக்கு ஆடர் செய்துவிட்டு அது வருவதற்குள் குளித்து கிரீம்நிற இரவு உடை அணிந்தேன். வீடு எப்படியிருந்தாலும் அவனுக்குப் பரவாயில்லை. ஃபிரிஜ்ஜிலிருந்து மசாலா புரட்டிய வஞ்சிர மீன்துண்டுகளை எடுத்து வறுத்து வைத்தேன். பிரியாணியைப் பிரித்து ஹாட்பேக்கில் கொட்டி சின்னப் பிரம்பு உணவுமேசையின் கண்ணாடித் தளத்தில் வைத்தேன். இரண்டு பீங்கான் தட்டு, இரண்டு கண்ணாடி தம்ளர், இரண்டு வைன் கோப்பை மற்றும் வைன் குப்பி சகிதம் மேசை தயார்.

என்னைக் காக்கவைக்காமல் அழைப்புமணி அடித்தது. நுழைந்த சிபி என் முழங்காலைக் கண்டு கருவிழி விரிய, "இதென்ன வீடு இத்தரை பழசா?"

ரசனையற்றவன். ஆனால் இவனிடம் கோபப்படுவது ஆகாது. டிப்ளமேடிக் ஆக நடந்துகொள்வது அவசியம்.

"ஆனா நா பழசில்ல", சமாளித்த என்னை அணைக்கும் அவனுடைய வியர்வை வாடை குப்பெனத் தாக்கியது.

“இதோர் மோகினியோ…”

நான் முறுக்கிக்கொண்டு விடுபட்டு, “டிட் யூ ஆஸ்க்?”

“கேட்டுட்டேன். அப்பல்லோ ஹோஸ்பிடல் ஹோல்ட் பண்ணலாமாம். டைம் எடுத்தாலும் வளர மேலே போகுமாம். பட்சே, ஜெட்ட கட் பண்ண சொல்லிட்டாங்க. அது கம்பெனி செரியில்லையாம். நா அப்பவே சொன்னேன்.”

அவன் முகம் பாராது திரும்பிக் கொண்டேன்.

“இட்ஸ் ஒகே யார். இட் ஹேப்பன்ஸ்.”

முகம், கைகால், நெஞ்செல்லாம் கழுவிவந்த சிபியின் தாடி நுனியிலிருந்து நீர் முத்துகள் சொட்ட, அவற்றைக் குவித்து என் உள்ளங்கையில் ஏந்தினேன். துண்டை எடுத்து முகந்துடைத்தான்.

“இதென்ன காக்காக்கூடு?” கூடத்து மூலையில் உலர்ந்த சிறுமரத்தின்மேல் வைத்திருந்த அந்த நிஜக்கூட்டைப் பரிகசித்து சிரித்தான்

“ஏதோ ஏழையால முடிஞ்ச அலங்காரம்.” டிப்ளமசி… டிப்ளமசி…

நாங்கள் உணவருந்த அமர்ந்தோம். அவனுக்கு வைன் அதிக விருப்பமில்லை. கைவசம் வேறேதுமில்லை என்றேன். பரவாயில்லை என்றவன் லட்ச லட்சமாக நஷ்டப்பட்ட வாடிக்கையாளர்களின் கதைகளைக் கதைத்தான். அவற்றை சிபி சொல்லும் விதம் சுவாரசியம். அடுத்தவர்களின் இழப்பு சுவாரஸ்யமாகத்தான் இருக்கும். நான் இடைமறிக்காது வாய்பிளந்து கேட்டேன்.

“லுக் டார்லிங், பணம் மனுஷன் கண்டுபுடிச்சது. ஆனா ஹியூமன் சைக்கோலஜி? கர்த்தர் கண்டுபுடிச்சது. நோபடி கேன் கண்ட்ரோல் இட்”, தத்துவத்தைப் போதித்தவன் என்னை, என் பாரங்களைத் தன்மேல் சாய்த்துக் கொண்டான்.

நானவன் பிடிக்குள் பாதுகாப்பாக உறங்கினேன்.

சிபி, கைகாலை விரித்து வெட்டுண்ட மரமாய்த் தரையில் விரிக்கப்பட்ட மெத்தையில் உறங்கிக் கிடப்பது கசிந்த சிறிது வெளிச்சத்தில் தெரிந்தது.

ரப்பராய்க் கெட்டித்த அவனது நிப்பிள்களைச் சீண்டி எழுப்பி, “நீ ராத்திரியே போகல?”

“நீ போகவிட்டாத்தானே…”

“நா என்ன செஞ்சேன்?”

“ம்... என்னென்னவோ செஞ்ச.”

“சீ!”

முக்கால் குப்பி வைனை நானே காலி செய்தது நினைவுக்கு வந்தது.

“சரி; இப்ப யாரும் பாக்குறதுக்குள்ள விடியுறதுக்கு முன்னாடி கௌம்பிப் போம்மா, ப்ளீஸ்...”

“நா தூங்கிட்டிருக்கனே. என்ன எழுப்பு.”

அவனுக்கு ஆகவேண்டியதைச் செய்து அனுப்பிவைத்தேன்.

இந்தச் சமூகம் கோலை ஏந்தியபடி யார் யாரோடு புணரலாமென நிர்ணயிக்கிறது. புனிதமான மெத்து மெத்தென்ற அந்தரங்க வெளியில் அது தன்னுடைய அசுத்தப் பாதுகையால் நடந்து நாசம் செய்கிறது. மனிதன் வெறும் பிராணியா என்ன - தன்னிச்சைப்படி இயங்க. சமூகப் பிராணியாயிற்றே. சமூகம் வழங்கும் மக்கிப்போன சான்றிதழ் அவனுக்குத் தேவையாக இருக்கிறது.

சிபி தோழமையானவன்தான். டப்பாயில் அவன் விட்டுப்போன வில்ஸ் பெட்டியை எடுத்துத் திறக்க, உள்ளே இரண்டே சிகரெட். ஒன்றைத் பற்றவைத்து இழுத்தேன். காட்டம் சுள்ளென்று தலைக்கேறிப் புரையேறியது. பாதியோடு சாம்பல் படிகத்தில் அழுத்திவிட்டு, மீந்த ஒற்றை சிகரெட்டோடு டப்பாவை மனமின்றி குப்பைத் தொட்டியில் போட்டேன்.

6

மறுநாளும் வீழ்ந்த ஜெட் இருப்பை கேங்க்ரின் வந்த கால்விரலைப்போல அவசர அவசரமாகத் துண்டித்தபோது அதில்மட்டும் 32000ரூ இழப்பானது. ஏனெனில் அதன் லாட் அளவு 2200. தண்ணீர்கூட நேரத்திற்கு அருந்தாமல் என்னைத் தண்டித்துக் கொண்டேன். வேறு வழியில்லை. ஜெட்டை வைத்திருக்க வைத்திருக்க என்னுடைய வரவையெல்லாம் முற்றாக உறிஞ்சி விடும். அப்பல்லோவும் தன் பங்கிற்கு விலையிறங்கிக் கொண்டிருந்தது. அதற்குத்தான் நம்பிக்கை அளிக்கப்பட்டிருக்கிறதே. நான் மனதைத் திடப்படுத்திக் கொண்டேன். நாளுக்கு நாள் அப்பல்லோ 52 வாரக் குறைவிலையையும் உடைத்துக்கொண்டு இறங்க, உறக்கமின்றிக் கண்கள் கருவளையத்தில் புதைந்தன. எத்தனை நாள்தான் தூங்காமல் இருக்கமுடியும்? மனதானது எல்லாவற்றிற்கும் தன்னைத் தகவமைத்துக்கொள்ளும் போல. 4 இலக்கத்திலிருந்து 3 இலக்கத்திற்கு வந்தபின்பே அப்பொல்லோ நிலைகொண்டது.

டெட் கேட் பவுன்ஸ் ஆக தினம் அப்பல்லோ கொஞ்சம் விலையேறையில் என் கையிருப்பை விற்றுவிட்டு அன்றே இறங்கையில் திரும்ப வாங்கி கவர் செய்தால் நஷ்டமாவது குறையும். ஆனால் அதோர் ஆபத்தான பங்கு. அதன் போக்கானது சந்தையின் ஏற்ற இறக்கத்திற்குக் கட்டுப்படாதது. ஏனெனில் சந்தையில் பட்டியலிடப்பட்ட ஒருசில மருத்துவமனைப் பங்குகளில் முன்னணியானது இது மட்டுமே. எனவே குரங்கிற்கு வாக்கப்பட்டதைப்போல் நான் தவித்துக் கொண்டிருந்தேன்.

இனி வேறேதும் செய்ய மனது ஒப்பாமல் ஓர் விருந்தினளைப்போல எப்போதாவது லக்கிஸ்டாக்ஸில் தலைகாட்டினேன். அலுவலகத்தில் வேலை அதிகமென்று புளுகி, விசாரிப்பவர்களை சமாளித்தேன். என் தினசரியானது, பரிந்துரையாளரின் கவனம் பெறாத சிறுமுதல் பங்கினைப்போலத் தேக்கநிலை அடைந்தது. நான் மனச்சோர்வுக்கு ஆளானேன். சந்தையில், லக்கிஸ்டாக்ஸில் நடக்கும் அமளி துமளிகளில் நானும் ஓர் அங்கமாகப் பரபரத்தது.

'ஒவ்வொருத்தரும் தன்னோட மைண்ட்செட்டுக்குத் தகுந்தமாதிரி ட்ரேட் பண்ணனும்', பிரதீப்பின் பிரசங்கம் சரியாகப் பட்டது.

கிரிக்கெட் அணியின் பதினோராவது ஆட்டக்காரனைப்போல நான் அவ்வப்போது சிறிது விளையாட ஆரம்பித்தேன்.

"இழப்பாயிடுச்சுன்னு சும்மா இருந்தா அத ஈடுகட்றது எப்புடி? எல்லா வணிகமுமே நஷ்டத்துல முடிஞ்சுடுமா என்ன?" பிரதீப் உசுப்பேற்ற நான் மெல்ல மெல்லப் பத்திலோர் விளையாட்டாளனாகச் சேர்ந்துவிட்டேன். ஆனால் இப்போது ஸ்டாப்லாஸ் இல்லாமல் நான் இயங்குவதில்லை. அது சிற்றிழப்புகளை ஏற்படுத்தினாலும் பேரிழப்புகளிலிருந்து காத்தது.

பிசினஸ் அலைவரிசைகள், தனியார் மருத்துவமனைகள் மீது அரசாங்கம் விதிக்கப் போகிற கட்டணக் கட்டுப்பாடுகளைப் பற்றிய ஊகங்களை அவ்வப்போது பரப்பி என் வயிற்றைக் கலக்கும். அதில் அப்பல்லோ ஆசுபத்திரியின் பெயர் அடிபட்டால் என்மனம் படாத பாடுபடும். அப்பல்லோவின் உடமைக் காரர்களான ரெட்டி குடும்பத்திற்குக்கூட அவ்வளவு விசனம் ஏற்பட்டிருக்காது.

அவர்களுக்கு சொந்தமாக இருப்பது -மருத்துவமனைக் கட்டிடம், மருத்துவக் கருவிகள்... இத்யாதி. என்னிடமிருப்பதோ அரூபமான பங்குகளின் இருப்புமட்டுமே. இதுதான் சாக்கென்று ஆசுபத்திரிப் பங்குகளை அடித்துவீழ்த்தக் கரடிக்கூட்டம் காத்திருக்கும். அவ்வளவு சீக்கிரமாக இங்கு எதுவும் நடந்துவிடாது என்கிற நம்பிக்கையே என்னைத் தூங்கவைத்தது.

2009-இல் நடந்த சத்தியம் (கம்ப்யூட்டர் பங்கு) மோசடியின்போது 2008-இல் 544 ரூபாயிலிருந்த சத்தியம் கம்ப்யூட்டரின் பங்குகள் வெறும் 11. 50 ரூபாய்க்கு சரியவில்லையா என்ன? ஆனால் அப்பல்லோ மருத்துவமனை அவ்வளவு பெரிய ஊழலேதும் செய்யவில்லை. மிஞ்சி மிஞ்சிப் போனால் ஆறு லட்சத்தில் வாங்கிய பங்குகள் மூன்று லட்சமாகச் சுருங்கலாம். கார்ப்பரேட்டுகள் கொடுக்கும் தேர்தல் நிதியில் ஜெயித்து ஆட்சிக்கு வரும் அரசும், அது ஏற்படுத்தும் சட்டங்களும் செல்வந்தர்களுக்குத் தோதாகத்தானே இருக்கமுடியும் என்று தைரியம் கொண்டேன்.

மத்தாய் சார் வந்துவிட்டார். மணி பத்தரை ஆகிவிட்டதா? லக்கிஸ்டாக்ஸில் உள்ள உன்மத்தம் பிடித்த கூட்டத்தில் தனித்துத் தெரிபவர் மத்தாய் ஸார். மும்பையில் ஒரு தனியார் நிறுவனத்தின் மேலாளராகப் பணியாற்றி ஓய்வு பெற்றவர். அவரது மனைவி பன்னாட்டு நிறுவனமொன்றில் நல்ல பதவியிலிருக்கிறார். சரியாகப்

பத்தரை மணிக்குத் தன் இண்டிகோ காரில் வந்திறங்கும் மத்தாய் சார், அதிகத் தொகைக்கு வர்த்தகம் செய்யமாட்டார். இஸ்திரி மடிப்பு கலையாத பேண்ட்டின்மேல் தூய ஸ்லாக் சர்ட் செருகப் பட்டிருக்கும். ட்ரிம்மாக அவர் வந்ததும் கேஷ் கணினி முன்பு நான் அமர்ந்திருந்தால் எழுந்து பின் நாற்காலிக்கு இடம் பெயர்வேன். சில ஆண்டுகளாக அவர் அமரும் இருக்கையது. “இட்ஸ் ஓகே. யூ சிட்”, என்று புன்னகையுடன் வந்து நெட்டுக்குத்தாக அமர்பவர் கண்ணாடியைத் தூக்கி விட்டுக்கொண்டு சற்றுநேரம் அமைதியாகக் கணினித் திரையையே நோக்கியபடி இருப்பார். அரைமணி ஆனபிறகு எழுந்து வெளியே சென்று புகைத்து வருவார். இவையெல்லாம் அவரது ஆயத்த நடவடிக்கைகள். அவருக்கு மதியம் சாப்பிடும் பழக்கமில்லை. எனவே தொடர்ந்து இருப்பார்.

நிஃப்டி இன்ன தடைப்புள்ளியை உடைத்தால் மேலேறும்; இன்ன ஆதாரப் புள்ளியை உடைத்தால் கீழே வரும் என அவர் உன்னிப்பாக நிஃப்டி புள்ளிகளைக் கவனித்தபடி இருப்பார். அவரது பார்வையின் தாக்கத்தினால் நிப்ஃடி அசைந்து கொடுத்துவிடும் எனத் தோன்றும். குறிப்பிட்ட புள்ளியை நிஃப்டியானது தாண்டினால் மட்டுமே அவர் கால் ஆப்ஷனையோ புட் ஆப்ஷனையோ வாங்குவார். அவருடைய தொழில்முறைத்தனம் அவர்மீது நம்பிக்கையை ஏற்படுத்துவதால் சமயத்தில் பிரதீப்பும் சிபியும்கூட அவரைப் பின்பற்றுவார்கள். அவர் தன்னுடைய சுயக் கட்டுப்பாட்டால் அதிக லாபம் பார்க்காவிடினும் ஜாஸ்தி இழந்ததில்லை.

மத்தாய் சாரின் வர்த்தகமுறை அலாதியானது. அன்றைக்கு நகரும் சில குறிப்பிட்ட பங்குகளைத் திரையில் போடவைத்து அவற்றின் அசைவுகளை, வியாபார அளவை- ஒரு மீனவனின் துல்லியத்தோடு கவனித்தவண்ணம் இருப்பார். அவற்றிலொரு பங்கைத் தேர்ந்தெடுத்து அது எழும்போது சிறிது விற்பதும், விழும்போது சிறிது வாங்குவதுமாக மாறிமாறி ப்ளஸ் ட்வெண்டி, மைனஸ் தர்டி, மைனஸ் டென், ப்ளஸ் ஃபார்ட்டி... என மளமளவென இடைவிடாது சொல்லிக்கொண்டே இருப்பார். இது புரிந்த சிபி அல்லது பிரதீப்பின் விரல்கள் விசைப்பலகையில் விளையாடும். மொத்த பரிவர்த்தனைகளும் முடிந்து இறுதியில் அவர் கணக்கில் மொத்தமாக ப்ளஸ் வந்திருக்கும். சில சமயங்களில் மைனஸூம் வருவதுண்டு. ஆனால் மத்தாய் சார் பாதிப்பை அதிகம் காட்டிக்கொள்ள மாட்டார். அதிகபட்சமாக எழுந்து வெளியேபோய் ஒரு சிகரெட் புகைத்துவிட்டு வரும்போது நிதானமாகி விடுவார்.

மத்தாய் சார் மும்பையில் இருந்ததால் அவரிடம் எங்களுக்குத் தெரியாத பல பங்குச்சந்தைக் கதைகளுண்டு. மும்பையில் சிறு

சிறு வர்த்தகர்கள், காலை பத்தாயிரம் ரூபாயைப் பங்குத் தரகு நிறுவனத்திடம் கொடுத்துவிட்டுக் கணினிமுன் உட்காருவார்களாம். பைசா வித்தியாசங்களுக்கு அல்லது அதிகமாகப் போனால் ஒரு ரூபாய் வித்தியாசத்திற்கு ஆயிரக் கணக்கான பங்குகளை விற்பதும் வாங்குவதுமாக அவர்கள் உடனுக்குடன் சிறிய லாபங்களுக்காகத் தொடர்ந்து இயங்கிக் கொண்டிருப்பார்களாம். வழக்கமாக வரும் குறிப்பிட்ட வணிகர்களுக்கு அந்தத் தரகு நிறுவனமானது தரகுத் தொகையில் சலுகை அளிக்குமாம். நாளிறுதியில் பார்த்தால் லட்சக் கணக்கில் - சில சமயம் கோடியைத் தொடுமளவிற்கு வர்த்தகம் நடந்திருக்குமாம். அதில் லாபமென்னவோ ஐந்தாயிரத்திலிருந்து பத்தாயிரம் வரைதான் இருக்குமாம். அரிதாக முதலுக்கு மோசம் வருவதுமுண்டு. ஆனால் பத்தாயிர ரூபாய் முதலுக்கு ஒரு பகலில் ஐந்தாயிரம் முதல் பத்தாயிரம் வரை ஈட்டுவது அதிகமல்லவா? தரகு நிறுவனத்திற்கும் தரகுத் தொகை அதிகமாக் கிடைக்கும். ஆக, இரண்டு தரப்பினருக்கும் நலம். பத்தாயிரத்தோடு ஈட்டிய லாபமும் சேர்த்து பணமாக வணிகரின் கையில் திருப்பிக் கொடுக்கப் படுமாம். இழப்பென்றால் அந்தத் தொகை கழிக்கப்படும். இந்த உலகில்தான் வாழ எத்தனை வழிகள் இருக்கின்றன? பொருளாதாரத் தேவைகளின் பெருக்கத்திற்குத் தகுந்தபடி பொருள்தேடும் வாய்ப்புகளும் பெருகியபடிதான் இருக்கின்றன.

7

இந்த மாதம் ஃபியூச்சர்ஸ் மனவுளைச்சலில் சரிவர உடற்பயிற்சி செய்யவில்லை. அதன் விளைவாக என் தேதி தள்ளி வருவதால் முதல்நாளே போக்கு அதிகமாக இருந்தது. எனவே மதியம் அலுவலகத்திலேயே தங்கி வேலையை முடித்தேன். சீக்கிரம் உடலைக் கிடத்தும்படி இடுப்பு கெஞ்சியது. என் விடுமுறை சேமிப்பு அதிகமாக இருப்பதால் அந்த வாரக் கடைசிவரை விடுமுறை சொல்லிவிட்டுக் கிளம்பினேன்.

சரியாக 6 மணிக்கு நான் வழமையாகச் செல்லும் பெண் மருத்துவரின் ஆலோசனை நிலையத்தை அடைந்தேன். ஆலோசனை நேரம் 6 மணிக்கே துவங்கினாலும் ஏற்கெனவே ஏழெட்டு பேர் காத்திருந்தனர். அவர்கள் பெரும்பாலும் கர்ப்பிணிகள். தத்தம் கணவர் கூட வந்திருந்ததால் இருக்கைகள் நிறைந்துவிட்டன. மருத்துவர் ஒரு பிரசவம் பார்க்கப் போயிருப்பதால் எப்போது வருவாரென சொல்ல இயலாதாம். காத்திருப்பு... காத்திருப்பு... கோயில்களில், பயணங்களில், கடைகளில், உணவகங்களில்... எல்லா இடங்களிலும் எல்லாவற்றிற்கும் வரிசையில் பொறுமையாகக் காத்திருக்க வேண்டும். இந்த நரல் பெருத்த நாட்டில் காத்திருக்காமல் பிணத்தைக்கூட எரிக்க இயலாது. இருப்பது போதாதென்று இவர்கள் வேறு ஜனத்திரளைப் பெருக்கக் காத்திருக்கிறார்கள். எனக்குப் பரிந்துரைக்கப் போவது பாஸ் மாத்திரையாகத்தான் இருக்கும். இதை நானே வாங்கிப் போட்டுக்கொண்டால் ஆயிற்று.

ஒன்றும் உயிர்போகிற வியாதியில்லையே. வெளிநடப்பு செய்தேன்.

வழியிலிருந்த பல்பொருள் அங்காடியில் நுழைந்து வகை வகையான நாப்கின்களால் என் கூடையை நிறைத்தேன். “ஹாய்”, கேட்டுத் திரும்ப, கோட் அணிந்த அந்த மனிதன் ஓங்குதாங்காக... ‘உங்களை எங்கோ பார்த்திருக்கிறேன்.’ புலியினது போன்ற அவனுடைய பழுப்புக் கண்மணியைப் பார்த்ததும் ‘அதற்கென்ன இப்பொழுது?’ என்று கேட்க முடியவில்லை. நான் அளவாகப்

புன்னகைத்து, "மே பீ."அவன் பெயர் ஏதோவொரு ராவாம். பெயரில் என்ன இருக்கிறது? அந்த சங்கிலித்தொடர் அங்காடியின் அந்தக்கிளையுடைய மேலாளராம் அவன். அவனுடைய மீசையும் சிகையும்கூடப் பழுப்பு நிறத்தில் இருந்தது அவனுக்கொரு தனித்துவத்தைத் தந்தது. புலி என் கூடையை நோட்டமிட்டு, "ஸோ மச்?" இடக்காக. பெண்ணின் வலியிலும் வேதனையிலிருந்தும்கூட காமத்தை அகழ்ந்தெடுத்துப் புசிக்கும் பன்றிகள். நான் எரிச்சலை மறைத்து வேண்டுமென்றே இன்னுமோர் பொதியை எடுத்துப் போட்டுக்கொண்டேன். பில் போடுகையில் கழிவேதும் கொடுக்காவிட்டாலும் உடல் தேய்க்கும் நுரைப்பஞ்சு ஒன்றை இலவசமாக என் பொருட்களின்மேல் போட்டான். இளஞ்சிவப்பு நிறத்தில் மெத்து மெத்தென்று...

காப்பி சாப்பிடலாமா என்று ராவ் கேட்டதும் நான் ஜூஸ் என்றேன். இருவரும் இரண்டு கட்டிடம் தள்ளியிருந்த பழச்சாறு நிலையத்திற்குச் சென்று எதிரும் புதிருமாக அமர்ந்தோம். உள்ளே வெக்கையாக இருந்தது. அவன் அணிந்திருந்த கோட், அந்த இடத்திற்கு அதிகமாகப் பட்டது. ஒருவேளை அன்று ஏதாவது அலுவலக சந்திப்பு இருந்திருக்கலாம்; அதற்காகவேண்டி நிறுவன விதிப்படி அவன் உடுத்தியிருக்கலாம். தனக்குப் பெரிய்ய... புடுங்கி பதவி கிடைத்திருப்பதாக ஊழியரை நம்பவைக்கும் கார்ப்பரேட் ஏமாற்று இது. உப்பு சப்பற்ற எங்களுடைய சுய விபரங்களைப் பரிமாறிக் கொண்டாயிற்று. நான் பெற்றோரோடு தங்கியிருப்பதாகச் சொன்னேன்.

"எப்பவும் என்னா சூப்பர்மார்க்கெட்ல வாங்குறது?" புலி தமிழ் பேசியது! அதாவது எந்தக் கடை வாடிக்கை எனக் கேட்கிறது.

"எங்கவேணா... ஆமா... தமிழ் எப்புடி?"

"பாம்பேல படிச்சிட்ருந்தப்ப எனக்கு நெய்பர் ஒரு தமிழ்ப்பொண்ணு", கண்ணைச் சிமிட்டினான்.

"ஓ..."

"ஐ லைக் டமிலியன்ஸ்"

"ஒய்?"

"வெரி ஹெல்பிங் பீப்பில்"

"பட் அம் நாட்"

இதற்கு அவன் பெரிதாகச் சிரித்தது மிகையாக இருந்தாலும் நன்றாகத்தான் இருந்தது.

விடைபெறுகையில் ராவ் சுற்றிவளைத்து என் செல்பேசி எண்ணைக் கேட்க, நான் கொடுத்தேன். ஒரு குடும்பஸ்தனால் அபாயமேதுமில்லை. ஏனெனில் விஷப்பல் பிடுங்கப்பட்ட பாம்பு அவன். வீட்டில் நுழைந்த சில நிமிடங்களில் போய் சேர்ந்துவிட்டேனா என்கிற பொறுப்பான விசாரிப்பு ராவிடமிருந்து - வாட்சப்பில். குடும்பஸ்தர்கள்தான் எவ்வளவு கரிசனம் மிக்கவர்கள்! இதனால்தான் நடிகைகள் அவர்களை நாடுகிறார்களோ... நான் சேர்ந்துவிட்டதாக பதிலனுப்பினேன். பிற்பாடு ஒரு கியூட்டான கரடிப் பொம்மை ராவ் சார்பில் இரவு வணக்கம் சொன்னது.

கண் திறக்கும்போதே சோர்வு. மாத்திரையை விழுங்கிக் காணொளியைப் போட்டேன். சிங்கபூரின் இந்திய பங்குச் சந்தை அதிகம் நகராமல் நேற்று இருந்த இடத்திலேயே நின்றது. இன்று சந்தையில் பெரிய மாற்றமிருக்காது.

வர்த்தகம் செய்யாதிருந்தால் அனாவசியமான தலைவலியைத் தவிர்க்கலாம். சந்தை திறந்ததும் நான் மணமுடித்த அப்பொல்லோ மருத்துவமனையின் விலையைப் பார்த்தேன். 4 ரூபாய் கூடியிருந்தது. என் அடக்கவிலைக்கு வரவே வெகு தொலைவிருந்தது.

அப்பொல்லோவோடு குடும்பம் நடத்திய இந்த ஒருமாத காலத்தில் எனக்கு அதன் நடவடிக்கைகள் அத்துபடி. தொடக்கத்தில் மளமளவென்று ஏற ஆரம்பித்து ஏழெட்டு புள்ளிகள் ஏறும். அதன்பிறகு மெல்லமெல்லக் குறைந்து ஐந்தாறு புள்ளிகள் சுணக்கத்தில் முடியும். கையிலிருக்கும் பொசிஷனை காலையில் விற்று மாலைக்குள் கவர் செய்தாலே ஒருநாளைக்கு மூன்று நான்காயிரம் தேறும். இன்று துணிந்து 8ரூ ஏற்றத்திலிருக்கும்போது விற்றுவிட்டேன். அதன்பிறகு டெங்கு ஜுரத்தைப்போல அப்பல்லோவின் விலை ஏறிக்கொண்டே போனது. இப்போது அதன்விலை 18ரூ பிளஸ்சில். அதாவது நான் விற்ற விலையைவிட 10ரூ அதிகம். நான் பொறுமை காத்து அப்பல்லோவைக் கண்ணிமைக்காது கவனித்தேன். 5ரூ குறைந்து 13ரூ கூடியிருந்தது. பங்கை வாங்குவோரின் எண்ணிக்கை விற்பவரின் எண்ணிக்கையைவிட அரைமடங்கு அதிகமாக இருந்தது. எந்த நிதி மேலாளன் வாங்கிக் குவிக்கிறானோ? ஒருவேளை பிடிக்கவியலாதபடி அபொல்லோவின் விலை ஏறிவிட்டால் முப்பதாயிர இழப்பில் என் பொசிஷன் கையைவிட்டுப் போய்விடும். நான் அவசர அவசரமாக நழுவும் அதை எக்கிப் பிடித்தேன். நிகர சேதம் 2500ரூ. இதுதவிர தரகுத்தொகை ஒரு 350. இவ்வளவும் ஒருமணி நேரத்தில் நடந்து முடிந்துவிட்டன. தூ! முடிவு செய்திருந்தபடி இன்று சும்மா இருந்திருந்தால் தப்பித்திருக்கலாம்.

பத்தரைக்கு ராவின் காலைவணக்கம் பூச்செண்டோடு வந்தது. பதில் காலை வணக்கத்தை வெறுமாக அனுப்பினேன். “தட்ஸ் ஆல்?” அவனது பதில் கேள்வியைக் கண்டு கடுப்பான நான், “அன்வெல்”, என்றுமட்டும் ஒற்றியனுப்ப, என் கைபேசி சிணுங்கியது.

“என்னாச்சும்மா?”

“ஓவர் ப்ளீடிங்.”

“டாக்டர்ட்ட போல?” பதறினான்.

“தேவையில்ல. மாத்திர போட்ருக்கேன்.”

“என்ன சாப்ட்ட?”

“ப்ரெட்”

“அது பத்துமாடீ?”

“ஃபீவரிஷ்ஷா இருக்கு. அதான்.” வாய் கசந்தது.

“சரி, ரெஸ்ட் எடும்மா. நா அப்ரோம் கால் பண்றேன்” அவனது மராத்தி வாடையடிக்கும் தமிழ் எனக்குப் பிடித்தது. இவ்வளவு தமிழறிந்தவன் டீ போடுவது புரிந்தேதான். என்னைவிடப் பலவயது மூத்தவன்தானே.

சரியாக ஒரு மணிக்கு மீண்டும் கைபேசியடித்தது. நான் எதிர்பார்த்தபடி ராவ்தான்.

“சாப்ட்டியா செல்லம்?” இருபது மணிநேரத்திற்குள் இவ்வளவு பாசமா?

“லேட்டாதான சாப்ட்டேன். அதுக்குள்ள...”

“அதுக்கில்லடா. இந்த சமயத்துல ஒடம்பு வீக்கா இருக்கும். அதான். அம்மா ஹார்லிக்ஸ், ஜூஸ் எதும் குடுக்கலையா?”

அம்மாவை ஊருக்கு அனுப்பிவிட்டேன்.

“அப்ப சாப்பாடு?”

அப்பாவை ரசமும் அப்பளமும் சமைக்க வைத்தேன். இவன் காமுகனல்ல என்கிற புரிதல் நிம்மதியளித்தாலும் கூடவே ஏமாற்றமும். பிறகு நாங்கள் அணிந்திருக்கும் உடைகளின் விவரங்களை, அவற்றின் நிறங்களை வெளியிலிருந்து உள்வரை அடித்தொண்டையில் பகிர்கிறோம். கூடலின்போது புலி இப்படித்தான் உறுமுமோ?

“ஓகே டா. எனக்கு வேலையிருக்கு. சாப்ட்டதும் எனக்கு சொல்லணும். நா வெயிட் பண்ணுவேன். சரியா?”

இந்த விளையாட்டு வேடிக்கையாக இருந்தது.

வர்த்தக அலைவரிசைகளை மாற்றி மாற்றிப் பார்த்துக் கொண்டிருந்தேன். அடித்துப் பிடித்து வாங்கிய அப்பல்லோ ஆசுபத்திரியானது நான் வாங்கிய விலையைவிட இப்போது 13ரூ குறைவு. வெறுத்துப்போய் அனிமல் பிளானெட்டிற்கு மாற்றினேன். சாப்பிட்டபிறகு ராவிற்குத் தெரிவிக்க எண்ணை அழுத்தினால் அடித்துக்கொண்டே இருந்தது.

இடைவெளி விட்டுக் கூப்பிட்ட ராவ், “ஸாரிடா, மொபைல மறந்துட்டு சாப்புடப் போச்சு. நா சாப்டியான்னு ஒரு வாட்டியாவுது கேட்டியா?”

“யார் கேட்டாலும் கேக்காட்டியும் பசிச்சா சாப்புடத்தான போறோம்?”

“யூ நாட்டீ”

உண்மையைச் சொன்னால் குறும்பா? நான் தலையிலடித்துக் கொண்டேன். திரையில் கொழுமையான வரிக்குதிரை ஜோடியொன்று கலவியில் திமிறிக் கொண்டிருந்தது. இதுபோலப் படாத பாடுபட்டு முஸ்தீபுகள் ஏதும் செய்யாமல் எவ்வளவு எளிதாக, இயல்பாகப் புணருகின்றன? எனக்குப் பொறாமையாக இருந்தது.

உறங்கியெழுந்ததும் முன்னாலிருக்கும் திறந்தவெளிக்கு வந்து சாம்பல் பூத்த வானத்தை வெறித்தேன். அங்கொன்றும் இங்கொன்றுமாய்ப் பறவைகள் சோர்ந்து திரும்பின. கோலமழிந்து வெறிச்சோடிய தெருவின் குறுக்கே பழுப்புப் பூனையொன்று சோம்பலாகக் கடந்து சென்றது. தூசிபடிந்த மரங்கள் சிலையாய் நின்றன. இன்னும் தெருவிளக்கு எரியவில்லை. வெறுமை தாளாத நான் ராவை அழைத்தேன். உடன் கிடைத்த “ஹலோ”, எனக்குள் கனமாக இறங்கியது.

“பிசியா?” நான் தயங்க,

“இல்லடா குட்டீ. எப்படா கால் வரூன்னு பாத்திட்ருந்தேன்”, என்னை ஒரு சிறுமியாக உணர்ந்து குதூகலிக்கிறேன்.

தனது அன்றைய அலுவல்களை ராவ் கூற, எனக்குக் கொட்டாவி வந்தது. அந்தப் பீத்தல் வேலையைச் செய்யவே விழிபிதுங்கும் அவனது திறமையின்மை விளங்கியது. புலியின் உறுமலுக்கு அர்த்தம் அவசியமில்லை. உறுமலே கிளர்ச்சிதான்.

ராவ் என்னை நிகழ்படத்தில் தொடர்பு கொள்ளச் சொன்னான். குளிக்காத, தலைசீவாத நான், அப்பா இருப்பதாக பயப்பட்டேன்.

“சரி வேணாம் கண்ணு. நீ ஒடம்பு சரியாகி வந்ததும் ஃபுல்லா பாத்துக்கலாம்.”

“சீ! மோசம் நீங்க”, அப்பாவியாக வெட்கினேன்.

அது அவனைக் கவர்ந்திருக்கவேண்டும்.

உற்சாகமானவன், “ஏன், நா பாக்கக் கூடாதா?”

“அப்புடி இல்ல...”, இழுத்தேன்.

இப்படியே இழுத்துப் பறித்துப் பேசியதில் அனக்கமின்றி இரவு வந்தமர்ந்ததையே கவனிக்கவில்லை.

“நா வீட்டுக்குப் போகணும். நாளை பேசவா?”

“அதுக்குள்ள போய்ப் படுத்துக்கணுமா?” பச்சையேற்றிக் கேட்டேன்.

“அதுமாதிரி ஒண்ணுமே கெடையாதும்மா...”, ஆரம்பித்த ராவ், தன் சோகக் கதையைச் சுருங்கச் சொன்னான்.

சொந்தத்தில் வீடிருக்கும் ஒரே காரணத்திற்காக ஒரு பூனைக்குப்போய்ப் புலியைக் கட்டிவைத்தால்? பாவம் புலி; பத்தாமல் பூனைக் கூண்டுக்குள் திண்டாடுகிறது. அப்படியானால் குட்டி எப்படி உண்டானதாம்? சம்சாரிகள் இப்படித்தான் பரிதாபம் வரும்படி நடிப்பார்களாம்.

சற்று தெளிவான உடலை சோம்பல் முறித்தேன். இதயத்தோடு காலைவணக்கம் வந்து காத்திருந்தது. உற்சாகமான நான், அதைவிடப் பன்மடங்கு பெரியதோர் இதயத்தை இணைத்து அனுப்பினேன். தொலைக்காட்சியில் எனக்குப் பிடித்த, அம்சமான பங்குப் பரிந்துரையாளர் பரிந்துரைத்த பங்கிலொன்றை ICI கணக்கின் இயங்கலையில் குறைவிலைக்கு வாங்குவதற்கான ப்ரீமார்க்கெட்* ஆணை பதிவு செய்தேன். அதிர்ஷ்டவசமாகக் கிட்டியதை ஏற்றத்தில் விற்று சிறு அளவில் ஈட்டிமுடிக்க, நாள் இனிதானது.

சற்று கழித்துக் அழைத்த ராவ், “இப்ப எப்டி இருக்கு?”

“என்னாது?”

★ ப்ரீமார்க்கெட் – 9 மணியிலிருந்து 9.15 வரை சந்தை துவங்குமுன் நடக்கும் ஒத்திகை வர்த்தகம். இதில் 9.07 வரை போட்டுவைக்கும் ஆணைகள், சந்தை துவங்கியதும் செயல்படும்.

“ஜுரத்தைத் தான் கேட்டேன் மக்கு.”

“இப்ப பரவால்ல.”

இன்று தனக்குப் பிடித்த உடை, நிறம், ஹிந்தி பாடல் என எதையெதையோ தெரிவித்து என் விருப்பங்களையும் கேட்டான். ‘ஒருநாள் படுத்து எழுந்திரிக்க எதுக்குடா இத்தனையும் கேக்குற?’ என் நாவுக்கடியிலிருக்கும் கூராயுதங்கள் கலகலக்க, பெரும்பாடு பட்டு அவற்றை அழுத்தி வைத்தேன்.

சன்னல் புறாக்களின் குமுறலும் தெருவில் எதையோ கூவி விற்கும் வியாபாரியின் ராகமும் தாலாட்டக் கண்ணயர்ந்தேன். இன்னும் அசதி முற்றாகத் தீரவில்லை. கைபேசியில் ராவின் அழைப்பு தவறியிருந்தது.

“சாரிமா. அப்பா கூட இருந்ததால் பேசமுடில.”

“இவ்ளோ நேரமாவா?”

புலியின் நிஜ உறுமலை அனுபவித்தபடி, “அப்பொறம் கொஞ்சம் தலசுத்தலா இருந்துது. அதான்...”, அது ஓரளவு உண்மையுங்கூட. பார்க்கப்போனால் எல்லா பொய்களிலும் சிறிதளவு உண்மை கலந்தே இருக்கிறது. அதேபோல எல்லா உண்மைகளிலும் சிறிதளவு பொய் கலந்துதான் இருக்கிறது. பொய்யையும் உண்மையையும் தனித்தனியாகப் பிரிக்கமுடியாது என்றே தோன்றுகிறது. அவை ஒன்றோடொன்று பிணைந்திருக்கின்றன.

“ஆர் யூ ஓகே நவ்?”

“ம்”

“என்னடீ... இன்னும் தொடவேயில்ல. அதுக்குள்ள மயக்கம்னு சொல்ற?”

ஒரு மசாலா திரைப்படம் பார்க்கும் உணர்வு வர,

“மென் ஆர் மென். எப்பவும் இதே நெனப்புத்தான்,” வேண்டுமென்றே இடித்தேன்.

“சும்மா ஃபன்னுக்கு...”, வழிந்தான்.

நாங்கள் ‘ஐ லவ் யூ’ சொல்லி சமாதானமானோம்.

இன்று வாரத்தின் கடைசி நாளாதலால் சந்தை ஏறுமாறாக இருக்கும். தொடர்ந்து கவனித்தாலாச்சு. உடல்நிலை வேறு சரியாகிவிட்டது. இந்த நாளை வீணாக்க விரும்பாமல் வர்த்தகத்தை மெல்லத் துவங்கினேன். இடையில் குறுக்கிட்ட ராவிடம் வளவளக்க

அவகாசமில்லை. 'பிஸி', என்று வாட்சப்பில் அனுப்பினேன். காலை வணக்கந்தான் தடபுடலாக சொல்லியாகிவிட்டதே. முட்டிமோதி மத்தியானம் 1000ரூ மைனஸில் நிற்க, வெறுத்துப்போய்த் தொலைக்காட்சியை நிறுத்தினேன். அன்றைய ஏனைய 2 பரிவத்தனைகளையும் துண்டித்தேன்.

என்னை சந்தையிலிருந்து திசை திருப்பிக் கொள்வதற்காக ராவுக்கு ஃபோன் செய்தேன். காலையில் அவன் அழைத்தபோது நான் மணிப்பால் வைத்தியசாலையில் இருந்ததாகச் சொன்னேன். சித்தப்பா ஆபத்தான நிலையிலிருக்கிறார் என்றதும் சமாதானமடைந்தான். இதுவும் முழுப் பொய்யில்லை. அவ்வப்போது சித்தப்பா மணிப்பாலில் சேருவதும் நான் போய்ப் பார்ப்பதும் நடப்பவைதான். ஆனால் அந்த நிகழ்வு இன்று நடக்கவில்லை. தேதி ஒன்றே பொய். பிறகு நாங்கள் வசவசவென்று, சிரிப்பாக, தோழமையாக, கொஞ்சம் காமமாக எதையெதையோ மூன்றரை மணிவரை பேசிக் கொண்டிருந்தோம்.

சனிக்கிழமை ராவ் மெல்ல என் மச்சங்கள், உடலளவுகளை விசாரிக்க, நான் சிலதைச் சொல்லி சிலவற்றை மறைத்தேன். உரையாடல் சூடேறத் துவங்குகிறது. இப்போது என்னால் இயலாதென்பதால் வரும் வாரத்தின் நடுவில் -ஆயுதபூஜை விடுமுறையன்று எங்கள் கூட்டைத் தனித்துக்கொள்ள நாள் குறித்தோம். ஏனெனில் அடுத்தவார இறுதிவரை காத்திருக்க இயலாத நிலைக்கு நாங்கள் வந்துவிட்டோம். எல்லாம் சொல்லிக் கொடுப்பானாம் ராவ். குடும்பஸ்தர்கள் - ஒரு தேர்ந்த வித்வானின் ராக ஆலாபனையைப் போல... நிறுத்தி நிதானமாக... சம்யுக்தா சொல்லியிருக்கிறாள்.

விடுப்பு முடிந்து நான் அலுவலகத்திலும் பங்குச் சந்தையிலும் முனைந்திருந்ததால் பாய்ந்தோடிய திங்கள், செவ்வாயன்று நாங்கள் சில நீளமான வாட்சப் உரையாடல்களோடு நிறுத்திக் கொண்டோம். ராவையும் வேலை பிழிந்திருக்க வேண்டும். அடுத்தநாள் நாங்கள் சந்திக்கப்போகிற இடத்தின் விலாசத்தை ராவ் அனுப்ப, நான் உறுதி செய்தேன். பித்துப் பிடித்த இரவு ஒருவழியாக முடிந்தது. இதையெல்லாம் திட்டமிட்டுக் காத்திருந்து செய்தால் இப்படித்தான்.

நான் ராவ் சொன்ன நேரத்தில் சொன்ன இடத்தையடைந்தேன். வீட்டில் பூஜை இருப்பதால் முன்மாலையில்தான் புலியின் கால்ஷீட் கிடைத்தது. ஊருக்குவெளியே எனக்குப் பரிச்சயமில்லாத இடமென்பதால் ஓலாவில்போய் இறங்கினேன். ஒரு பழைய ஸ்கூட்டர்மேல் பேன்ட்டும், தொப்பையை அமுக்கிச்

செருகிய அரைக்கை சர்ட்டுமாக சராசரி அளவில் காலூன்றி அமர்ந்திருப்பவன் ராவ்மாதிரி... கையாட்டிக் புன்னகைத்தபடி என்னை நெருங்கிவந்தான்; ராவேதான்! அன்று கோட் சூட்டில் உயர அகலமாகத் தெரிந்தவன் கண்முன்னே பூனையாக. நெற்றியில் அசட்டுத்தனமாக குங்குமம் வேறு.

நெருங்கிய நான், "இஸ் இட் எ சேஃப் பிளேஸ்?" ஆமாமென்றவன் அதன் வாடகை விபரங்களை ஒரு டிபிகல் நடுத்தர வர்க்கத்தவனாக எடுத்துரைக்க, அவனுடைய வாய்நாற்றம் வெளிப்பட்டது. பல்லிடுக்கில் காரை தெரிந்ததோ? எனக்குள் ஆபத்துமணி அடிக்க நான், "ஸாரீ... எனக்கு பயமாருக்கு", பின்வாங்கினேன். அவன்முகம் சுருங்கி அசல் பூனையானது வருத்தத்தைக் கொடுத்தாலும் என்னால் நிச்சயம் இயலாது. மனதைக் கல்லாக்கி விடைபெற்றேன். தன்னைச் சூழ்ந்திருப்பவர்களை மதிப்பவர்கள், அந்தரங்க சுத்தத்தைப் பேணாமல் இருக்க மாட்டார்கள்.

சுற்றியடித்து சர்ச் ஸ்ட்ரீட்டிற்கு ஆட்டோவில் போய் இறங்கினேன். சூரியனுக்கும் சோடியம் விளக்கிற்கும் போட்டி நடக்கிற வேளை, சொரசொரக்கும் சுத்தமான கருங்கல் வீதியில் கால்பதித்ததும் அந்தச் சூழல், ஏதோவொரு மேலைநாட்டு வீதியாக மயக்கமளித்தது. மெழுகூட்டப்படாத செவ்வகக் கருங்கல் துண்டுகள் அடர்சாம்பல் நிறத்தில்பதிக்கப்பட்டிருந்தன. இடையிடையே கருப்பும் சிவப்புமான கருங்கற்கள் சாய்சதுர வடிவிலும் சாய்க்கோடாகவும் பதிக்கப் பட்டிருக்கின்றன. மென்சாம்பல் நிறத்தில் அகலமான கருங்கல் நடைபாதை துடைத்ததுபோலத் துலங்கியது. நானதில் ஏறி நடந்தேன். பார்களிலிருந்து மேற்கத்திய இசையானது வழிந்தது. 100 மீட்டருக்கு ஒருதரம் அந்த இசை மாறிக்கொண்டே இருந்தது. இருமருங்கிலும் வரிசையாக பப்புகள் இருக்கும் அந்தத் தெருவிற்கு பப் ஸ்ட்ரீட் என்றும் பெயருண்டு. மது விடுதிகளுக்கு இடையிடையே பிட்ஸா, பர்கர், பாஸ்தா, நூடுல்ஸ், பரோட்டா... என ஒவ்வொன்றிற்கும் பிரத்தியேகமான உணவகங்கள். இத்தனை விருப்பத்தேர்வு இருப்பதால் எதற்குள் நுழைவதென்று குழப்பமாக இருந்தது. இதுவரை நான் நுழையாத பார் ஒன்றின்முன் நின்றேன். அதன் பக்கத்தில் ஆண்டாண்டுகளாகப் புகழ்பெற்ற 'ப்ளாஸம்ஸ்' புத்தகக் கடை. எதையும் புதிதாக சோதித்துப் பார்க்க இந்தநேரம் துணிவில்லை. விபரமறியாத பங்கைவிட, தெரிந்த டாட்டாக்களும் பாஜாஜ்களும் பாதுகாப்பு. நான் ஏற்கெனவே விஜயம் செய்திருந்த ஒரு பப்பிற்குள் நுழைந்தேன்.

ரஸ்டிக்கான அந்த இடத்திற்குள்ளே கூட்டம் வராத அரையிருளில் மேற்கத்திய இசை கேட்பாரின்றி வழிந்து கொண்டிருந்தது. நான்

விளக்கிற்குக் கீழேயான நடு இருக்கையொன்றில் சென்றமர்ந்தேன். உயரமான விதானத்தின் மேலிருந்து சிகப்பு நூல்கண்டுகள் சணலில் கட்டித் தொங்கவிடப் பட்டிருந்தன. இரண்டு சுவர்கள் செங்கல்லைக் காட்டியபடி. மற்ற இரண்டு, சாம்பல் நிறத்தவை. அதில் ஒன்றன்மேல் *'ALIVE OR JUST BREATHING'*, எழுதப்பட்டிருந்தது. நாமெல்லாம் உயிர்ப்போடிருக்கவேண்டும் என்கிற அவாவில் சுவாசித்துக் கொண்டிருக்கிறோம். கரும்பலகையில் அன்றைய சிறப்பு ஐட்டங்கள் சாக்குக் கட்டியில். இரும்புக் கல்லாவின்கீழ் சாக்குமூட்டைகள் அடுக்கப் பட்டிருந்தன. பக்கவாட்டில் சற்று தள்ளி ஒரு கருப்பு ஜீப் நின்றது. எல்லாம் அந்த சூழலோடும் ஒன்றுக்கொன்றும் ஒத்திசைவாகப் பொருந்தியிருந்தன.

கூரைபோன்ற கூம்பு விதானத்தில் கருப்பு வர்ணமடிக்கப்பட்ட இரும்பு சட்டங்கள் பெருக்கல்களாக. நீல வெளிச்சத்தில் பார் கவுண்ட்டரின் கருப்பு இரும்புச் சட்டத்தில், *'WHAT AM I FIGHTING FOR'*, எனப் பெரிதாக வெள்ளையில் எழுதியிருக்கிறது. நாம் எதற்காக இப்படிப் போராடிக் கொண்டிருக்கிறோம்? யாருக்குமே தெரியாது. ஒன்று முடிந்ததும் அடுத்த போராட்டத்தில் இறங்கி விடுகிறோம். உண்மையில் இலக்கென்ற ஒன்றே கிடையாது. ஒற்றைக் கடுக்கனும் சீருடையாக கறுப்பு டீசர்ட்டும் அணிந்த பேரர் வர, லைம் கார்டியல் சேர்த்த வோட்கா கேட்டேன். "ஸ்டார்ட்டர்?" மெனுவில் ஷோலே கபாப் இருந்தது. ராவுக்கு அதுதான் பிடிக்குமாம். நான் 'ஃபிஷ் அண்ட் சிப்ஸ்' கொண்டுவரச் சொன்னேன். இங்கு அது நன்றாக இருக்கும்.

500 ரூபாய்க்குமேல் ஆட்டோவிற்குத் தண்டமாக அழுத இழப்பை மறக்க முதல் பெக். என் பிளைண்ட் டேட் தோல்வியில் முடிந்ததை மறக்க இரண்டாவது பெக். அடுத்த பெக் அந்தப் பாண்டக் கம்னாட்டியிடமிருந்து தப்பித்ததைக் கொண்டாட. கூட்டம் சேரசேர, இடம் களைகட்டி இசையின் ஒலி அதிகரித்தது. அடுத்த பெக்?

சற்று தள்ளாடியபடி வெளியே வந்தேன். தெரு முனைக்குப் போனால்தான் ஆட்டோ கிடைக்கும். இளஞ்சோடிகள் இடைகளை வளைத்து இழைந்தபடி வேண்டுமென்றே தள்ளாடி நடக்கின்றன. உள்ளடங்கிய டோமினோஸ் பிட்ஸா கடையின் முன்பிருந்த சிறிய வெற்றுத் திடலில் பிட்ஸா விநியோகிக்கும் பையன்கள் இருவர், கிரிக்கெட் விளையாடிக் கொண்டிருந்தனர். அவர்களுடைய பெட்டிவைத்த பைக்குகள், ஓரமாக ஓய்வெடுத்துக் கொண்டிருந்தன. பிள்ளைநிலா, தன் நட்சத்திரக் கூட்டாளிகளோடு வேடிக்கை பார்த்தது.

வழியிலிருந்த கடையொன்றில் பதின்வயதுக் கூட்டம். உள்ளே வண்ண வண்ணமாய் அடுக்கி வைக்கப் பட்டிருக்கும் பாங்க் குடுவைகள் மற்றும் கண்ணாடி ஹூக்காக்களின்மேல் குழல் விளக்கொளி பட்டு படிகமாக ஒளிர்கின்றன. என் குருநாதன் உமரின் ஞாபகம் வர, அந்தக் கடைக்குள் நுழைந்தேன். அங்கு அரிதான பாங்க் வகைகளும் சிகரெட்டுகளும் கிடைக்கும். கண்ணாடியில் செதுக்கப்பட்டதொரு சிகரெட் வத்தையை மட்டும் வாங்கினேன். கையில் அது சில்லிட, மகிழ்ச்சியாக இருந்தது. கடைவாசல் மேடையிலமர்ந்து காலைத் தொங்கவிட்டபடி ஆணும்பெண்ணுமாக அடர்ந்த வெண்புகையை மிதக்க விட்டுப் புகைத்துக் கொண்டிருந்தார்கள். ஊடாக ஒன்றிரண்டு பள்ளிச் சீருடைகளும் தென்பட்டன. அவர்கள் நண்பனின், தோழியின் தோளில் சாய்ந்தபடி இந்த உலகை மறந்திருந்தார்கள். புகையின் துணையோடு அவர்கள் இப்போது மறந்து உதறியிருப்பவை, நாளையே அவர்களை மீண்டும் ஒட்டுண்ணியாக சுற்றிப் படரும். பின் சாறுண்ணியாக அவர்களின் சாரத்தை உறிஞ்சிக்குடிக்கும். வேண்டாத எல்லாவற்றையும் நிரந்தரமாக, என்றென்றைக்குமாக நினைவிலிருந்து அழித்துவிட்டால் எவ்வளவு இன்பமாக இருக்கும்?

8

ஒரு நன்னாளில் அப்பல்லோ ஹாஸ்பிடல் காரணமின்றி ஏற ஆரம்பித்தது. சந்தை என்னவோ பச்சையும் சிகப்புமாக மாறிமாறி நேற்றைய புள்ளியிலேயே ஊடாடிக் கொண்டிருந்தது. முதல்முறையாக என்னுடைய அடக்கவிலையை எம்பிப் பிடித்தது அப்பொல்லோ. நான் புலன்களை அடக்கி அமைதி காத்தேன். ஆய்வுக் குழுவினர் நல்ல விலைக்கு விற்கலாம் என்றிருக்கிறார்களே... என் அடக்கவிலையாகிய 1070-ஐத் தாண்டி 1075-ஐத் தொட்டதும் சிபியிடமிருந்து ஞாபகமாக அழைப்பு. நான் பொறுக்கலாமென்றேன். அவனோ, 'ஏற்கெனவே 4% ஏறிவிட்டது. மீள கீழே இறங்கிவிட்டால்?' பயமுத்தினான். அவன் சொன்னபடி 1079-இல் ஆணை போட்டு விற்றபின்பு அப்போல்லோ ஏற ஏற, ஆய்வாளர்கள் ஒருவர் மாற்றி ஒருவராக அதன் புகழ் பாட ஆரம்பித்தார்கள். சற்றையில் அது 1110-ஐத் தாண்ட, நான் திரும்ப வாங்கலாமா என சபலப் பட்டேன். அவனோ, 'அது ஏற்கெனவே 4% ஏறியிருக்கிறது; நாளை விழலாம் என எச்சரித்தான். பிறகு அதேநாளில் அது 1150-ஐத் தொட்டது கொடுமை.

மருத்துவரின் திறமையின்மையோ, சுமந்தவளின் அவசரமோ, மாதக் கணக்காகப் பொத்திப்பொத்தி சுமந்து, கடைசியில் குறைப் பிரசவமானது. ஒன்றரை மாதமாகக் காத்திருந்த நான் பெற்றது வெறும் நான்காயிரத்து சொச்சம் மட்டுமே. தன்னம்பிக்கையில்லாத மூதேவி- கண்ட நாயக் கேட்டால் இப்படித்தான். இதே எனக்குப் பரிச்சயமான கேஷ் மார்க்கெட்டாக இருந்தால் ஒரு பிச்சைக்காரப்பய தயவும் தேவையில்லை. ஃபியூச்சர்சில் ஆழந்தெரியாது காலைவிட பயமாக இருக்கிறது- ஜெட் ஏர்வேஸைப்போலப் பள்ளத்தில் தள்ளிவிடுமோ என்று. பங்குச் சந்தையில் எது வேண்டுமானாலும் சாத்தியம். ஆனால் மார்ஜின் தொகை விடுதலையாகி எனக்குக் கிடைத்துவிட்டது. இனி வேறு எந்தப் பங்கையும் ஃபியூச்சர்சில் வாங்கும், விற்கும் சுதந்திரம் எனக்குண்டு.

மறுநாள், அப்பல்லோ என்றவொரு பங்கையே மறந்திருந்தவர்கள் எல்லோரும் அது விலைகூடியவுடன் அழுத்தி அழுத்தி வாங்கச்

சொன்னார்கள். இது இப்படித்தான் நடக்கும். கடைசியில் பெரிதாக அனுகூலம் மிஞ்சாதபோதே ஊடகப் பரிந்துரை வரும். இப்போது அப்பல்லோவின் இலக்கு 1200-ஆம். விட்டகுறை தீரவேண்டி நான் எடுத்தயெடுப்பிலேயே 1153-க்கு வாங்கிவிட, அதன் விலை தேய்ந்து தேய்ந்து 1135-ஐத் தொட, 'நேத்து 7% ஏறுனது நிச்சயமா இன்னைக்கு கரெக்ட் ஆகும்', சிபி. நான் அலுவலகத்திலிருக்கையில் அப்பல்லோ 1174! நான் இம்முறை 1200-க்குக் காத்திருப்பேன். கொஞ்சம் கொஞ் சமாக இறங்கி 1163-க்கு வந்தது. மீண்டும் இன்றைய தாழ்விலையான 1133-க்கு வந்துவிட்டால்? விற்றுவிட்டேன். அதற்காகவே காத்திருந்ததுபோல ஏற ஆரம்பித்த அப்பல்லோ, 1200-ஐத் தொட்டது. சீ! இந்த ஏமாற்றுக்கார அப்பல்லோவுடன் இனி உறவே வேண்டாம். ஒன்று மட்டும் புரிந்தது. நல்ல லாபமீட்ட முரட்டுத் துணிச்சலும் காரண காரியம் பார்க்காத நம்பிக்கையும் பொறுமையும் தேவை. இவையெல்லாம் எனக்கு வாய்க்காதவை.

KPIT டெக் பங்கை நடப்பு 116ரூபாய்க்கு வாங்கிக் குறுகிய காலத்தில் 136-க்கு விற்றுவிடலாமென்று சிபிக்கு நம்பகமான தகவல் வந்திருந்தது. எல்லா அலைவரிசைகளிலும் KPIT, KPIT. வாரமொருமுறையாவது வரும் அந்த மனிதர், முன்வராண்டாவில் நிறுத்தப்பட்ட தன் இருசக்கர வாகனத்தின்மேல் அமர்ந்திருப்பார். சிலநாள் அழிக்கதவுக்கு வெளியே மரத்தடியில் நின்றிருப்பார். அவர் பூதவுடல் எங்கிருந்தாலும் அவரது அவையங்களெல்லாம் வர்த்தகக் கூடத்தினுள்ளேயே இருக்கும். பிறகு உள்ளே வந்து அடங்கிய குரலில் குட்டிக்குட்டி வாக்கியங்களை எப்போதாவது உதிர்த்தபடி சும்மா அமர்ந்திருப்பார். அவை அநேகமாக பங்குகளைப் பற்றியவையே. காலத்தை அலட்சியம் செய்து மணிக்கணக்காக இப்படிக் கழிக்கும் அந்த மனிதர் அண்மையில் பணிஓய்வு பெற்றவராக இருக்கலாம். ஏற்கெனவே அதிகம் இழந்துவிட்டிருக்கிறாராம். எவ்வளவு என்று தெரியவில்லை. விட்டகுறை தொட்டகுறையாக ஒரு பார்வையாளராக அவர் வந்துபோவார். கதவைப் பிடித்தபடி எட்டிப் பார்த்துக்கொண்டு நின்ற அவரை பிரதீப், "ஆயியே ஆயியே, KPIT கரீதியே. பைசா கமாயியே", நடைபாதை வியாபாரியாகக் கூவியழைத்தான்.

கவரப்பட்ட அவர், 3000ரூபாய்க்கு செக் கொடுத்துவிட்டு, பற்றில் 100 KPIT-யை வாங்கச் சொன்னார். வாங்கியபிறகு சற்றுநேரம் தான் வாங்கிய பங்கின் போக்கைக் கவனித்தார். அது நிலையாக இருக்கவே எழுந்து போய்விட்டார்.

நான் 100, 200 அல்லது 300 KPIT பங்குகளை மட்டும் வாங்கி வைத்துக் கொள்ளலாம்; அதன் லாட் அளவு 5000-ஆம்!

எனவே ஃபியூச்சர்ட்ஸில் வேண்டாம். 5000 X 20 = 100000-நிகர லாபம்! என்னுடைய மொத்த இழப்பும் ஈடாகிவிடும். ஆனால் ஸ்டாப்லாஸே 106 என்பதால் அடிபட்டால் 50000 போய்விடும் அபாயமிருக்கிறது. நான் குழம்பினேன். அப்பல்லோவை நழுவவிட்ட குற்றத்திற்காக நேற்றிலிருந்து என் கண்வழி துருத்தலாகத் தெரிந்த கூராயுதங்களைக் கண்ணுற்ற சிபி, ஓர் உத்தி சொன்னான். அதன்படி 110ரூபாய்க்கு ஒரு லாட் வாங்கி ஒரே ரூபாய் ஸ்டாப்லாஸ் வைத்து அன்றே 3ரூ கூடும்போது விற்றுவிடலாம். அதாவது... வந்தால் 15000; போனால் 5000. இந்த டீலிங்க் எனக்குப் பிடித்திருந்ததால் சம்மதித்தேன். சந்தை இறங்க ஆரம்பிக்க, KPIT மட்டும் உறுதியாக 115-இல் நின்றது. இதனால், தொலைபேசியில் தொடர்புகொண்ட வாடிக்கையாளர்களை எல்லாம் KPIT வாங்கும்படி இருவரும் மாறிமாறிப் பரிந்துரைத்தனர். இந்நாளில் அதிஜாக்கிரதையாகிப் போன நான், 110-க்கு ஆணை பதித்துவிட்டுக் காத்திருந்தேன். அது லேசில் இறங்காதபோதும் அதற்குமேல் வேண்டாமென்கிற உறுதிப் பாட்டோடு இருந்தேன்.

கண்சிமிட்டிப் பார்த்தால் KPIT 305! ஸ்டாப்லாஸ் 109 போட அவகாசமேயில்லை. முழுதாய் ஒரு நிமிடம் முடியுமுன் 25000ரூ காலி! அதன் பின்னும் சிறிது சிறிதாகக் கீழே நழுவி 101-ஐத் தொட்டது. என் முகம் வெளிறிப் போனது. KPIT சந்தை மூடப் போகையில் உயர்ந்து 105-ஐத் தொட்டது.

“நோ ப்ராப்ளம் வித் KPIT. கேரீ பண்ணிக்கலாம்”, சிபி.

செய்யவேண்டாமென்று நினைத்ததைச் செய்து, நடக்கக் கூடாதது நடந்துவிட்டது. நான் சலசலப்பு ஓய்ந்து அசைவற்று உறைந்து நின்ற கணினித் திரையைப் பார்த்துக்கொண்டே இருக்கிறேன். அதிலிருக்கும் KPIT-யின் விலை மாறக்கூடும் என்பதுபோல. சில நிகழ்வுகள் நம் கட்டுப்பாட்டை மீறி இப்படித்தான்... எங்கோ கண்காணாத இடத்திலிருக்கும் பொம்மலாட்டக்காரர், நம் நூலைத் தாறுமாறாக இலக்கின்றி இழுப்பதுபோல... மீண்டும் மன அழுத்தம்.

இந்தக் கூத்தையெல்லாம் ஓர் மௌனப் பார்வையாளராகக் கவனித்துக் கொண்டிருந்த மத்தாய் சார் எழுந்து கழிவறை போய்விட்டு வந்து கூடத்தில் நடுநாயகமாக நின்று கண்ணாடியைத் தூக்கிவிட்டுக்கொண்டு பேசினார். இப்போதெல்லாம் ஆபரேட்டர்கள், குறிப்பிட்ட பங்கு குறித்த விலையைத் தொட்டதும் கோடிக் கணக்கில் விற்கும்படியும் வாங்கும்படியும் கணினியிலேயே ப்ரோக்ராம் செய்து வைத்திருப்பார்களாம். அதனால் எல்லாம்

நொடியில் நடந்து முடிந்துவிடுமாம். அடப்பாவி மனுஷா! இதை முன்பே கூறியிருக்கக் கூடாதா? நான் KPIT-இலிருந்து தப்பித்திருப்பேனே. இதைத்தான் விதியென்பதா? பேருண்மைகள் எப்போதும் காலங்கடந்த பின்புதான் வந்து சேரும்.

மத்தாய் சார், "இருக்கும் பணத்திற்கு நல்ல பங்குகளைப் பணங்கொடுத்து வாங்கினால் பரவாயில்லை. இன்று படுத்தால் நாளை எழுந்திருக்கும் எனக் காத்திருக்கலாம். ஆனால் இது போலப் பணயம் வைத்து வாங்கினால் முதலுக்கே மோசம்", ஒரு தகப்பனின் குரலில் கரிசனத்தோடு சொன்னார்.

இன்று வெள்ளிக்கிழமை சிவராத்திரிதான். அமெரிக்காவின் டெக் சந்தையான நாஸ்டாக்கும் மைனசில். KPIT ஒரு 3% இறங்கி 10ரூ குறைந்துவிட்டால் முக்கால் லட்சம் அவுட். மார்ஜின் பற்றாக்குறையால் நான் என் இருப்பைத் துண்டிக்கவேண்டும் ஒருவேளை துண்டிக்காது மறுநாளும் வீழ்ந்தால் என் இழப்பு லட்சத்தைத் தாண்டலாம். எப்படி இப்படியொரு பொறுப்பற்ற காரியத்தை செய்தேன்? அப்படி அடிக்ட் ஆகிவிட்டேனா? இதுவரை குடும்பத்தவர் யாருக்கும் பெரிதாக நான் செலவு செய்ததில்லை. இப்படி வீணே... குற்றவுணர்ச்சி என்னைக் குடைந்தெடுத்தது. குப்பியிலிருந்த சிறிதளவு பக்கார்டியைக் குடித்ததோடு இரவின் இரும்புப் பிணத்தின்கீழ் அந்தநாள் நசுங்கியது.

ஐயோ... பொழுது விடிந்துவிட்டது. எனக்கென்று கௌரவமான ஒரு ஃபிளாட்டோ காரோ இருக்கிறதா? உழைத்து சம்பாதிப்பதையெல்லாம் இந்தக் கடலில் கொட்டி... முதுமையில் யார் வாசலிலாவது என்னால் போய் நிற்கமுடியுமா என்ன? தொலைக்காட்சித் திரைப்படங்களைப் பார்த்ததில் பைத்தியம் பிடித்தது போலானது. இரவு நெஞ்சு சுருக் சுருக்கென்று குத்தலெடுத்தது. மனவுளைச்சலில் ரத்த அழுத்தம் ஏறியிருக்கலாம். பங்குவர்த்தகம் ஆபத்தானதுதான். ஆனால் எதுவுமே முயற்சிக்காது ஆயுள் முழுவதும் எண்ணி எண்ணிச் செலவு செய்வது அதைவிட ஆபத்து. ஒருவேளை எனக்கு ஏதாவது ஏடாகூடமாக ஆகித் தொலைந்தால்... பல்லாண்டு பல்லாண்டு பதுங்கிப் பதுங்கி வாழுமளவிற்கு அப்படித்தான் என்ன இருக்கிறது -என்னுடைய இந்த வெகுசாதாரண வாழ்வில்? இந்த அண்டத்தின் கோடானுகோடி உயிரினங்களில் என் ஓர் உயிர் போனால் அதனால் நஷ்டமேதுமில்லை. ஆனால் பெற்றவர்கள் புத்திர சோகத்தில் துடிப்பதை நினைத்தால் பதைக்கிறது. வளர்ந்தபிறகு அவர்கள் உவக்கும்படியாக நான் எதையுமே செய்ததில்லை. நானொன்றும் அவர்களது கோமாளியல்ல- அவர்களைக் குஷிப்படுத்த. தவிர,

மகிழ்ச்சியென்பது தமக்கு உள்ளேயானதோர் உணர்ச்சியேயன்றி அடுத்தவர்கள் சார்ந்ததில்லை. இருள் பருத்துக்கொண்டே வந்தது.

நான் நெருக்கமாக உணர்வது தாராளமாக மன்னிக்கும் குணங்கொண்ட சிவபெருமானிடந்தான். கிருஷ்ணரிடம் நியாயமற்ற கோரிக்கைகளை வைத்தால், 'சிந்தித்து செயல்படுங்கள்', எனப் புன்னகைத்து நழுவி விடுவார். எனவே சர்வேஸ்வரன் முன் மானசீகமாக என் கோரிக்கையைக் மன்றாடி வைக்கிறேன். அதன்படி, திங்களன்று மட்டும் KPIT-ஐக் கொஞ்சம் தூக்கிவிட்டுக் கருணை காட்டவேண்டும். அது பேராசையென்றால் குறைந்தபட்சம் இறக்காமலாவது காக்கவேண்டும். அதன்பிறகே என்னால் தூங்கமுடிந்தது.

கடக்கவியலா பெருமலையாக ஞாயிற்றுக்கிழமை என்முன் அசையாது நின்றது. என்னைத் திசைதிருப்பிக் கொள்வதற்காகத் தேவையற்று சேர்ந்துபோன பழைய பில்களை, மருந்துச் சீட்டுகளையெல்லாம் கிழித்துக் குப்பையில் போட்டேன். பின்னும் நேரம் நகரவில்லை. பீரோவில் கலைந்து கசங்கியிருக்கும் என் ஆடைகளை மடித்து அடுக்கினேன். எதைச் செய்தாலும் KPIT ஆனது புதுக் காதலைப்போல மனதை விட்டு அகலவில்லை. நானொரு நோயாளியாகத் தெரிந்தேன். உடல்நோய், மனநோய்-இரண்டும் பீடித்த நோயாளி.

திங்கள் காலை சந்தை ரத்தக் களரியாக ஆரம்பித்தாலும் ரூபாயின் மதிப்பு வீழ்ந்திருந்ததால் மென்பொருள் பங்குகள் மட்டும் அங்கங்கே பச்சைக்கொடி காட்டின. KPIT 108. ஈஸ்வரனின் கருணையால் விரலுக்கு வந்தது நகத்தோடு போயிற்றென்று முதல் வேலையாக அதை விற்கச் சொன்னேன். நான் வாங்கிய விலையான 110-க்காகக் காத்திருக்கச் சொன்னான் பிரதீப். இனி என்னால் தாங்கமுடியாது. நான் பரவாயில்லையென பொசிஷனைத் துண்டித்தேன். 10000ரூ சேதாரத்திற்காக சந்தோஷப்பட்டேன். நான் கற்பனை செய்திருந்தது லட்சக் கணக்காயிற்றே. மூச்சை இழுத்து விட்டேன்.

மதியம் நான் சென்றபோது KPIT 111-இல் இருந்தது. 'நா சொல்லல? -KPIT ஒண்ணுமாகாதுன்னு.'

"இருக்கலாம். ஆனா என்னால டென்ஷனத் தாங்கமுடீல. இனிமே நா ஃபியூச்சர்ஸ் வாங்கப்போறதில்ல. ஏன்னா அது எனக்கு சின்ன தொகையில்ல," அகங்காரத்தைக் கொன்று மெய் பகன்றேன்.

இது சிறு தொகையாகத் தோன்றும்படியான நல்ல நேரம் வந்தால், அப்போது ஆப்ஷனில் ஹெட்ஜ் பண்ணி ஃபியூச்சர்ட்ஸில் வாங்கலாம்.

வீடுதிரும்பும் வழியில் கொத்துக்கொத்தாய்க் கரீபிய மஞ்சள் பூக்கள் கண்ணைக் கூசச் செய்தன. அம்மாவிடம் பேசினேன். சின்னஞ்சிறு ரசமான செய்திகளை நாங்கள் அலைக்கற்றைவழி கடத்திக்கொண்டோம். மணித்துளிகள் தங்கு தடையின்றி உருண்டோடுகின்றன. இப்படி ஆறஅமர அந்நியோன்னியமாகப் பேசி எவ்வளவு நாளாகிறது?

அம்மாவின் மகிழ்ச்சி, வழக்கத்தைவிட உரத்த அவரது குரலில் பீறிட்டது.

9

இன்று மாலை நகரின் முதன்மையான அந்தக் கட்டுமான நிறுவனத்தின் பொன்விழா. கிஷோர் ஊரிலில்லாததால் அதற்கு என்னைப் போகச்சொல்லித் தொலைபேசியில் நினைவுறுத்தினான். நகரின் மையத்திலிருக்கும் மேல்தட்டு இடமாகிய விட்டல் மல்லையா சாலையில் அந்த இடம் இருந்தது. அது கொண்டாட்டங்களுக்காகவே பிரத்தியேகமாகக் கட்டப்பட்டதோர் உயர்தர கிளப் ஹவுசாம்.

அந்தத் தெருவுக்குள் என் ஓலா கேப் நுழையும்போதே இருமருங்கிலும் வகை வகையான கார்கள் நின்றன. அவையெல்லாமே ஷோரூமிலிருந்து அப்போதுதான் வந்திறங்கியவையாகப் பளபளத்தன. இறக்குமதி செய்யப்பட ஆடி, ஜாகுவார், பென்ஸ்களும் அவற்றிலடங்கும். ஆல்டோ, இண்டிகோவெல்லாம் அங்கு தென்படவேயில்லை.

பெரிய மாளிகையின் முன்னே ஒருபக்கம் அடர்ந்த கொரியன் புல்வெளி. மற்றொரு புறம், கார்கள் நிறுத்துவதற்கான கருங்கல் தளம். நடுவில் வகிடெடுத்த பாதையில் நடக்க, பெரிய வாயில். மதில் சுவற்றையொட்டி சுற்றி நின்ற மரங்களில் நீலநிற சீரியல் விளக்குகள் காமத்தோடு கண்ணடிக்கின்றன. அந்த நிறுவனத்தின் தலைவர்கூட அப்படித்தானாம். எதையுமே மறைத்து செய்தால்தான் தவறு. இவரோ, இந்த விஷயத்தில் மட்டும் ஒளிவுமறைவு இல்லாதவராம். மற்றபடி வியாபார விஷயங்களில் மர்மம் காப்பவர்தான். இல்லையென்றால் இவ்வளவு பெரிய சாம்ராஜ்ஜியத்தைக் கட்டியாள முடியுமாக்கும்.

நுழைவாயிலில் அழைப்பிதழைக் காட்டிவிட்டு நுழைந்தேன். ஓர் அழைப்பிதழுக்கு ஒருவர்தான் அனுமதி. இல்லையென்றால் யாரையாவது கூட அழைத்து வந்திருக்கலாம். அடக்கமான பியானோ இசையும் இனிய மணமும் மட்டும் வரவேற்றன. அந்த விருந்துக் கூடமானது வழக்கம்போல் நீள்சதுரத்தில் இல்லாது சச்சதுரமாக இருந்தது. தரையின் இத்தாலியன் பளிங்கு

கருநீலத்தில் கண்ணாடியாய்ப் பளபளத்தது. அதன்மேலாக நடுவே விரிக்கப் பட்டிருந்த சிவப்புத் தரைவிரிப்பின் வேலைப்பாடுகளை இன்றெல்லாம் பார்த்துக் கொண்டிருக்கலாம். கிளிஞ்சல் வெள்ளைச் சுவர்களில் ஒரு புள்ளிகூடத் தென்படவில்லை. வலமும் இடமுமாக அகலமான ஃபிரெஞ்ச் ஜன்னல்கள். வலப்பக்கத்து ஆளுயரக் கண்ணாடிக் கதவுகள் வழியாக வெளியேயிருந்த தோட்டத்தில் வண்ண மலர்கள் தலையசைத்தன. அதேபோன்ற இடப்பக்கத்து ஜன்னல் கண்ணாடி வழியாக நீலப்பச்சையில் நீச்சல் குளம். அதற்குப் பக்கவாட்டுச் சுவற்றில் அந்த நிறுவனத் துவக்குனரது முழுஉருவ ஓவியம் கம்பீரமாக. அதற்கு எதிர் சுவர் வெறுமே விடப் பட்டிருந்தது. அதன் ஒரு மூலையில் நிற்கும் தாழி அளவிலான பளிங்கு ஜாடியின் பரப்பெங்கும் பூக்களும் இலைகளுமாக இயற்கையான வண்ணக் கற்களால் இழைக்கப் பட்டிருந்தது. அந்த முகலாய பாணி ஓவியத்தில் ஓடிய பொன்னிறக் கொடிகள் சொக்கத் தங்கமாக இருக்கலாம். அதன் பிரமாண்டத்திற்குப் பொருந்துமாறு காண்பதற்கரிய பெரும்பெரும் இயற்கை மலர்கள், தம் விரிந்து பரந்த இலைகளோடு அதில் செருகப் பட்டிருந்தன. அமேசான் காடுகளிலிருந்து வரவழைத்ததோ? புத்தம்புதிதாகத் தெரிகின்றனவே...

நீச்சல்குளம் தெரியும் ஃப்ரெஞ்ச் ஜன்னலையொட்டி பிரமாண்டமான பார். அதில் அடுக்கி வைக்கப்பட்டிருக்கும் விலை உயர்ந்த மதுப்புட்டிகள் சிலவற்றை இதுவரை நான் கண்டதில்லை. கொழுத்த வியாபாரிகளைப்போல சதுரமான பிராந்திக் குப்பிகள், கோட்டணிந்த மேலதிகாரிகளைப் போன்ற நீள்செவ்வக விஸ்கிக் புட்டிகள், ஒயிலான அழகிகளாக வளைந்து நெளிந்து நிற்கும் மெலிய ஷாம்பெய்ன் குப்பிகள், நகைகளோடு மிளிரும் குண்டு ஆண்ட்டிகளைப்போல உருண்டை வடிவமான செதுக்குவேலை செய்யப்பட ரம் புட்டிகள், டாட்டூ வரையப்பட்ட பதின்வயதுப் பிள்ளைகள்போல நெடிய உடலில் செல்ஃப் டிசைன் ஓடும் ஓட்கா குப்பிகள்... இவற்றோடு பொருந்தாமல் குழந்தைகளாக மஞ்சள், பச்சை, சிகப்பு, நீலத்தில் பியர் டப்பாக்கள்.

வகைவாரியாக அவை அடுக்கி வைக்கப்பட்டிருந்த நேர்த்தி, அந்த இடத்தில் போடப்பட்டிருந்த ஊதா விளக்குகள், ரோஸ்வுட் இழைக்கப்பட்ட பார் கவுண்ட்டர்... நுழைபவர்கள் எல்லோருமே தம்மையறியாமல் சிலநிமிடம் நின்று அந்த மாயலோகத்தை அதிசயித்தனர். பார் கவுண்ட்டரின் ஒரு மூலையில் அரையடி நீளத்தில் பெண்களுக்கான மெலிந்த சிகரெட்டுகள்; மறுமூலையில்

ஆண்களுக்கான வெளிநாட்டு சிகரெட்டுக்களின் அணிவகுப்பு. நானோர் விர்ஜினியா ஸ்லிம்மை எடுத்துக்கொண்டேன்.

தோட்டத்தைப் படம்பிடிக்கும் வலப்பக்கம், நெடிய உணவு மேடை. முதலில் வறுக்கப்பட்ட எல்லா விதமான உலர் கொட்டைகளின் வரிசை. அதையடுத்து காய்கறிகள், மாமிசங்கள் கலந்த அயல்நாட்டு சலாட் வகைகள். பின்னர் சிறிய தீநாக்குகளின் மீது பனீர், நடப்பன, நீந்துவன, பறப்பனவற்றின் ஸ்டார்டர்கள். பின்னால் மொகலாய பிரியாணி, புலாவ், புல்கா மற்றும் அவற்றிற்கான கறிவகைகள். அடுத்தாற்போல் பேக்கிங் பிரிவில் பீட்ஸா, கேக் போன்றவை ஓவனிலிருந்து சுடச்சுட எடுத்து தரப்பட்டன. கடைசியாக ஐஸ்கிரீம், புட்டிங், இனிப்பு வகைகள். கிடைத்தற்கரிய பழ வகைகள் முற்றுப்புள்ளி வைத்தன.

ஆங்காங்கு நான்கு பேர் சுற்றி அமரும்படி அளவான வட்டக் கண்ணாடி மேசைகள். மேசையின் நடுவிலிருந்த ஃபைபர் தாங்கிகூட நிறமற்று இருந்தால், அந்த மேசைகள் மிதப்பது போலத் தோன்றின. அவற்றைச் சுற்றியிருந்த மெத்தை நாற்காலிகள் வெள்ளை உறையணிந்து தங்களது கடைந்தெடுத்த தேக்குக் கால்களை மட்டும் காண்பித்து மயக்கின.

நான் மெலிந்த உயரமான கோப்பையில் ஷாம்பெயின் நிறைத்துக்கொண்டு சுற்றுமுற்றும் பார்த்தேன். நல்லவேளையாகப் பத்திரிகைக்காரி மிருணாளினி மூலை மேசையில் தென்பட்டாள். வழக்கம்போலப் பருத்தி சல்வாரிலேயே வந்திருந்தாள்.

இதற்குமுன் ஒரு விருந்தில், “பண்றது கோமாளி வேல. அதுக்கு எதப்போட்டா என்ன?”, என்றாள்.

நான் போய் மிருணாளினியின் எதிர் நாற்காலியில் அமர்ந்தேன். வழக்கம்போலக் கையைப் பிடித்து முறுக்கியவள், தன்னோடு வந்திருந்த புகைப்படக் கலைஞனை அறிமுகப் படுத்தினாள். அவன் இன்னும் வளர்ந்து முடிக்காத சிறுவனாகத் தெரிந்தான். பயிற்சி பெறுபவனாக இருக்கலாம்.

விழா நடத்தும் பிரமுகர் எங்கிருக்கிறார் என நான் அப்பாவியாகக் கேட்டேன்.

‘வந்து நின்று வரவேற்க நாமென்ன அவரின் விருந்தினரா? அவர் தன் செல்வச் செழுமையை வாரியிறைக்கிறார். இன்றொருநாள் நாம் அதைப் பொறுக்கித்தின்று அனுபவித்து அதிசயிப்போம்; நாளை ஊடகங்களில் பரப்புவோம்.’

நானெழுந்து போய் கொறிக்க உலர் கொட்டைகளும் ஃபிஷ் ஃபிங்கர்ஸும் எடுத்துவந்தேன். மிருணாள் அதற்குள் அடுத்தசுற்று மது எடுத்துவர எழுந்தாள். மேசைமேல் அவளது தட்டு பல்வேறு மாமிசங்களால் நிறைந்திருந்தது.

'சாப்பாடு ஒன்றுதான் எளிதாகக் கிடைக்கும் மகிழ்ச்சி. அதையாவது அனுபவிப்போமே' என்பது மிருணாளின் கொள்கை.

எங்கள் முதல் சந்திப்பில் பொதுத்துறை வங்கிப் பங்குபோல இளைத்திருந்த மிருணாள், சுற்று சுற்றாகப் பெருத்து இப்போது தனியார் வங்கிப் பங்குபோலக் கொழுத்திருந்தாள்.

பட்டம் முடித்ததும் உள்ளே கனலும் பொறியோடு, அந்த முன்னணி அரசியல் நாளேட்டில் மிருணாளினி பயிற்சிக்கு சேர்ந்தாள். கூர்க்கிகளுக்கே உரித்தான உயரமும், கத்திப்பிடி மூக்கும், சுருள்முடியும் கொண்ட மிருணாளினியைக் கண்டு, ஓர் ஆய்வுத் திட்டத்திற்காக ஸ்வீடனிலிருந்து வந்திருந்த பத்திரிகையாளன் ஆலன் மயங்கியதில் வியப்பில்லை. ஆலனும் அழகன்தானாம். சந்தித்த ஒரே மாதத்தில் இருவரும் திருமணம் செய்து கொண்டார்களாம். வாழ்க்கை செழிப்பாக ஓடிக் கொண்டிருந்தது. அப்படித்தான் இவள் நினைத்திருந்தாள்.

"I cant handle this relationship and resposibilities. Its too much for me. Am sorry. Bye. With love-Allen", மூன்றே வரிகள் எழுதி வைத்துவிட்டு மறைந்துவிட்டானாம் ஆலன். இடிந்துபோன மிருணாளினியை இரண்டு வயது மகனால் எப்படித் தேற்றவியலும்?

தேசாந்திரியான ஆலனிடமிருந்து அதன்பின் எந்தத் தகவலுமில்லை. மகனைத் தனியாக வளர்த்தெடுக்க வேண்டிய நிர்ப்பந்தத்தால் இரவுப்பணி பார்க்கவியலாத மிருணாளினி, அரசியல் துறையை விடுத்து பகலில் வேலைபார்க்கும் கலைத்துறைக்கு மாற்றிக் கொண்டாள். மகன் வளர்ந்தபிறகு, சில வருடங்களுக்கு முன்புதான் வியாபாரத் துறைக்கு உயர்ந்தாள். திரும்பிவந்த மிருணாளினியின் அகலமான குவளையில் ஐஸ்கட்டியில் தோய்ந்த பொன்னுருக்கு விஸ்கி.

"ஆன் தி ராக்ஸா?!", வியந்தேன்.

'இப்பல்லாம் டைல்யூட் பண்ணா பச்ச தண்ணியக் குடிச்சமாதிரி இருக்கு,' சிரித்து சிகரெட்டைப் பற்றவைத்துக் கொண்டாள்.

வீடுகூட வாடகைக்குக் கிடைக்காமல் அந்நாளில் பொருளாதார, சமூக நெருக்கடிகளால் மிருணாளினி காயப்பட்டது கொஞ்சமில்லையாம். குடியும் புகையும் அவளது மருந்துகள்.

அந்த இடத்திற்குப் பொருந்தாத மாணவப் பருவத்துப் பெண்களும் ஆண்களும் ஆங்காங்கு சிறு சிறு குழுக்களாகத் தென்பட்டனர். சம்பந்தமில்லாத இவர்கள் யாரென மிருணாளினியைக் கேட்டேன்.

'விருந்தை அழகு படுத்துவதற்காக இவர்கள் அழைக்கப் பட்டிருக்கிறார்கள். இவர்கள் எல்லோருமே பெங்களூரின் முன்னணி மாடலிங் நிறுவனத்தின் தேர்ந்தெடுக்கப்பட்ட விளம்பர அழகர்கள். அந்த நிறுவனந்தான் இவர்களை இங்கு அனுப்பியிருக்கிறது. இதற்காக அந்த நிறுவனமானது குறிப்பிட்ட தொகையைப் பெற்றுக்கொள்ளும். வரும் இளைஞர்களுக்குத் தம் தோழர்களுடன் களிக்க ஓர் இரவு. அவர்கள் வேண்டியதை உண்டு, குடித்து மகிழலாம்.' பத்திரிகையாளர்களின் ஞானத்திற்கு எல்லையே இல்லை. மிருணாளோடு வந்திருந்த புகைப்படக் கலைஞன் எழுந்து முன்னால் போய்விட்டான்.

மாடலிங் பையன்கள் உடல்மூடிய கோட் சூட்டில்; பெண்கள் உடல்திறந்த மினி ஃப்ராக்குகளில். ஐந்தேமுக்கால் அடிக்குக் குறையாத அப்பெண்கள், கிள்ளிப்பிடிக்க சதையில்லாமல் கண்ணில் ஜீவனின்றி பலவீனமாகத் தெரிந்தனர். ஆனால் அரையடி பின்ஹீல் செருப்பில் அந்தப் பெண்கள் ஃபிளெமிங்கோ கொக்குகள்போல ஒயிலாக இங்குமங்கும் நடந்தது அந்தச் சூழலுக்கு அழகு சேர்த்தது. பிரமுகரின் ரசனையை மெச்சத்தான் வேண்டும்.

நின்றுகொண்டிருந்த அந்த அழகர்களில் சிலர் எங்களுக்கு ஒரு மேசை தள்ளி அமர்ந்தனர். அதில் இருப்பதிலேயே வெளுப்பாக இருந்தவனின் நீள்சதுர முகத்தில் கூரான நாசியும் சிவந்த உதடுகளுமாக கிரேக்கச் சிற்பம்போல... அவன் எழுந்து நடந்துவர, பச்சைக்கண் புலப்பட்டது.

"மேம். டோன்ட் சிட் வித் திஸ் ட்ரங்கர்ட் லேடி. ஷீல் ஸ்பாயில் யூ", குழந்தையாய் சிரித்தான்.

'என் மகன்', மிருணாள் பெருமையாய் சொன்னாள்.

'மெய்யாலுமா?!'

'ஸ்வெடிஷ் கண்ணப்பாத்தா தெரீல?'

'இவ்ளூண்டு பையனா பாத்தது. அதுக்குள்ள...'

"ஹீ இஸ் ஒன்லி எய்ட்டீன் யா", என்னை அறிமுகப்படுத்தி வைத்தாள்.

என் ஒன்றிரண்டு கேள்விகளுக்கு பதிலிறுத்தவன், மேசையில் மிருணாள் நிறைத்திருந்த சாம்பல் படிகத்தை எடுத்துக்கொண்டு தன்னுடைய மேசைக்குத் திரும்பினான்.

“யூ ஸ்பாயில்ட் ப்ராட்!”, மிருணாளினி.

‘படிப்பை விட்டுவிட்டான். சித்ரகலாவில் சேர்த்துவிட்டேன். ஓரளவு வரையக் கற்றதும் அதையும் தொடரவில்லை. ப்ரஸாதிடம் சொல்லி மாடலிங்கில் சேர்த்துவிட்டேன். இதில் எவ்வளவு நாளோ? அப்படியே ஆலனைப்போல - எதிலும் நிலைப்பதில்லை.’

அவள் கண்களில் கொப்பளித்த உன்மத்தத்தைக் கண்ட நான், “டூ யூ ஸ்டில் லவ் ஆலன்?”

“யெஸ். தட்ஸ் மை ப்ராபளம்.”

பெருமிடறாகக் குடித்தவள், ‘உனக்கொன்று தெரியுமா? காதலுக்கு முடிவென்பதே கிடையாது. இவனும் என்னைவிட்டுப் போய்விடுவானோ என பயமாக இருக்கிறது. உன்னுடைய ஏமாற்றத்தின் பாரத்தை என்மீது ஏற்றாதே என்பான்.’

மிருணாளினியுடைய பாசம், உடமை, மகிழ்ச்சி, விசனம், நிறைவேறாத ஏக்கங்கள்... எல்லாமுமாக அவள் மகன் இருப்பது புரிந்தது.

‘அவனுடைய சிறு அதிர்வுகூட உன்னை வீழ்த்திவிடும் போலிருக்கிறதே...’

‘இருக்கலாம். என்னோட ஸ்மோக்கிங் கண்ட்ரோல் பண்ண அந்த ராஸ்கல் எப்புடி ஆஷ்ட்ரேயை ஒளிச்சிட்டான் பாத்தியா?’, அவள் கண்ணெல்லாம் மகனிருந்த திசையில்.

நான் விடாது, ‘அளவுக்கதிகமான பாசம் கூட அடிக்ஷன் தான் தெரியுமா?’

‘தெரியும். பட், சுயதேவையைப் பூர்த்தி செய்துகொள்வதில் மட்டும் திருப்தியடைவது மிருகங்கள்தான்’, அடிபட்ட மிருகமாய் பதிலுக்குத் தாக்கினாள்.

‘அப்படியானால் நானொரு மிருகமாக இருக்கவே விழைகிறேன்.’

கூட்டத்தில் சலசலப்பு. அந்த நிறுவனத்தின் உடமையாளர் தன் புதிய பெண்தோழியோடு நுழைந்தார். சூட் அணிந்தால் பெரிய மனிதராகத் தெரிவோமென்று கருநீல டெனிம் சர்ட்டும் கருப்பு பேண்ட்டும் அணிந்து வந்தார். அவரது உடலகலத்தில் பாதியே இருந்த அந்த பிரபல அழகி, ஒரு மெலிதான பீச்நிற கௌனில் தன் வளைவுகளை

நாசூக்காகக் கோடிட்டபடி அவரோடு இழைந்து நடந்து வந்தாள். அவருக்காக அவள் குதிகால் செருப்பைத் தவித்திருந்தாள்.

பிரமுகருடைய மனைவி இல்லத்தில் சாமியார், பூசை, புனஸ்காரமென்று தன்னை முற்றிலுமாக அந்த மனிதரிடமிருந்து துண்டித்துக்கொண்டு வாழ்வதாக மிருணாள் கிசுகிசுத்தாள். அடுத்தவர்களைப் பற்றிப் பேசும்போது சொந்தக் கவலைகளெல்லாம் எப்படி மாயமாகி விடுகின்றன? புறம் பேசுவதை ஓர் உளவியல் நிவாரணமென்று கூறுவேன்.

'இந்திய மனைவிகளுக்கு அங்கீகரிக்கப்பட்ட ஒரே விடுபடல் பக்தி மார்க்கம் மட்டுந்தானே', மிருணாளுக்கு சுருதி சேர்த்தேன்.

'குறைவாக மதிப்பிடாதே. சாமியார்னா வயசானவர்னு நெனச்சுக்காத. நடு வயதினன். யோகாசனமெல்லாம் பண்ணி சும்மா கல்லுமாதிரி இருப்பான். நா பாத்திருக்கேன். பங்களா காம்பவுண்டுக்குள்ளயே அவுனுக்கு ஸ்டார் ஹோட்டல் மாதிரி பர்ணசால கட்டிக் குடுத்திருக்காங்க.'

பிரமுகர், தரைவிரிப்பின் நடுவில் வந்து நின்று வரவேற்றார். அவரது உடல்மொழியில் லேசான போதை தெரிந்தது. செய்தவற்றை மறக்க எப்போதும் இவர்களுக்கு மது தேவைதான். சில ஆண்டுகளுக்குமுன் அந்த நிறுவனத்தின் பலகோடி வரி ஏய்ப்பை அம்பலப்படுத்திய இளம் ஐ ஏ எஸ் அதிகாரியொருவர், தற்கொலை என்கிற பெயரில் தூக்கில் தொங்கினார்.

எல்லோரும் வீட்டுவாரிய மந்திரியின் வருகைக்காகக் காத்திருந்தார்கள். சொன்ன நேரத்தில் வந்துவிட்டால் மந்திரி சும்மா இருப்பதாக ஆகிவிடும். ஆனால் பெரிய இடமென்பதால் காலே மணிநேரம் தன் முக்கியத்தை நிறுவுவதற்காகக் காக்கவைத்த மந்திரி, வந்துவிட்டார். இருவரும் கட்டிப் பிடித்துக்கொள்ள, கேமராக்களின் ஒளிமின்னல்கள் கண்ணைக் கூசவைத்தன. மந்திரியின் கைகள் பிரமுகரைச் சுற்றி வளைத்திருந்தாலும் கண்கள் பிரமுகரது தோழியையே சுற்றிச் சுற்றி வந்தன. பிரமுகரது கண்களோ மாடல் கொக்குகளை அவ்வப்போது மேய்ந்தபடி.

முதலில் பேச ஆரம்பித்த மந்திரி, அந்த நிறுவனமானது நியாயமான விலையில் அதிசிறந்த வீடுகளை மக்களுக்குக் கட்டித் தருவதாகத் தெரிவித்தார். அந்த நியாயமான விலை ஆரம்பிப்பதே கோடியில்தான். இந்த சேவைக்காக அந்த நிறுவனத் தலைவரின் அயராத உழைப்பையும் திறமையையும் குண நலன்களையும் வானளாவப் புகழ, பிரமுகரே நெளிந்தார். அடுத்த

பெக்கிற்கு எழுந்துசெல்ல இயலாமல் குடிமக்கள் நெளிய, மந்திரி இங்கிதமறிந்து தன் பேச்சை மிகுந்த கட்டுப்பாட்டோடு முடித்தார். முடிப்பதற்கு முன் அவர் ஓவியத்திலிருந்த பிரமுகரின் தந்தையைப் பற்றியும் நான்கு நல்வார்த்தைகள் கூற மறக்கவில்லை.

அடுத்துப் பேசவந்த பிரமுகர் முதலில் மந்திரியை வரவேற்றுப் பிறகு வந்திருந்த பெரும்புள்ளிகளையும் குறிப்பிட்டு வரவேற்றார். தனது நன்றிக் கடனாக மந்திரியை அவர் சற்று மிகையாகப் புகழத்தான் வேண்டியிருந்தது. பேசும்போது அப்படியும் இப்படியுமாகத் திரும்பியபோது, அவரது ஒரு காதில் அணிந்திருந்த சாலிடேர் வைரக் கடுக்கன் ஒளிவீசியது. சாயமடிக்காமல் விட்டிருந்த அவரது சாம்பல் சிகையில் அவரது தன்னம்பிக்கை தெரிந்தது. முகம் சுருக்கமின்றி, அளவைமீறாது உப்பிய கன்னங்கள் இறுக்கமாக... அவரிடம் ஒரு கவர்ச்சி இருக்கத்தான் செய்தது.

'செக்ஸி யார். ஒண்ணூல்லாமயா பொண்ணுங்க...'

அவருடைய சத்தமில்லாத பேச்சில், நடவடிக்கைகளில் - மேல்நாட்டில் படித்த நாசூக்கு தெரிந்தது. வந்திருந்தவர்களை நண்பர்களே என விளித்து நன்றி நவின்றவர், இஷ்டம்போல் விருந்தை அனுபவிக்கச் சொல்லி கோப்பையை ஸ்டைலாக உயர்த்தி 'சியர்ஸ்' சொல்ல, கூட்டமும் 'சியர்ஸ்' என்று ஆரவாரித்தது. சற்று நேரத்தில் மந்திரி கிளம்பிவிட, அந்தஇடம் கலகலப்பானது. ஒவ்வொருவராக வந்து பிரமுகரிடம் பூங்கொத்தைக் கொடுத்து வாழ்த்திவிட்டு உணவருந்தப் போயினர். நான் எழாமல் கூட்டம் குறையக் காத்திருந்தேன்.

தம் பெரிய உடல்களில் வைரங்களைச் சுமந்துகொண்டு அலம்பல் செய்யும் செழுமையான வி.ஐ.பி. ஆன்ட்டிகளில் சிலரைப் பற்றி மிருணாள் சுவாரசியமான தகவல்களைச் சொன்னாள். அவர்கள் எல்லோருமே அழகு நிலையங்களிலிருந்து நேராக இங்கு வந்திருந்தது புலனானது. சாயமடித்த சொற்பமான சிகை, பளபளப்பு ஊட்டப்பட்டு கவனமாகப் பரத்தப் பட்டிருந்தது. விருந்துகளுக்குப் போவதையே பொழுது போக்காகக் கொண்ட அவர்களது கண்களின் கீழே தொங்கிய குட்டிப் பைகளை ஒப்பனை மறைக்க முயன்று தோற்றிருந்தது. தம் உடல் எடையைக் குறைப்பவர்களுக்கு சொத்தில் பங்கெழுதி வைக்கத் தயாராக இருக்கும் அந்த ஆன்ட்டிகள், 'சற்று எடை குறைந்திருக்கிறீர்களே', என யாராவது சும்மா நல்வாக்கு சொன்னால் பூரித்து ஒருகிலோ எடை கூடிவிடுவர். அவர்கள் தமக்காகவே பிரத்தியேகமாகத் தைக்கப்பட்ட ப்ளஸ் அளவு உடைகளின் கீழ் பிளவுகளில் கால்,

சட்டைக் குடைசலில் கை, ரவிக்கைகளின் ஆழக் கழுத்தில் மார்புப்பிளவு அல்லது முதுகு... இப்படியாகத் தமது ஏதாவது ஓர் அங்கத்தின் தளர்ந்த சதையை வெளிப்படுத்தித் துன்புறுத்தினர். அடர்த்தியாக உதட்டுச்சாயம் பூசியிருந்த அந்த ஆன்ட்டிகளில் பலர் ஒருவரை ஒருவர் அறிந்திருந்தனர். அதனால் அவர்கள், ஆடை அலங்காரங்களைப் பரஸ்பரம் விமரிசித்துக் கொண்டனர். மிகையாக நடிக்கும் இவர்கள் இல்லாமல் எந்த விருந்தும் களைகட்டாது. அவர்களது விலையுர்ந்த கைப்பைகள் எல்லாமே மேல்நாட்டவை. தூக்கலாக வாசனைத் திரவியமடித்து கோட்டணிந்த வழுக்கை அங்க்கிள்கள், இளம் பெண்கள் கிடைக்காவிட்டால் அடுத்த ஆன்ட்டியிடம் வழிந்தனர்.

பிரமுகரின் பின்னால் கொண்டுவந்து போடப்பட்ட மரமேசை, பூங்கொத்துக்களால் வழிய ஆரம்பித்தது. முழுதும் மலராத மலர்கள் கழுத்து முறிக்கப்பட்டு நெகிழித் தாளில் இறுக்க அடக்கம் செய்யப்பட்டு ஒன்றன்மீது ஒன்றாகக் குற்றுயிரும் குலை உயிருமாக மூச்சுத் திணறிக் கொண்டிருந்தன. காட்டுப்பூவோ, கத்தரி அவரைப் பூவோ... பூக்களில் அழகில்லாததே கிடையாது. அவை செடியிலேயே ரசிக்கப்பட வேண்டியவை. அதனாலேயே நான் திருமணங்களுக்கும் விழாக்களுக்கும் பூங்கொத்து வாங்கிச் செல்வதில்லை. ஒரு மரணத்திற்காக ஓராயிரம் மலர்களை வதம் செய்வதிலும் எனக்குச் சம்மதமில்லை. தவிர்க்கமுடியாத சாவிற்கு ஏலக்காய் அல்லது மரச்சீவலில் திரவியம் தெளிக்கப்பட்ட -பெயருக்கு சந்தன மாலையை வாங்கிச் செல்வதுண்டு. பெரிய பூங்கொத்தை வாங்கிச் செல்லுமாறு கிஷோர் ஆணையிட்டிருந்தான். நான் உலர்ப்பூக்கள் ஒட்டப்பட்ட வாழ்த்து அட்டையையே வாங்கினேன். அவனுக்கென்ன தெரியவா போகிறது?

ஆனால் இப்போது தனியாகச் சென்று இந்த சிறிய வாழ்த்தட்டையைக் கொடுக்கக் கூச்சமாக இருந்தது. தன் சகாக்களோடு மிருணாளினி ஐக்கியமாகி விட்டாள். அவளை அணுகி, "நீ ஏதும் கொடுக்கவில்லையா?", காதைக் கடித்தேன்.

'பத்திரிகையாளர்களுக்கு எதையும் குடுத்துப் பழக்கமில்ல; வாங்கித்தான் பழக்கம். அம் ஐ ரைட்?', மிருணாள் சற்று உரத்து கேட்க கூடியிருந்த கும்பல் அட்டகாசமாக சிரித்து ஆமோதித்தது. தயைகோர்ந்த மிருணாள் என் கூடவர, நான் பிரமுகரிடம் அட்டையைக் கொடுத்துவிட்டு சிரிக்க முயன்றேன். அதை வாங்கியவர் நொடியில் பின்னால் எறிந்தார். அப்பாடா, வந்தவேலை முடிந்துவிட்டது. அவரது சிவந்த கண்கள் திகிலூட்டின.

மிருகங்கள் பசித்தபோது மட்டும் ஒரே விலங்கை வேட்டையாடிப் புசிக்கும். மனிதன்தான் எப்போதும் எல்லாவற்றையும் வேட்டையாடுபவன். அவனது தேவைகள் எண்ணிலடங்காதவை ஆதலால் அவன் எப்போதுமே பாயத் தயாராகப் பதுங்கியபடி இருக்கிறான். தன்னுடைய சொந்த இனத்தையே வேட்டையாடும் ஒரே மிருகம் மனிதன் மட்டுமே.

எனக்கு இறந்த அந்த வர்த்தகவரி அதிகாரியின் தூங்குவதுபோன்ற முகமும், உதட்டோரம் உறைந்திருந்த குருதியும் துண்டை வாயில் திணித்தபடி அவரது தந்தை உகுத்த கண்ணீர் மாலையும், அவரது குழந்தையும் துலக்கமாகத் தெரிந்தன. அதற்குமேல் அங்கிருந்து உணவருந்த இயலவில்லை. என்னை உணர்ந்து சற்று வியப்படைந்த நான், வெளியேறி ஆழ சுவாசித்தேன். ஆனால் கண்டடைவதல்ல வாழ்க்கை; உருவாக்கிக் கொள்ளுதலே வாழ்க்கை.

கேபில் வரும்போது, அண்ணனுக்கு வரனாக வந்த ஊழல் எம்.எல்.ஏ-வின் மகளை நிராகரித்துவிட்டு சாதாரண குடும்பத்தைச் சேர்ந்த அனுவைத் தேர்ந்தெடுத்த அப்பா நினைவுக்கு வந்தார். வீட்டிற்குச் சென்றதும் அப்பாவின் கைபேசிக்கு அழைத்தேன்.

“என்னடா?”, பதறினார். ஓ... மணி பதினொன்றரை.

“ஒண்ணூல்லப்பா. சும்மாதான். தூங்கிட்டீங்களா?”

“தூக்கம் எங்க வருது?”

இதற்குமேல் அவரிடம் என்ன பேசுவதென்று தெரியவில்லை. அப்பாவே என் நலன்களை விசாரித்து அடியெடுத்துக் கொடுக்க, நானும் அங்கிருக்கும் ஒவ்வொருவரைப் பற்றியும் கேட்டேன். பிறகு சென்னை வெயிலைப் பற்றி. அப்பா தொடர்ந்து வெயிலைப் பற்றி அங்கலாய்த்தார். சென்னையின் கடலைப் பற்றி எனக்கு ஏன் கேட்கத் தோன்றவில்லை? அப்படியே கேட்டிருந்தாலும் அப்பா இவ்வளவு நேரம் பிரஸ்தாபித்திருக்க மாட்டார். மனமானது சுகங்களை விழுங்கிச் செரித்துவிடுகிறது. செரிக்காமல் நொதித்திருக்கும் அசவுகரியங்கள்தான் ஏப்பமாக எழும்பி வெளிவருகின்றன.

முன்போல் செய்தித்தாளில் படிக்கும் உலகச் செய்திகளை அப்பா சொல்லிக் கேட்கவேண்டும் போலிருந்தது. மேலைநாட்டு நடிகர்களும் விளையாட்டு வீரர்களும் மில்லியன்களில் ஈட்டும் டாலர்களையும் யூரோக்களையும் துல்லியமாகப் பெருக்கி, ரூபாயில் மாற்றிச் சொல்வார் அப்பா. ஒருவேளை அவற்றைக் கேட்டுக் கேட்டுத்தான் எனக்குள் பணம் பெருக்கும் ஆசை வேரூன்றியதோ என்னவோ? அவர் சொல்லும் செய்திகளை, சிறுமியாகிய நான்

கண்விரியக் கேட்பேன். அவர்கள் பரிசு வாங்கியதற்காக நாங்கள் குதூகலிப்போம். நாளாவட்டத்தில் அந்தச் செய்திகளில் நான் அசிரத்தை காட்ட, அப்பா அவற்றைச் சொல்வதை நிறுத்திக் கொண்டார். பேசுவது பில்லியனில்; சம்பாதிப்பது ஆயிரத்தில் என நான் உள்ளூர எரிச்சல்படத் தொடங்கியது உண்மை.

நேருக்குநேர் பார்த்துக் கொண்டிருக்கையில் வீற்றிருக்கும் மௌனத்தைவிடத் தொலைபேசியில் சீறும் மௌனத்திற்கு வீரியம் அதிகம். அதன் விஷம் தாளாத நான், "குட்நைட்", கூறித் துண்டித்தேன்.

10

இந்த வாரம் முழுக்க சந்தையானது அதிர்வுகளின்றி படிப்படியாக முன்னேறிக் கொண்டிருந்தது. அமெரிக்க அதிபர் இதுவரை எதுவும் ஏடாகூடமாகச் சொல்லவில்லை. உலகின் எல்லா சந்தைகளுமே பசுமை பூசிக் கொண்டிருந்தன. லக்கி ஸ்டாக்ஸில் நுழைந்த நாயர், "மார்க்கெட் ஈஸ் கோயிங் அப். ஆனா என் போர்ட்ஃபோலியோ* அப்புடியேதான இருக்கு?", குறைப்பட்டுக் கொண்டார். லக்கிஸ்டாக்சின் ஆலோசனைப்படி அவர் வாங்கிச்சேர்த்த 50லட்சம் மதிப்புள்ள பங்குகள் 3வருடத்தில் 70லட்சம் ஆகியிருக்கிறது என்று சிபியும் பிரதீப்பும் ஏற்கெனவே தெரிவித்திருந்தார்கள். இதைவிட வேறென்ன வேண்டும்?

"சார், இட்ஸ், மச் மோர் தேன் த பேங்க் இண்ட்ரஸ்ட்", சிபி சூசகமாகச் சொன்னான்.

வாடிக்கையாளரின் ரகசியத்தைக் காக்கவேண்டுமே. லேசாகக் கசங்கிய சட்டையும் பழைய பேன்ட்டும் அணிந்துவரும் வழுக்கைத்தலை நாயரை முக்கால் கோடி பெறுமானமுள்ள பங்குகளுக்கு அதிபதி என்று சொல்லமுடியாது. இது தவிர சொந்த வீடு, மனை, இத்யாதி. சுறுசுறுப்போடு வர்த்தகம் செய்யும் எங்களைப் பணிஓய்வு பெற்ற அவர், ஒரு பெருமூச்சோடு பார்த்துக் கொண்டிருப்பார். அவ்வப்போது அதை வாங்கலாம், இதை விற்கலாம் என ஆலோசனை சொல்வதோடு சரி. அவசரப்பட்டு தான் எதையும் செய்துவிடமாட்டார், நாயர். அதனால் அவர் தினம் வருவதில்லை.

"எங்க ஆ புது ஆளக் காணோம்?", நாயர். போனவாரம் பத்தாயிரம் கட்டி தினம் அவ்வப்போது வந்து ஆப்ஷன் வாங்கி விற்றுப்போன புது மனிதனைப்பற்றிக் கேட்டார்.

★ போர்ட்ஃபோலியோ – முழுதாக முதலீடு செய்து வாங்கி வைத்திருக்கும் பல்வேறு பங்குகளின் கூட்டு.

“மார்ஜின் கயா”, பிரதீப்.

“சோ சேட்”, நான்.

“டூ ஆர் டை பார்ட்டி டைட்”, சிபி.

பிரச்சினை என்னவென்றால், நாயர் தான் வாங்கும் பங்குகளை விற்கவே மாட்டார். அது அவரால் முடியாதது. தன் பேரப்பிள்ளைகளுக்கென அவற்றை சேர்த்து வைப்பார். பங்குகள் விலை குறையும்போது வாங்கி, அவை ஏறும்போது விற்றுக்கொண்டே இருக்கவேண்டும். அப்போதுதான் பணம் வேகமாகப் பெருகும். பங்குகளின்மீது பற்று வைக்கக் கூடாதென்பது சந்தையின் விதியாகும். ஏனெனில் பெரும்பாலான பங்குகளுக்கும் ஒரு சாச்சுரேஷன் புள்ளி இருக்கும். அதைத் தொட்டபின் அவை வேகமாக ஏறாது. சிலவை இறங்கக்கூடச் செய்யும். சில ப்ளூசிப் பங்குகள் மட்டுமே இதற்கு விதிவிலக்கு.

வர்த்தகத்தின் நட்டாற்றில் நின்றுகொண்டிருந்த சபாபதி, “இப்ப வந்துர்ரேம்மா”, கைபேசியில்.

மகளுக்கு ஜுரமாம். மருத்துவமனைக்குப் போகவேண்டும். சுருக் நறுக்கென்று தன்னுடைய 2 இருப்புக்களை நிமிடத்தில் துண்டித்துவிட்டுக் கிளம்பினார். வாசலில் செருப்பணிந்தவர், மீதமிருக்கும் இரண்டு இருப்புகளைப் பார்த்துக் கொள்ளும்படி சொல்லிவிட்டுப் போனார்.

தொலைக்காட்சித்திரை திடீரென்று மாறியது. பத்திரிகையாளர்கள் நிறைந்ததோர் பரபரப்பான அரங்கம். ஒரு நீதிபதி பத்திரிகையாளர்களை சந்திப்பது இந்தியாவில் இதுவே முதல் முறை. மத்திய அரசானது வழக்குகளைப் பிரித்துக் கொடுப்பதில் நீதிபதிகளுக்கிடையே பாரபட்சம் பார்க்கிறது என்று குற்றம் சாட்டினார் அந்த நீதிபதி. தன்னிரு சகாக்களோடு நின்ற அவர், சக நீதிபதி ஒருவரின் மரணம் சம்பந்தப்பட்ட வழக்கை உதாரணமாகக் காட்டினார். இதனால் மக்களவை அமளி துமளிப்படுகிறது.

மழையில் ஆலங்கட்டி விழுவதைப்போல சந்தை வேகமாக வீழ்ந்தது. அரசாங்கம் கவிழக்கூடும் என்கிற ஐயமாம். நிஃப்டி 100 புள்ளிகள் குறைய, தொலைபேசியும் கைபேசியுமான 2 வர்த்தக எண்களும் இடையறாது ஒலித்தன. சிபி, பிரதீப்-இருவரின் விரல்களும் கணினியின் விசைப்பலகையில் போட்டி போட்டுக்கொண்டு நடனமாடின. ஊடே புகுந்து, அன்று வாங்கிய என் பங்குகளை நஷ்டத்திற்கு விற்றுவிட்டேன். இந்த அபாயகரமான

நிலையில் எப்படி சந்தையை விட்டுப் போகமுடியும்? நான் அலுவலகம் திரும்பும் உத்தேசத்தைக் கைவிட்டேன்.

இதற்கிடையே சிபி சபாபதியை அழைக்க, அவர் எடுக்கவில்லை. சிறிது நேரத்தில் செருப்பை உதறி நுழைந்த சபா திரையைப் பார்த்து, "அதுக்குள்ள என்னாச்சு?" பிரதீப் நடந்ததை சுருங்கச் சொல்ல, சிபி, தானழைத்ததைச் சொன்னான்.

"டாக்டர் முன்னாடி இருந்தேம்மா. நீயே கட் பண்ணிருக்கலாமே."

'பண்ணிருப்பேன். சரசரன்னு விழுந்துடிச்சி. ஒடனே ரெகவர் ஆனா என்ன செய்றதுன்னு...'

பத்திரிகையாளர்கள் சந்திப்பு முடிய, திரைக்கு வந்த பங்குப் பரிந்துரையாளர்கள் 'விழும் கத்தியைப் பிடிக்கவேண்டாம்', என எச்சரித்தனர். அதன்படி நிஃப்டி இன்னுமோர் 50 புள்ளி வீழ்ந்தது. நாற்பதே நிமிடத்தில் சாதனையாக மருத்துவரைப் பார்த்துத் திரும்பியும் இப்படி ஆகிவிட்டதேயென்று அங்கலாய்த்த சபாபதி, அடுத்த நிமிடமே புட் ஆப்ஷன்களை வாங்கத் துவங்கினார். சந்தையின் போக்குக்கு ஏற்றபடி மின்னலாய்த் தன் வர்த்தகங்கங்களை எதிர்த் திசையில் திருப்பிக்கொள்ளும் சபாபதியின் வேகம் வேறு யாருக்கும் வராது. இந்த அதிவேகமே அவரை எதிலும் நிலைக்கவிடாது லாபத்திற்கும் நஷ்டத்திற்குமாக மாறிமாறி அலைக்கழிப்பதாகும்.

இப்போது நிஃப்டி மொத்தமாக 250 புள்ளிகள் கழிவில். சிபிதான் துணிந்து அதிகமாக வீழ்ந்த ஒன்றிரண்டு ஹை பீட்டா பங்குகளை சிறிது சிறிதாக வாங்கினான். தரையில் குத்திய பந்துபோல அதிகம் வீழ்ந்தவைதான் சந்தை குணமாகும்போது அதிகமாக உயரும். 'ஒரே நாளில் இன்னும் எவ்வளவுதான் வீழ்ந்துவிட முடியும்?' என்பது அவன் வாதம். 'அப்படியே வீழ்ந்தாலும் நாளிறுதியில், நாள் வர்த்தகர்கள் ஸ்கொயர் ஆஃப் செய்வதற்காக அவற்றை வாங்கத்தானே வேண்டும்? அப்போது வரும் ஏற்றத்தில் நாம் விற்று தப்பித்துக் கொள்ளலாம்', பிரதீப்பும் தைரியம் சொல்ல, நானும் கொஞ்சம் கொஞ்சம் வாங்கினேன். கோழிக்கோட்டிற்குப் போயிருந்த மத்தாய் சார் அங்கிருந்து தொடர்புகொண்டு, வாங்கலாமா என்று ஆலோசனை கேட்டார். வாங்கலாமென்று சொன்னதும் அதிக விலையில்லாத 2 மிட்கேப் பங்குகளை வாங்கச் சொன்னார். நாங்களும் அவற்றை வாங்கினோம்.

நிஃப்டி மேலும் 25 புள்ளி விழ, தைரியம் பெற்ற நான், "வாங்கிய பங்குகளையே இன்னும் சிறிது வாங்கி சராசரி செய்யலாமா?",

வினவினேன். சிபி, இன்னும் விழக் காத்திருக்கும்படி அலட்டிக்கொள்ளாமல் சொன்னான். இன்னும் விழுமென்றால் முன்பே ஏன் வாங்கவேண்டும்? ஓர் ஊகத்தின் பேரில்தானே பங்கு வர்க்கமே நடக்கிறது. குறிப்பிட்ட பங்கானது அன்றைக்கு செல்லும் திசையை சரியாக ஊகிக்க வேண்டும். அதிகமாக முன்னும் பின்னும் ஊசலாடும் -வர்த்தகர்களின் அபிமானப் பங்குகள் சிலவுண்டு. ஒரே நாளில் அவை மேலேறத் துவங்குகையில் வாங்கியும் கீழிறங்க ஆரம்பிக்கையில் விற்றும் பணம் பண்ணுபவர்கள் உண்டு. இன்று ஒருவேளை சந்தை மேலும் விழாமலிருந்தால் நல்ல வாய்ப்பு நழுவிப் போய்விடும். ஒரு பங்கின் அடியையும் முடியையும் மட்டும் சரியாகத் தொட ஆண்டவனாலும் ஏலாது.

நிஃப்டி மேலும் 25 புள்ளி விழ, 'இப்போது ஆவரேஜ் செய்யலாம்', சிபி பச்சைக்கொடி காட்ட, நான் செய்தேன். வாயடைத்துப்போன நாயர் சார் முகத்தில் ஈயாடவில்லை. அவருடைய பங்குகள், கடந்த சிலமணி நேரங்களில் சில லட்சங்கள் மதிப்பிழந்தது நிச்சயம். சொல்லிக்கொள்ளாமல் எழுந்து இடத்தைக் காலிசெய்தார். நானே உணருமளவிற்கு என் முகமும் இருளடைந்தது. என் போர்ட்ஃபோலியோவின் மதிப்பு லட்சமளவிற்கு மதிப்பு குறைந்துவிட்டது. பங்குகளை வைத்திருப்பவர்களின் இதயம் இதுபோன்ற அதிர்ச்சிகளைத் தாங்கித்தாங்கி பலப்பட்டு விடும். தொலைபேசிகள் அமானுஷ்ய அமைதியிலிருந்தன.

எந்தப் பங்கையுமே வைத்துக்கொள்ளாத சபாபதி, "நிஃப்டி மொத்தமாக 500 புள்ளிகள் விழுந்துச்சுன்னா ?" என,

சிபி, "மார்ஜின் க்ரன்ச் வந்துடும் சாரே"

பிரதீப், "எல்லா எஃப் அண்ட் ஓ பொசிஷனையும் கட் மாடபேகு."

அவர்கள் அட்டகாசமாக சிரித்தார்கள். உடைமைகள் அதிகமாக ஆகத்தான் உளைச்சல்களும் அதிகமாகும்.

ஒருமணி நேரத்தில் பிரதமருக்கு ஆதரவாக மற்ற நீதிபதிகள் வாக்குமூலம் கொடுத்தனர். எனவே அரசுக்கு ஆபத்தில்லை. எந்தக் கொம்பனாலும் நம் அரசியல்வாதிகளை அசைக்க முடியாது. சந்தை ராக்கெட் வேகத்தில் சுதாரித்தெழ, தொலைபேசிகள் அடிவாங்கிய பிள்ளைகளைப் போல அலறின. தொலைக்காட்சி அறிவிப்பாளர்கள் கத்திக்கத்தித் தொண்டை வறண்டதுதான் மிச்சம். சாதாரணப் பொறியை ஊதி நெருப்பாக்குவதையே அவர்கள் தொழிலாகக் கொண்டிருந்தனர். அந்த நெருப்பில் பொசுங்கிப் போவன பற்றிய கவலை அவர்களுக்கில்லை. நிஃப்டியானது இறுதியாகப் பழைய

புள்ளிகளிலிருந்து சிறிதுமட்டும் கீழே நின்றது. என் பங்கிருப்பின் மதிப்பு பழைய நிலையை நெருங்க, தொலைத்த பொருள் கிடைத்த மகிழ்ச்சியெனக்கு. பாவப்பட்ட உடைமைக்காரர்களுக்கே உரித்தான மகிழ்ச்சி.

இதற்கு முன்பெல்லாம் இதுபோன்ற பெரும் சரிவுகளின்போது அச்சத்தோடு ஒதுங்கியே இருப்பேன். நெருப்பு வளையத்தில் புகுந்து காயப்படாமல் வெளிவரும் லாவகத்தை நான் இங்குதான் பயின்றேன். நாங்கள் வாங்கிய பங்குகளை விற்றுக் கணிசமாக ஈட்டினோம்.

சபாபதி மட்டும், "சே! லைஃப்டைம்ல எப்பவோ ஒருவாட்டி வர்ற சான்ஸ மிஸ் பண்ணியாச்சு. எவ்ளோ லாஸ் பண்ணிருக்கோம்? இன்னும் வாங்கியிருக்கணும்" பொருமினார்.

"யூ ஆர் ஜெலஸ் தட் வி மேட் மோர் மணி", சிபி அவரைச் சீண்டினான்.

நான் கிளம்ப, "யூ ஆர் லீவிங் த மணி அண்ட் கோயிங்", சபாபதி.

விழும் கத்தியைக் கையறுக்காமல் பிடித்து சாதித்த பெருமையெனக்கு.

> "மற்றவர்கள் பயத்திலிருக்கும்போது பேராசைப்படு
> மற்றவர்கள் பேராசையிலிருக்கையில் பயப்படு"

- என்கிற வாரன் பஃபெட்டின் கூற்றே பங்குச் சந்தையின் தாரக மந்திரம்.

11

நாளை பிரதீப்பிற்குத் திருமணம். கூடியவரை விழாக்களைத் தவிர்ப்பவள் நான். அந்த இரைச்சலும் கூட்டமும் எனக்கு ஆகாது. தவிர, நாட்கணக்கில் வியர்வை சிந்திக் கழித்த கிலோ எடை, அங்கு கண்டதையும் ருசிபார்த்து ஒரே மணிநேரத்தில் கூடிவிடும். ஆனால் தினந்தினம் பிரதீப் முகத்தில்தானே விழித்தாக வேண்டியிருக்கிறது. எனவே இதைத் தவிர்க்கவியலாது. மாலை வரவேற்பு. எல்லோரும் ஒன்றாகப் போகலாமென்று பேசி முடிவு செய்தோம். சபாபதி, மனைவியோடு காரில் வருவதாகச் சொன்னார்.

மணி பத்தரை தாண்டியும் டீ இன்னும் வரவில்லை. அந்த சாக்கிரீன் கொதிநீரிலிருந்து தப்பித்தாகிவிட்டது. ஆனால் அவர்களில் ஒருத்தியாக என்னை உறுதிப்படுத்திக்கொள்ளும் முகமாக, டீயை மறுக்காது பருகுவேன். அட்டை கப்பில் கிடைக்கும் சூடு, பெங்களூரு குளிருக்கு இதமாகவே இருக்கும். எல்லாவற்றிற்கும் மேலாக, அதன் நீர்மை எனக்குப் பிடித்திருந்தது.

மாலை செய்யவிருக்கும் திருமண வரவேற்பிற்காக ஒரு புத்தம்புதிய சர்ட்டை அணிந்து வந்த மத்தாய் சார், திரைமுன் சாவகாசமாக அமர்ந்தார். சில பங்குகள் ஒரே நாளில் 5 சதவீத மேல் சர்க்கியூட்டையும் கீழ் சர்க்கியூட்டையும்* மாறிமாறித் தொட்டு நம்மை அலங்க மலங்கடிக்கும். ஒரு மஞ்சுவிரட்டுக் காளையைப் பிடிப்பதைப்போல அவற்றைத் திறமையோடு கையாண்டால் நல்ல லாபம் கிடைக்கும். பிடி தவறினால் அதிக காயப்பட நேரிடும். அதுபோன்ற சமயங்களில் மத்தாய் சார்தான் எங்களுக்கு ஆலோசகர்.

'அவர்கள் இன்னும் உயரக் கொண்டுபோக முடிவு செய்துவிட்டார்கள்; உயரம் போனபின் போட்டு உடைப்பார்கள்,'

---

* சர்கியூட்– முதல்நாள் விலையின்மீது 5% கூட்டியும் குறைத்தும் சர்கியூட் எனப்படும் எல்லைகள் இருக்கும். பங்கின் விலை அதை மோதி நின்றால் அது திறக்கப்பட்டு அடுத்த சர்கியூட் 10%, அதற்கு அடுத்தடுத்து 15%, 20%, என தொடர்ந்து திறக்கப்படும்.

என எச்சரிப்பார். இதைச் சொல்லும்போது மத்தாய் சாரின் முகத்தில் ஓர் உளவாளிக்கான மர்மவுணர்வு தெரியும். அவர்களுடைய நடவடிக்கைகளை இவர் டெலிபதியில் அல்லது ஒளிந்திருந்து பார்த்துக் கொண்டிருப்பதாய்த் தோணும்.

சந்தை வழக்கமானதாகவே மதியமும் இருந்தது.

கணினித் திரையையே பார்த்துக்கொண்டு அமர்ந்திருந்த சபாபதி, "ஐயோ, மறந்துட்டேன். பையன ஸ்கூல்லருந்து கூட்டிட்டு வரணும். இன்னைக்கு எக்ஸாம்", காற்றாய் மறைந்தார்.

'ரத்னா சார், வரவழீல தண்ணி கேனுக்கு சொல்லிட்டா நல்லது. குடிக்க ஒரு சொட்டுகூட வெள்ளமில்ல,' சிபி.

ஒருவர் விடுமுறையில் போனால், சிபியோ பிரதீப்போ மதியம் சாப்பிடக்கூடக் கணினியை விடுத்துப் எழுந்து வெளியே போகமுடியாது. வீட்டிலிருந்து கொண்டுவந்திருந்தால் அங்கேயே சாப்பிடலாம். இயங்கலையில் உணவு வரவழைக்க இயலாத பஞ்ச காலமென்றால் சபாபதிதான் அவர்களுக்கு உணவு வாங்கிவந்து கொடுப்பார்.

15 நிமிடத்திற்குள்ளாக சபாபதி திரும்பிவந்தார். தண்ணீருக்கு சொல்லிவிட்டாராம்.

"ரத்னா சார், ஐ ஏர்ன்ட் சிக்ஸ்டி ரூபீஸ். ஒன் ட்வென்ட்டி பிரியாணி ஒன் லி சிக்ஸ்டி ருபீஸ்", சிபி கூவினான்.

"எனக்கும் சேத்து ஒண்ணு ஆடர் பண்ணியிருக்கலாம்ல. அபிக்குக் (அவர் மகன்) குடுத்திருப்பனே."

"டோன்ட் வொர்ரீ. நாளைக்கும் ஆஃபர் வரும். யூ வில் கெட் இட்", ஆறுதல்.

வந்த பிரியாணியை கவுண்ட்டர் கோடியிலேயே பிரித்துவைத்து சாப்பிடத் துவங்கியதும் பச்சடியின் வெங்காய வாடை மூக்கை உறுத்த, நான் முன் வராண்டாவிற்குச் சென்று நின்றேன்.

உள்ளிருந்து அட்டகாசமான சிரிப்பும் ஓங்கிய பேச்சரவமும் கேட்டன. அப்படி என்னதான் பேசியிருப்பார்கள்? சிபி, பிரதீப்பின் திருமணம் குறித்து விரசமாக ஜோக்கடித்திருப்பான். நானிருப்பது அவர்களுடைய சுதந்திரத்தைக் குறைக்கிறதோ?

என்னதான் பால் வேறுபாடின்றி பழகினாலும், ஆண்களின் உலகம் ஒரு பெண்ணை விருந்தினளாக ஏற்குமேயன்றி அங்கத்தினளாக ஏற்காது. ஆனால் என்னால் பெண்கள் உலகத்திற்குள்ளும்

பொருந்திப்போக முடிவதில்லை. தனியாளான நான், செய்வதறியாது நின்றுகொண்டிருந்தேன்.

தெருவில் வரும் கஜலெட்சுமியை நோக்கிப் புன்னகைத்தேன். அதில் பாதியை மட்டும் திருப்பித் தந்த கஜலட்சுமியோடு நானும் உள்ளே நுழைந்தேன். கஜலெட்சுமி என்னைப் பேரண்டத்திற்கு அழைத்தபோது நான் நிராகரித்ததின் விளைவே- இந்தப் பாராமுகம். நவராத்திரி சமயத்தில் என்னை மஞ்சள், குங்குமம் வாங்கிக்கொள்ளத் தன் இல்லத்திற்கு அழைத்தார். இதெல்லாம் ஒவ்வாத நான், அவர் கேட்டதற்கு நாளை, நாளை... என நாசூக்காக மறுத்தேன். சிலநாள் கழித்து வரலட்சுமி விரதத்திற்குக் கண்டிப்பாக வரவேண்டுமென்றும், அப்படி நான் வந்தால் 'வெண்ட்டனே பெள்ளி ஜருகுத்துந்தி', என்றும் வற்புறுத்த, எனக்குப் பொசபொசவென்று ஆத்திரம் வந்துவிட்டது. நான் இவளக் கேட்டனா -எனக்கு சீக்கிரம் கல்யாணம் பண்ணி வய்யின்னு? பல்கலைக் கடித்து விழுங்கி, "எனக்கு இதுபோன்ற அற்பமான விஷயங்களில் நம்பிக்கையில்லை", பட்டென சொல்லிவிட்டேன். அத்தோடு அடங்கிப் போனார். தன்னை சாட்சாத் லட்சுமியின் பிரதிநிதியாக உயர்வு மனப்பான்மையை வளர்த்துக்கொண்டு... டேமிட். இன்னும் நான் சொல்ல நினைத்ததையெல்லாம் சொல்லியிருந்தால் என்ன ஆகியிருப்பாரோ...

அந்தக் காலத்தில் வேறு பொழுதுபோக்கில்லை. ஆண்டாண்டுகளாக மூக்குநுனி உடைந்த, கை காலுடைந்த, அழுக்கேறிய பழைய பொம்மைகளைத் தூசுதட்டி, பழைய வேட்டிகள் விரிக்கப்பட்ட அடுக்குகளில் அடுக்கி, பூங்கா என்ற பெயரில் தரையில் மணல் பரப்பிக் குப்பைகளை நட்டு... இன்றைய குழந்தைகளே இவற்றை நின்று பார்க்காது. இவற்றை நிறுத்தி நிதானமாகப் பார்த்துவிட்டு அவர்கள் கொடுக்கும் ஆறிப்போன சுண்டல், கேசரி- இப்படி எதையாவது சாப்பிட்டே ஆகவேண்டும். அதைவிடக் கொடுமை- அந்த நளபாகம், பூங்கா அமைப்பு, கோலம், இல்லையென்றால் வீட்டிலிருக்கும் உருப்படாத ஒரு கலைப்பொருள் -இவற்றில் ஏதோவொன்றைப் புகழ்ந்தே ஆகவேண்டும். இதையெல்லாம் விட, அடுத்தவர்களின் நம்பிக்கையை மதிக்கத் தெரியாத கஜலெட்சுமியின் மனத்தாங்கல் பரவாயில்லை.

சிபியை நான் இல்லத்திற்கு அழைத்தால் அதற்கோர் கனமான, இறுக்கமான நோக்கமுண்டு. நோக்கம் ஏதுமில்லாமல் எதற்காக ஒருவரைத் தன் வீட்டிற்கு அழைக்கவேண்டும்? தன்னுடைய சுய தேவைகளுக்காகத் தகுதிக்குத் தகுந்தாற்போல் கட்டிக்கொண்ட வசிப்பிடத்தை அடுத்தவர்களுக்குக் காட்சிப்படுத்த வேண்டிய

அவசியமே இல்லை. இந்நாளில் சிறுவர்கள் கூட இம்மாதிரியான எக்ஸிபிஷனிசத்தைக் குறைத்துவிட்டனர்.

நான் வீட்டிற்குச் சென்று காட்டன் சில்க் புடவையைக் கவனமாகச் சுற்றி ஊக்குகளைக் குத்தினேன். தூய பட்டாடையை நான் உடுத்துவதில்லை. பட்டுப்பூச்சிக்கூடுகளை கூட்டோடு கொதிநீரில் போட்டு, வெந்த புழுக்கள் குற்றுயிரும் கொலை உயிருமாக முண்டிக் கொண்டிருக்கும்போதே பட்டுநூலை இழுத்துக் கண்டாகச் சுற்றும் கொடுமையைக் கண்கூடாகப் பார்த்துவிட்டேன். அண்ணன் அமெரிக்கா சென்றபோது வாங்கிவந்த ஒமேகா த்ரீ மாத்திரையைக்கூட நான் மறுத்தேன். ஏனெனில் அவை உயிரோடிருக்கும் மீன் குஞ்சுகளில் ஊசியைச் செலுத்தி, அவற்றிலிருந்து எடுக்கப்படும் எண்ணெயில் செய்வதென்று கேள்விப்பட்டேன். பசியைத் தீர்த்துக்கொள்ள ஓருயிரை உண்பது வாழ்க்கை சுழற்சியின் அங்கம்; அத்தியாவசியம். ஆனால் தேன், கம்பளி முதலான ஆடம்பரங்கள் தேவையற்றவை. மாங்காய் மாலை, ஜிமிக்கி, வளையல்கள் எல்லாம் அணிந்து பொட்டிட்டு... மொத்தத்தில் பெண் வேடங்கட்டிக் கிளம்பினேன். என்னோடு அவை ஒட்டாமல் நான் வேறுயாரோ போல வேடிக்கையாகத் தெரிந்தேன்.

ஏழரை மணிக்கு லக்கி ஸ்டாக்சை அடைந்தஎன் வேடத்தைக் கண்டதும், வெண்பட்டு சட்டையில் பாந்தமாகத் தெரிந்த சிபி, அறைக்குள் போய் வேட்டி கட்டிவந்தான். மத்தாய் சாரின் காரில் சிபியும், மஞ்சு என்கிற புதிய கதாபாத்திரமும் கிளம்பினர். நடுவுயரமான ஒற்றைநாடி மஞ்சு என்கிற மஞ்சுநாதனின் வயதை, சில நரைமுடியை வைத்துக் கணிக்க முடியவில்லை. பாடம் செய்ததுபோலத் தெரிந்தார் மஞ்சு. கம்பளி மீசை. அவர்தான் லக்கிஸ்டாக்சின் அதிகாரபூர்வமான டெக்னிகல் அனலிஸ்ட்டாம். அதுதானே பார்த்தேன். கண்ணில் ஓர் ஒளி தெரிந்ததே... மஞ்சு இவ்வளவுநாள் ஊரிலில்லாததால் இந்தப் பக்கம் வரவில்லையாம்.

நான் சபாபதியின் ஹோண்டா காரின் பின்னிருக்கையில் அவரது மனைவியை அடுத்து உட்கார்ந்திருந்தேன். எம். ஜி. ரோடுக்கு மகுடம் வைத்ததுபோல ஆசியாவின் முதல்பெரிய மதுக்கடையானது சாலைக்கோடியில் கவர்ந்திழுத்தது. மண்டபம் தொலைவிலிருந்ததால் நாங்கள் பொதுப்படையாக அவ்வப்போது பேசிக்கொண்டும் சும்மா வேடிக்கை பார்த்துக்கொண்டும் வாகன நெரிசலில் நீந்திக் கரை சேர்ந்தோம்.

மணமேடையில் நின்ற பிரதீப், கோட் சூட்டில் அந்நியமாகத் தெரிந்தான். அவனருகில் காக்ரா அணிந்து நிற்கும் மணப்பெண், கொசுவலைத் தாவணி ஊடாகத் தன் கட்டழகை எல்லா வக்கிரப் பார்வைகளுக்கும் கண்கூடாக நிரூபித்துக் கொண்டிருந்தாள். வல்லிசைக் குழுவொன்று பக்கவாட்டில் மேடையமைத்து கன்னடப் பாடல்களை முழங்கியபடி, வந்தவர்களின் செவிப்பறையைக் கிழிக்க இடையறாது முயன்று கொண்டிருந்தது. அதை மீறிக் கத்திக் கத்தித்தான் வரவேற்பு, உபசரணை, வாழ்த்து, விசாரிப்பு, தமாஷ்- எல்லாமே.

இத்தோடு நீண்ட வரிசையில் மணமக்களை மேடையேறி வாழ்த்தக் காத்திருக்க வேண்டும். சிபி எனக்கு மயிரிழை பின்னால் நின்றிருந்ததால் அலுப்பு தோன்றவில்லை. வரிசையரின் கைகளில் வண்ணக் காகிதங்களில் பொதித்த பயனற்ற பரிசுகள். புதுமணத் தம்பதி குடும்பம் நடத்த ஆரம்பிக்கையில் இவை ஒன்றோடொன்று பொருந்தாது அவர்களது சிற்றில்லை ஆக்கிரமித்து அசிங்கப் படுத்தும். சிபி, பிரதீப்பின் தேர்வுப்படி பணத்தை வசூலித்துக் கவரில் போட்டு வைத்துவிட்டான். பணம் மட்டும் எங்கேயும் எப்போதும் எல்லோருக்கும் பயனற்றுப் போகவே போகாது.

மேடையில் பிரதீப், மணப்பெண்ணுடன் சிரித்து வழிந்து கொண்டிருந்தான். அவளும் அவன் சொல்வதற்கெல்லாம் வியந்து, நாணி... யார் யாரோ சேர்ந்து முடிவு செய்ததை நிறுவுவதற்காக அவர்கள் சாவிகொடுத்த பொம்மைகளைப் போல - அது எப்படி சாத்தியம்? இன்றிரவே அவர்கள் களைப்போடு தம் படுக்கையைப் பகிர்ந்துகொள்ளக் கூடும். பிற்காலத்தில் நெடிய வாழ்க்கையையும் அதன் போதாமைகளையும். வாழ்நாள் முழுவதும் ஒருத்தரையே நேசிக்க முடியுமா என்ன? சலித்து விடாது?

சேர்ந்து வந்திருந்தவர்களோடு நானும் மேடையேற வேண்டிய கட்டாயம். அறிமுகத்திற்குப் பின் எல்லோரும் விறைப்பாகக் கூடிநின்று நிகழ்படம் - எல்லாம் ஆயிற்று. நாங்கள் உணவருந்தச் சென்றோம். உணவுக் கூடத்தில் தாறுமாறான வெவ்வேறு உணவு வகைகளின் மணங்கள் தாக்கி வரவேற்றன. கையில் தட்டேந்தி மீண்டும் வரிசையில். எனக்கு சற்று முன்னால் மத்தகங்களுக்கு இடையில் நீண்டு மெலிந்த வாலாக ஜடைப்பின்னல்... கஜலெட்சுமியேதான். அந்த அகண்ட முதுகுக்குப் பின்னால் மறைந்தபடி நிற்கும் சிறுத்த உருவந்தான் கணவராம். எப்படி சமாளிப்பார்? உணவெடுக்கக் கூடவந்த சிபி, “ஸோ லிட்டில்?”, என் தட்டைப்பார்த்து வியந்ததால் அதை ஊர்ஜிதப் படுத்துமுகமாய் நான் இன்னும் இன்னும் குறைந்த அளவில் பண்டங்களை எடுத்துப்

போட்டுக்கொண்டேன். பூரியைத் தொடவேயில்லை. ஆனால் பிச்சைக்காரியின் தட்டைப்போல வேண்டியவற்றையெல்லாம் ஒரேயடியாக நிரப்பிக்கொண்டேன். மீளமீள வரிசைக்கு வரத் தேவையில்லை. என் தட்டை யாரும் இடிக்காமல், யார் தட்டும் என் புடவையை உரசாமல் சமாளித்து எங்களது வட்டத்தை அடைந்தேன். அடுத்த வருடம் பிரதீப் வேறு தன் பங்கிற்கு ஜனத்தொகையைப் பெருக்கிவிடுவான். கஜலெட்சுமியால் வட்டம் பெரிதாகியிருக்கிறது. கணவரானவர், கஜலெட்சுமியின் குறிப்பறிந்து டெசர்ட், தண்ணீர் என ஓடியோடிக் கொண்டுவந்து கொடுத்தார். வயிறு நிறையாததால் ஐஸ்கிரீமையும் குலோப் ஜாமுனையும் நான் தாராளமாக எடுத்துக்கொண்டேன். நின்றபடியே சாப்பிட்டு முடித்த நாங்கள் பீடாவையும் விடாது எடுத்துக் கொண்டோம்.

ஒருவழியாக அந்த அபத்தக் களஞ்சியத்திலிருந்து விடுபட்டுத் தலைவலியோடு காருக்கு வந்தேன். மத்தாய் சாரின் வீடு வேறு திசையிலிருப்பதால் அவர் தனியாகப் போய்விட்டார். சபாபதி காரின் முன்னிருக்கையில் மஞ்சு பல்லியாய் ஒட்டிக்கொண்டு பெங்களூரின், சந்தையின் ஆறு மாதக் கதைகளைக் கேட்டுக் கொண்டிருந்தார். பின்னிருக்கையில் நாங்கள் அமர, என்னருகில் சிபி வந்தமர்ந்தான். வழியில் தன்னை இறக்கிவிடும்படி, டீ பையன் சிபியை நெருக்கி ஏறினான். சிபி என்னை நெருக்க, நான் சபா மனைவியை நெருக்கவில்லை. புடவையைப் போன்றதோர் விரசமான உடை கிடையாது. தேவையானவற்றை எடுப்பாகக் காண்பித்து, தேவையற்றவற்றை மூடி... குட்டைப் பாவாடைக்குக் கூட அத்தகைய செக்ஸ் அப்பீல் இல்லை. புடவையானது மிகைப்படுத்திக் காண்பித்த என் நெளிவு சுளிவுகளை ஜாடை மாடையாகப் பக்கவாட்டில் மேயும் சிபியின் விழிகளால் என் பிளவுஸ் இறுக்கியது. அவனது தவிப்பைக் கண்டு சிரிப்பு வந்தது. சும்மா சிரித்தால் திருமதி சபாபதி என்ன நினைப்பார்? கன்னங்களை உள்பக்கமாக அழுந்தக் கடித்து சிரிப்பை விழுங்கினேன். கன்னம் வலிக்கிறது.

கார், மேடு பள்ளங்களில் குலுங்கும்போதெல்லாம் சிக்கிமுக்கிக் கல்லாக உரசிடும் நாங்கள் தீப்பிடிக்காதபடி கவனமாக இருந்தோம். டீ பையன் இறங்கியதும் நான் கண்ஜாடை செய்ய, சிபி விலகி அமர்ந்தான். ஆனாலும் அவனது கை ரோமம் பட்டும் படாமல் கூச்சமூட்டியது.

மிஸஸ் சபா, "உங்குளுக்கு ட்ரேடிங்குல தெனம் எவ்ளோ கிடைக்கும்?"

நான் திக்கித் திணறி, “அது… கூடவும் இருக்கும்; கொறச்சும் இருக்கும்.”

“ஆனா, ரத்னா அளவுக்கு இல்லல்ல?”, மஞ்சு காலைவார, கொல்லென்ற சிரிப்பு காரை நிறைத்தது.

“அப்ப எல்லாருமே சும்மா டைம் பாசுக்குத் தான்னு சொல்லுங்க”, குரல் கறாராக இருந்தாலும், சபா மீதான நாள்பட்ட காதல் அவளது முகபாவத்தில்தொனித்தது. இருவருக்கும் மட்டுமேயான துயரத்தின் சரடு அவர்களைப் பிணைத்தே வைத்திருந்தது. தாலிச்சரடை விட வலியது அது.

“ட்ரேடிங் இருக்குறதுனாலதான - சார், நீங்க போட்றத கண்ண மூடிட்டு நிமிஷத்துல சாப்ட்டுட்டு ஓடி வந்துர்றார்”, சிபி குலுங்கிச் சிரித்து உரச, என் உற்சாகம் தலைக்கேறியது.

“நாங்க ஷேர்ஸ் பத்திய நாலெட்ஜ சேத்து வச்சிருக்கோம். அது நிச்சயம் பலன் குடுக்கும். நாலெட்ஜ் ஈஸ் பவர்”, என்றேன்.

“வெல்செட். வீ ஆர் ஆல் ஆப்டிமிஸ்ட்ஸ்”, என்றார் காரோட்டிக் கொண்டிருந்த சபா.

அருகருகே பிரித்து வைக்கப்பட்ட காந்தமும் இரும்பும்போல ஈர்ப்புவிசை தாளாது நானும் சிபியும் அவஸ்தைப் பட்டோம். இந்த அவஸ்தையில் என் தலைவலியை மறந்தேன்.

சபா என்னையும் சிபியையும் லக்கி ஸ்ட்ராக்சில் இறக்கிவிட்டார் இலைகள் உரசும் தாலாட்டில், காற்று தந்திடும் ஒத்தடத்தில் நிழல் போர்த்தி உறங்கிக் கிடந்தது தெரு.

கதவைத் திறந்து விளக்கைப் போட்ட சிபி, சாம்பிக்கிடந்த என் முகத்தைப் பார்த்து, “ஏய், என்னாச்சு?”, பதறினான்.

“அந்த மைக் சத்தம் ஒருமாதிரி கேரியா…”, குளியலறைக்குப் போய் முகம்கழுவி வந்தேன்.

ஈர முகத்தை முரட்டு இதழ்கள் ஒற்றித் துடைத்தன. அவனது மூச்சு வெப்பத்தில் ஈரம் காய்ந்தது.

“இப்புடியே எப்புடி வண்டி ஓட்டிட்டுப் போவ? அதும் இந்த நேரத்துல - நகையோட. பேசாம படுத்து ரெஸ்ட் எடுத்துட்டு எர்லி மோனிங் ஓடிப் போயிடு.”

“ம்… பட் சபாபதிக்குத் தெரியுமா என்ன? நம்பள எறக்கிவுட்டப்ப சிரிச்சமாதிரி…”

“சேச்சே!”

சிபி அறையில் விரித்த ஜமுக்காளத்தில் நான் உடலைக் கிடத்த, தலை அவன் மடியில்.

“சுந்தரீ...”, கிறங்கிக் குழைந்தான். பட்டுப் புடவை சாக்லேட் தாளாய் பிரிபட, ஆசுவாசமடைந்தேன்.

“இத்தரை வளர சுந்தரமா இருந்திட்டு எந்த கலியாணம் கழிக்யாத்தது?”

“சுந்தரன் அல்ரெடி கல்யாணம் கழிச்சு. அதுக்கே”, சிரித்தேன்.

பாராட்டு மந்திரத்திற்குக் கட்டுப்பட்டு எழுச்சியுற்றான். எவ்வளவு கெட்டியான தொடைகள்! வேட்டியில் மட்டுமே முழுமையான ஆண்மை வெளிப்படுகிறது.

நான் ஏன் திருமணம் செய்துகொள்ளவில்லை? இதற்குத் தனிப்பட்ட காரணமெல்லாம் ஒன்றுமில்லை. இவனோடு மட்டுமே வாழ்நாள் முழுவதையும் கழிக்கவேண்டும் என்று இதுவரை நான் சந்தித்த எந்த ஆணுமே தோன்றவைத்ததில்லை. ஆயிரமாண்டு பழமையான இந்த ஏற்பாட்டில், காலமாற்றத்திற்குத் தகுந்த அளவிற்கு மாற்றங்கள் கொண்டுவரப் படவில்லை. தவிர, கோடானுகோடி மக்களில் நானொருத்தி இனத்தைப் பெருக்கவில்லையென்றால் மனித இனம் ஒன்றும் அருகிப் போய்விடாது. நம் நாட்டில் திருமணம் என்பது ஓர் உத்திரவாதம் மட்டுமே. காமம், இனப்பெருக்கம், இருப்பிடம், உணவு, பொருளாதாரம் முதலான எல்லா தேவைகளையும் நிறைவேற்றும் வல்லமை படைத்த ஒரே பாதுகாப்பு ஒப்பந்தம்-திருமணம். இத்தனையும் அடைந்துகிடக்கும் அந்த கோத்ரேஜ் பீரோவுக்குள் காதலையும் தோழமையையும் கூடத் தேடும் பேராசைக்காரி நான்.

“ஒனக்கு கஜலெட்சுமியத்தான புடிக்கும்? எல்லாம் பெருசு பெருசா...”

“இட் வில் பீ எ டீஃபரன்ட் எக்ஸ்பீரியன்ஸ். ஆனா மெயின் மேட்டருக்கு ஆனையக் கூட்டிவந்தாலே செரிப்படும்.”

வாய்விட்டு சிரிக்க, தலைவலி விட்டுப் போனது.

“நாளை பிரதீப்பின்ட ஃபஸ்ட் நைட்டாணும்.”

எவ்வளவு அந்தரங்கமான விஷயம் இங்கு விளம்பரப்படுத்தப் படுகிறது!

“நமக்கு இன்னைக்கு.”

ஒரு பைசா செலவில்லாமல் நடக்கக் கூடிய இந்த சமாச்சாரத்திற்கு லட்சக் கணக்கில் சேமிப்பைக் கரைத்து, கடனை வாங்கி, ஊரைக் கூட்டித் திருமணம் செய்வது அவசியந்தானா?

சிபியின் மூக்குமேல் ஸ்டிக்கர் பொட்டு பளபளத்தது. என் இதழ் விரிய, கண் முயங்கி, மயங்கி, மூடியது.

12

லக்கி ஸ்டாக்சில் எஸ்.ஐ.பி. -க்கு, அதாவது பங்கு சிறுசேமிப்பிற்கு ஆள் பிடித்துத் தரும்படி கோர, என் சக பணியாளியான வாசவியை நாலு மணிக்கு என்னறைக்கு அழைத்து அமரச் செய்து பழச்சாறு கொடுத்தேன். கிஷோர், வீட்டில் மதியத் தூக்கம் போடும் நேரமிது.

“உனக்கோர் எளிதான முதலீட்டு முறையச் சொல்றேன். பங்குச் சந்தையில்…”, நான் முடிப்பதற்குள்,

“அதெல்லாம் சூதாட்டம்னு எங்க வீட்ல சொல்லுவாங்க.”

“வாயக் கழுவு. அது பொருளாதாரம், கணிதம், மனோவியல் - எல்லாம் கலந்த ஓர் அறிவியல்.”

“இவ்வளவு சிக்கலான துறைல அதப்பத்தித் தெரியாத நா பணம் போட்டுட்டு என்ன செய்றது?”

“அதுக்குத்தான் மியூச்சுவல் ஃபண்டுல போட்டா, நிதி மேலாளர்கள் கவுனிச்சுக்குவாங்க.”

“ஷேர்ஸ்ல அப்படியென்ன பெருசாக் கெடைச்சுடப் போவுது?”

“அடிப்பாவீ! ஷேர்ஸ் மூலமாவே இன்னைக்கு உலகத்தின் மூணாவுது பணக்காரரா வளந்திருக்கும் வாரன் பஃபெட்டையும் இந்தியாவின் பில்லினர் ராகேஷ் ஜுன்ஜுன்வாலாவையும் தெரியாதா ஒனக்கு?”

“சாரிடா, ஹவுசிங் லோனுக்கு ஈ. எம். ஐ. கட்றதே டைட்டா இருக்கு”, குருவி பறந்துவிட்டது.

எந்தப் பங்கையும் அதன் ரிசல்ட் நாளில் தொடவே கூடாது. போதுமான லாபமீட்டி இருக்கிறதே என்று வாங்கினால், அது கீழே இறங்கும். ஏனெனில் நல்ல பங்குகளிடமிருந்து பங்குதாரர்கள் அதிகம் எதிர்பார்த்திருப்பார்கள். நஷ்டம் ஈட்டிய பங்கை விற்றால், பங்கு மேலே போகும். ஏனெனில் அவற்றின் யோக்யதை அறிந்த பங்குதாரர்கள், இந்த ரிசல்ட் பரவாயில்லை என நினைப்பார்கள்.

ஃபியூச்சர்சில் வர்த்தகம் செய்வது என் சக்திக்கு அப்பாற்பட்டதெனப் புரிந்துவிட்டது. அதற்காக நெருப்பென்று பயந்து ஒதுங்கிவிட மாட்டேன். இந்த நெருப்பைக் கணப்புக்காக, சமையலுக்காக... என்றெல்லாம் அளவோடு பயன்படுத்துவேன். பங்குச் சந்தையில் அறிந்துகொள்ள வேண்டியவை எல்லையற்று விரிந்து கிடக்கின்றன. இனி ஆப்ஷனில் முயற்சிக்கலாம். இதன் விளைவாக நான், சிபி வாட்சப் குழுவில் அனுப்பும் ஆப்ஷன்களில் சிலவற்றை வாங்கி, ஸ்டாப்லாஸ் இடித்து, இலக்கு அடையாமல், மதிப்பு குறைந்து பூச்சியமாகி விரலைச் சுட்டுக்கொண்டேன். ஏனிப்படி ஆகிறது என சிபியிடம் குற்றம் சாட்ட, அனுப்பும் எல்லா ஆப்ஷன்களையும் வாங்கினால்தான் வெற்றிவிகிதம் லாபத்தில் முடியுமென்றான்.

பங்கு வர்த்தகர்கள், தாங்கள் ஃபியூச்சர்சில் வாங்கியிருக்கும் பங்கு ஒருவேளை வீழ்ச்சியடைந்தால்... அதற்குப் பாதுகாப்பாக புட் ஆப்ஷன்களை வாங்குவார்கள். அதேபோல ஃபியூச்சர்சில் தாம் விற்ற பங்கு ஒருவேளை ஏற்றமடைந்தால்... அதற்குப் பாதுகாப்பாக கால் ஆப்ஷன்களை வாங்குவார்கள். மாதத் துவக்கத்தில் விலை அதிகமாக இருக்கும் ஆப்ஷன்கள், மாதயிறுதி நெருங்க நெருங்க, விலை குறைந்துகொண்டே வரும். நிஃப்டிக்கும் ஆப்ஷன்கள் உண்டு.

லக்கி ஸ்டாக்ஸிலிருக்கும் ஏனைய ஜாம்பவான்களிடம் ஆப்ஷன்கள் குறித்த என் அறியாமையை வெளிப்படையாக ஒத்துக்கொண்டு அதனைக் கற்றேன். கேடயமான ஆப்ஷன்களை மட்டுமே பயன்படுத்திப் போரில் வெல்லும் சிறு வணிகர்களுண்டு. நான் அவர்களில் ஒருவராக, ஓர் ஆப்ஷன் வர்த்தகராக அவதாரமெடுத்தேன். சபாபதியும் அப்படித்தான். ஏனெனில் இதற்கு முதல் அதிகம் தேவைப்படாது. நஷ்டமும் அதன் விலையைத் தாண்டிப் போகாது. சில சமயம் இதில் நிமிடங்களில் சம்பாதிக்கலாம். சில சமயம் நாட்கணக்கில் பொறுமையை சோதிக்கும்.

ஆப்ஷன்களில் நம்முடைய ரிஸ்க் எடுக்கும் சக்தியைப் பொறுத்து நாம் தனிப்பட்ட முடிவெடுக்க வேண்டியது அவசியம் என்பது புலனானது. இதில் சிபி, பட்டத்தின் நூலை உருவிவிட்டு எதுவரை பறக்கிறது என்று பார்ப்பான்.

"என் ஆப்ஷன் என்னாச்சும்மா?" என்று பிரதீப்பிடம் அவ்வப்போது புலம்புவான்.

வெளியே போகும்போது, "டேக் கேர் ஆஃப் மை ஆப்ஷன் மா", கூறிவிட்டுச் செல்வான்.

ஆப்ஷன்களைக் கவனித்துக்கொண்டே இருக்கவேண்டியது அவசியம். சிபியுடைய பட்டம் உயரப் பறப்பதுண்டு; சிக்கிச் சின்னாபின்னமாவதுமுண்டு. பிரதீப்போ, பட்டநூலைச் சிறிதாக அவிழ்த்துக் கொஞ்சம் மேலெழும்பியவுடன் விளையாட்டை முடித்துப் பட்டத்தைப் பாதுகாப்பான். அவன் நூறு நூறாக சேர்ப்பதை ஏளனம் செய்யும் சிபியிடம், 'நூறுகள் ஆயிரமாகும்; ஆயிரங்கள் லட்சமாகும். கொஞ்ச கொஞ்சமாத்தான் கோடீஸ்வரன் ஆகணும்', வாதிடுவான்.

சபாபதி எதிலும் சேர்த்தியில்லை. பட்டம் இலக்கை அடையாதபடி திசையைத் திருப்பிக்கொண்டே இருப்பார். அவரது வழி தனி வழி. அவர் பெரும்பாலும் சுயமாகத்தான் இயக்குவார். யாருடைய வர்த்தக ஆலோசனையையும் அப்படியே ஏற்கமாட்டார். அப்படியே ஏற்றாலும் அதில் தனக்கு சாத்தியமாகத் தோன்றும் மாற்றங்களை ஏற்படுத்திக் கொள்வார். தனக்கென சொந்தமாக ஒரு மூளை இருக்கும்போது முழுதாக அடுத்தவர் மூளையை உபயோகிப்பதில் அவருக்கு சம்மதமில்லை. அடுத்தவர்களால் இழந்தால் முட்டாள்தனம்; மனதாறாது. அதே இழப்பு நம்மால் ஏற்பட்டால் அதிஷ்டமில்லை, நேரம் சரியில்லை எனத் தெற்றிக் கொள்ளலாம். இதில் எனக்கும் ஓரளவு உடன்பாடுண்டு.

13

நானும் எனக்கு நிச்சயமான மணமகனும் ஒத்துப்போக முடியாது என்பது நிச்சயதார்த்தத்திற்குப் பிறகான எங்களது சந்திப்புகளிலும் தொலைபேசி உரையாடல்களிலும் பட்டவர்த்தனமாகத் தெரியவந்தது. அனாவசியமாக வாழ்க்கையை சிக்கலாக்கிக்கொண்டு பின்னர் வாழ்நாளெல்லாம் அதை அவிழ்ப்பதிலேயே கழிப்பதில் எனக்கு சம்மதமில்லை. எனவே நான் மணமகனோடு பேசி, அழைப்பிதழ் அச்சாகுமுன்பே திருமணத்தை நிறுத்திவிட்டேன். அடுத்த நாளிலிருந்து வீட்டில் யாரும் என்னிடம் பேசுவதில்லை. பெற்றோருக்கும் எனக்குமிடையில் ஏற்பட்டிருந்த மெலிய பிளவானது அகண்டு அகண்டு நாளாவட்டத்தில் பள்ளமானது. அவர்கள் அவசியப் பட்டபோது மட்டும் என்னோடு அளவாகப் பேசினார்கள். தமக்குள் சகஜமாகப் பேசிக்கொள்ளும் அம்மாவும் அப்பாவும், நான் வந்ததும் முகத்தை இறுக்கிக் கொள்வார்கள்.

"மகளுக்கு ஏன் இன்னம் கல்யாணம் முடிக்கல?" என்று உறவும் சுற்றமும் கேட்பதற்குப் பதில் சொல்ல முடியவில்லையாம்.

"என் கல்யாணம் - என் சொந்த விஷயம். யாரும் அதைப்பத்திப் பேசவேண்டிய அவசியமில்ல", கர்ஜித்தேன்.

இதை எதிர்பாராத அவர்களுடைய கிழட்டு முகம், காற்றுப்போன பலூனாகத் தொங்கிப் போனது.

அம்மாவின் முகம் அஷ்டகோணலாக இழுபட்டது. அவர் அழப் போகிறார். நான் விறுவிறுவென என்னறைக்குப் போய்த் தாழிட்டேன். அம்மா என்றால் தெய்வமா என்ன? தாய்மை என்பது இயற்கையான வளர்சிதை மாற்றத்தின் ஒரு பரிணாம நிலையே ஆகும். அப்பா மட்டுமென்ன? தன்னாலியன்ற கடமைகளைச் செய்தார். அதற்காக என்னாலான உதவிகளைச் செய்யலாம். அவர்கள் நோய்வாய்ப்படும்போது கூட இருந்து பராமரிக்கலாம்.

அதற்கும் மேலாக, ஈரக் களி'மண்ணாய்க் கைகளில் மணக்கும் என் வாழ்வை அவர்களிடம் வழித்துக் கொடுத்து விளையாட

விடத் தேவையில்லை. இது எனக்கே எனக்கு மட்டுமானது. இதைக்கொண்டு நான் எனக்குத் தோன்றியவற்றை வனைந்துகொண்டே இருப்பேன். வடிவமற்ற அதனுருவத்தை மற்றவர் அறுதியிட வேண்டிய அவசியமில்லை.

நம் நாட்டில் மூத்த உறவுகளை உன்னதப்படுத்தி விடுகிறார்கள். வயதிற்கான, அனுபவத்திற்கான -அளவான மரியாதை போதுமானது. தவிர, ஒவ்வொருவருடைய அனுபவங்களும் தேடல்களும் வெவ்வேறானவை. துக்கம் என்னவென்றால், இங்கு முதியவர்கள்-தம்முடைய வாழ்வையே அடுத்த தலைமுறையும் வாழவேண்டுமென்று விழைகிறார்கள். தம்மைக் கேள்வி கேட்பதையே அவமானமாகக் கருதும் சர்வாதிகாரப் பெரியவர்களுக்கு, மாற்றுக் கருத்தைக் கேட்டுப் பரிசீலிக்கும் திறந்த மனதில்லை. அவர்கள் தம்முடைய தோல்வியின் சரித்திரங்களை அடுத்த தலைமுறைக்கு கட்டாயப் பாடமாக்குகிறார்கள்.

அம்மாவைத் தேற்றும் அப்பாவின் ஆறுதல் சொற்கள் சில, வாக்கியங்களிலிருந்து உடைந்துவந்து என்னறையின் ஃப்ளஷ் கதவைத் தாண்டிவந்து காதைக் குத்தின. என்னால் தம்பதி இப்போது முன்பில்லாத அளவிற்கு ஒற்றுமையாகி விட்டனர். பொது எதிரியான என்னைத் தோற்கடிப்பதற்காக, தேர்தல் நேரத்தில் கூடிக்கொள்ளும் பொருந்தாக் கூட்டணிபோல அவர்களிருவரும் இணைந்து நின்றார்கள். ஒருவேளை, தன்னைபோலப் பிள்ளை பெற்று, துடைத்து, சமைத்து, துவைத்து நைந்துபோகாது நான் நலுங்காமலிருப்பதைக் கண்ட பொறாமையின் வெளிப்பாடாகவும் அம்மாவின் அழுகை இருக்கலாம்.

எவ்வளவு அநாகரிகமாக என்னை எமோஷனல் பிளாக்மெயில் செய்கிறார்கள்? என்னுடைய உணர்வுகளுக்கு என்றாவது மதிப்பளித்திருக்கிறார்களா இவர்கள்? அண்ணனின் பிறந்தநாளுக்கு மட்டையும் பந்தும் வாங்கிக் கொடுத்தவர்கள், என் பிறந்தநாளுக்கு ஒரு பவுனில் தங்கக்காசு வாங்கி பீரோவில் வைத்தார்கள். விடுமுறை தினங்களில் அண்ணனைப் புரண்டு புரண்டு தூங்கவிட்ட அம்மா, என்னை எழுப்பி சமையல் பழக்கினார். அண்ணனைப் பொறியியல் படிக்கவைத்தவர்கள், தொழிற்கல்வி படிக்க விழைந்த என்னை பி.காமில் சேர்த்தார்கள். வங்கி, அல்லது பொதுத்துறையில் எழுத்தராக சேர்ந்துவிட்டால் வருமானத்தோடு குடும்பத்தையும் கவனித்துக் கொள்ளலாம் என்பது அவர்கள் போட்ட கணக்கு. இப்படியாக எல்லா கட்டங்களிலும் நான் ஒடுக்கப்பட்டு திருமணத்திற்காகவே தயார் செய்யப் பட்டதால், அந்த அமைப்பின்மீதே எனக்குக் கசப்பு உண்டானது. அந்த

திருமணத்தையே உதறித் தள்ளுவதில் மகிழ்ச்சியடைந்தேன். இப்போது எனக்குப் பொருளாதார சுதந்திரம் கிடைத்தபிறகும் சுயமாக இயங்கவிடாமல் மூக்கணாங்கயிறு போட்டு முளைக்குச்சியில் கட்டி, சாணியிலும் சிறுநீரிலும் சுற்றிச்சுற்றி வந்து நாறடிக்க முயன்றார்கள். அவர்களுடைய பொறுப்பை முடிக்க வேண்டுமாம். யாருக்கு வேண்டும் இவர்களுடைய பொறுப்பு?

இந்த ஓரங்க நாடகம் நடந்துமுடிந்து ஒரு வாரத்திற்கு அம்மாவும் அப்பாவும் என்னிடம் பாராமுகமாகவே இருந்தார்கள். இருக்கட்டுமே என்று வாளாதிருந்தேன். அடுத்தவார விடுமுறையன்று அம்மா தொண்டையைச் செருமிக்கொண்டு என்னை அழைத்தார். அவருடைய குரல் எப்போதும் போல இல்லாது அந்நியமாக... என்னைச் சுற்றி நான் எழுப்பிக்கொண்ட சுவர், என்னை யாரும் நெருங்கவிடாதபடி செய்திருந்தது. என் சுயத்தைப் பாதுகாத்துக் கொள்வதற்காக அதை நான் தன்னுணர்வுடனேயே கட்டியிருந்தேன்.

தாம் சென்னைக்குப் புலம்பெயர்ந்து வசிக்கப் போவதை அப்பா மென்று விழுங்கிச் சொன்னபோது எனக்கேற்பட்ட அதிர்ச்சியானது, "ஏன்?" என்று என்னை மீறிக் கேட்டுவிட்டது.

"ஆர்த்தரைட்டிஸுக்கு இந்த ஊர் குளிர் ஒத்துக்கல", இப்போதைய பெங்களூரில் குளிரில்லை என்பதை சொல்லிச்சொல்லி மாயும் அப்பா.

அம்மா குரலை உயர்த்தி, "சாகப்போற காலத்துல பேரப்புள்ளைங்க கூட காலத்தக் கடத்தலான்னுதான். வேலைக்குப்போற அவளும் பாவம் பாத்துக்க ஆளில்லாம தவிச்சுக்கிட்டு இருக்குறா. இங்க என்னாருக்கு? கொட்டு கொட்டுன்னு நாங்க ஒருத்தர் மூஞ்ச ஒருத்தர் பாத்துகிட்டு; ஒடம்பு சரியில்லனாகூட கேக்க நாதியில்லாம," உண்மையைப் போட்டு உடைத்த ஆங்காரம் அவர் கண்களில். 'என்ன செய்துவிடுவாய்' என்பதாக என்னை நேராகப் பார்த்தார்.

எனக்கு சுருக்கிட்டது. என்னவானது உடம்புக்கு? உடல்நிலை சரியில்லாததை சொன்னால்தானே தெரியும். நானும் அவர்களை ஏறிட்டுப் பார்த்தே சில மாதமாகி விட்டதே. அவரவர் வாழ்க்கை அவரவர்க்கு. நான் குறுக்கே நிற்கவில்லை.

அடுத்த ஒருமாதம் கடினமாய்க் கழிந்தது. எனக்குத் வேண்டாமென்று சொன்ன சில பழைய பெரிய அறைகலன்கள் விற்கப்பட்டன. இரண்டு அறைகொண்ட அந்த அடுக்ககத்தில் அறைகலன்கள் அகற்றப்பட்ட காலி இடங்கள், பல் விழுந்ததுபோல் விகாரமாகத்

தெரிந்தன. ஆகிவந்த வீட்டில் அந்த வெற்றிடங்கள் மட்டும். சுத்தமான தரையும் பளிச்சென்ற சுவருமாகக் கண்ணை உறுத்தின. அவர்கள் தங்களுக்குத் தேவையானவற்றைப் பெட்டிகளில் அடுக்கி ஒவ்வொன்றாகக் கூடத்து மூலையில் கொண்டுவந்து வைத்தனர்.

இந்நாளில் அம்மா எனக்குப் பிடித்தவையாக பார்த்துப் பார்த்து சமைத்தார். என்னுடைய அறையின் கட்டில், மேசை, நாற்காலி, அலமாரி மற்றும் சாளரமெல்லாம் தூசுநீங்கித் துலங்கின. கட்டிலில் ஒழுங்கற்று மடித்து வைக்கப்பட்ட எனது உடைகள், அது அப்பாவின் வேலை எனச் சொல்லின. நான் அவர்கள் போவதைத் தடுக்கமாட்டேனா என்கிற நப்பாசை அவர்களது செயலில் தெரிந்தது. இவ்வளவிற்கும் என்னால் அவர்களுக்கு உதவியோ நிம்மதியோ பெரிதாகக் கிடையாது. நான் உள்ளுக்குள் நாளுக்குநாள் பலவீனமாகி வந்தேன். அவர்கள் போகும் முடிவைக் கைவிட மாட்டார்களா என்றிருந்தது. ஆனால் அவர்கள் அண்ணனது வீட்டில் ஜனரஞ்சகமாக இருப்பார்கள். அதைக் கெடுக்க நான் விரும்பவில்லை.

அப்பா, அம்மா கிளம்பும் நாள் வந்துவிட்டது. அம்மா எடுத்துக் கொடுத்த பெட்டிகள், சாமான்களை ஒவ்வொன்றாகப் பணிப்பெண்ணும் அண்ணன் அனுப்பிய ஓட்டுனருமாக மாற்றி மாற்றி மின்தூக்கியில் எடுத்துப்போய் கார் டிக்கியில் வைத்தார்கள். அப்பா கீழே தரிப்பிடத்தில் நின்று அவற்றை மேற்பார்வையிட்டுக் கொண்டிருந்தார். நான் ஏதும் செய்ய வாய்ப்பில்லை. இத்தனை வருடமாக வாழ்ந்த ஊரைவிட்டு அவர்கள் அகதிபோலப் போவது என் நெஞ்சைக் கசக்கியது.

சாமான்களை ஏற்றிமுடித்த அப்பா மேலே வந்துவிட்டார். இவ்வளவு ஓய்ந்துபோய், எல்லாம் வடிந்த சக்கையாக அவரை இதற்குமுன் நான் பார்த்ததில்லை. கூடத்தில் நாங்கள் மூவரும் ஒருவர்மேல் ஒருவர் பார்வையைப் பதிப்பதும் பெயர்ப்பதுமாக இருந்தோம். எல்லா சொற்களும் அந்தப் பெட்டிகளில் அடைக்கப்பட்டு காரில் வைக்கப்பட்டு விட்டதுபோல நாங்கள் பேசாமலிருந்தோம். இனி எந்த சொல்லும் எதையும் மாற்றப் போவதில்லை.

அம்மா, “போயிட்டு வரோம்”, கையைப் பிடித்தார். அவர் கைகள் நடுங்கிக் கொண்டிருந்தன.

அப்பா, “டேக் கேர்”, மெல்ல அணைத்தார். எனக்குத் தொண்டை வலித்தது.

தொண்டையைத் திறந்தால் குரலுடைந்து அழுதுவிடுவேனோ என்பதால் “ம்”, முனகினேன்.

பிரியாவிடை கொடுக்கவந்த அக்கம்பக்கத்தினர், இறுக்கத்தைத் தளர்த்திப் புண்ணியம் கட்டிக் கொண்டனர்.

கார் என்மீது புகையைக் கக்கிவிட்டுக் கிளம்பிவிட்டது. அது தெரு வளைவில் திரும்பி மறையும்வரை பார்த்துக் கொண்டிருந்தேன். பின்னும் அங்கேயே நின்றுகொண்டிருந்த என்னை, மூன்றாம் தளத்து மாலதி ஆன்ட்டி, மனமாற்றத்திற்காகத் தன் வீட்டிற்கு அழைத்தார். என்மனம் மாறவேண்டாம். நான் அழைப்பை மறுத்து என் வீட்டிற்குள் நுழைந்தேன். ஆமாம். இப்போது அது எங்களுடையது அல்ல. என்னுடையது மட்டுமே. வெறுமையின் பொருளை முற்றாக உணர்ந்தேன்.

விரியத் திறந்துகிடந்த என் அலமாரி மூலையில் காப்பிக்கொட்டை நிற ஃப்ராக் அணிந்த ஓரடி யானை பொம்மை தூசு படிந்து கிடந்தது தெரிந்தது. அதை எடுத்து சுத்தமாகத் துடைத்தேன். உள்ளே ஸ்பாஞ்ச் வைக்கப்பட்ட மிருதுவான அந்த பொம்மையின் உறை, நெகிழியால் செய்யப் பட்டது. அதனால்தான் இத்தனை வருடங்களை விழுங்கியபின்பும் பழுதின்றி முழித்துப் பார்த்தது யானைக்குட்டி. துடைத்தவுடன் பளிச்சென்று ஆனது. அதன் உடல் பழுப்பு வெள்ளை; காதுமடல்கள் இளஞ்சிவப்பு; பாதங்கள் கருநீலம். நீள்வட்டமான பளீர்வெள்ளைக் கண்களின் கருவிழிகள் அன்றுபோலவே துடிப்பாக இருந்தன. முகத்தின், துதிக்கையின் வெண்மை மட்டும் மங்கியிருந்தது. சோப்புநீரில் முக்கிக் கழுவித் துடைக்க, பளிச்சென்று ஆகிவிட்டது. இப்படி எல்லாவற்றையும் புதுப்பிக்க சாத்தியமானால் எவ்வளவு நன்றாக இருக்கும்?

எனக்கு மூன்று வயதானபோது மேலே போகும் வானூர்திகளை வாய்பிளந்து பார்த்துக் கேள்விகள் எழுப்பினேன். நான் பிறக்குமுன் அண்ணனை மட்டும் விமானத்தில் அழைத்துச் சென்ற அம்மாவுடன் முகத்தை முறித்துக் கொண்டேன். இதனால் அப்பா தன்னுடைய அலுவலகக் கூட்டத்திற்காக ஹைதராபாத் சென்றபோது என்னை விமானத்தில் கூட அழைத்துச் சென்றார்.

அடுத்தநாள் பெங்களூர் திரும்புமுன் என்னை அங்கிருந்த பெரிய பொம்மைக்கடைக்குக் கூட்டிச்சென்று வேண்டியதை சீக்கிரம் வாங்கிகொள்ளச் சொன்னார். கடைக்குள் நுழைந்ததுமே இந்த யானைக்குட்டியை லாவினேன்.

"வேறேதும் இதவிடப் பிடிச்சிருக்கா பாரு", இன்னும் உள்ளே சென்றோம்.

யாவற்றையும் பார்த்தபின்பும் இவளையே பிடித்தது. அப்பா பணம் கட்டி பொதித்துத் தரச் சொன்னார். வேண்டாமென்ற நான் யானைக்குட்டியை மெத்து மெத்தென்று அப்படியே தூக்கிக் கொண்டேன்.

விமானத்திலிருந்து இறங்கிவந்ததும் அண்ணன் ஓடிவந்து கூட்டிச் சென்றான். யானைக்குட்டியோடு என்னை அள்ளிக்கொண்ட அம்மா முத்தமாய்ப் பொழிந்தார். எல்லாம் நிறைவாகத்தான் இருந்தன - நான் பூப்பெய்திப் பெண்ணாக அறிவிக்கும்வரை. குட்டியானையை இறுக்கக் கட்டியபடி படுத்தேன். இப்போது அவள் எனக்குப் போதவில்லை.

எதுவரை போயிருக்கிறார்கள் என அப்பாவை வாட்சப்பில் கேட்டேன். ஹோசூர் தாண்டியாயிற்றாம். இப்படியே தருமபுரி, சேலம் என்று விசாரிப்புக்களும் பதில்களும் தொடர்ந்தன. உடனிருந்தபோது இல்லாத அக்கறை, விலகிச் செல்லும்போது என்னுள் ஊற்றெடுத்தது. அவர்கள் சென்னையை அடைந்த செய்தி கிட்டியதும் பசி உரைத்தது.

என்னை வருந்தி வருந்தி சாப்பிட அழைக்க இங்கு யாருமில்லை. நான் உணவைத் தேடி ஃபிரிட்ஜைத் திறந்தேன். அம்மா வைத்துவிட்டுப் போன மீன் குழம்பை சோற்றில் ஊற்றி வறுவலை ஓரத்தில் வைத்து, தட்டோடு அவனில் சுடவைத்து எடுத்தேன். வெங்காய வடக மணம் சுண்டியிழுத்தது. சாப்பாடு முன்பெப்போதும் இல்லாத அளவிற்கு ருசியாய் ருசிக்கிறது. மேசையிலிருந்த டப்பாவில் பொரித்த அப்பளம் வேறு. சோற்றைக் கிட்டித்துக் கிட்டித்து வயிற்றை நிரப்பினேன்.

என்னறைக்குச் சென்று படுத்த எனக்குத் தூக்கம் பிடிக்கவில்லை. வழக்கமாகக் கதவை ஒருக்களித்து மூடிக்கொண்டு மடிக்கணினியில் 64 கலைகளில் ஒன்றை அல்லது வேறெதையாவது பார்த்துக் கொண்டோ அரைகுறையாக உறங்கிக் கொண்டோ இருக்கும் இந்த வேளையில் அப்பாவின் இருமல் அல்லது அம்மாவின் கனைப்பு, யாராவது ஒருவர் கழிவறை போய்வரும் சத்தம்... இவற்றில் ஏதோவொன்று கேட்கும். எதிர்பாராத சமயத்தில் அவர்கள் என்னறையை எட்டிப் பார்த்துப் பதைக்கவைப்பதும் உண்டு. "இன்னொம் தூங்கல?", கேள்வியும் "ப்ச்", என்ற என் எரிச்சலும் தினந்தோறும் இந்நேரத்தில் அரங்கேறுபவை. இப்போது வீடுகொள்ளாது வழிந்த அமைதி என்னை என்னவோ

செய்தது. எழுந்துபோய் கூடத்தில் தொலைக்காட்சியில் தமிழ் அலைவரிசைகளைப் போட்டேன். ஒரே குத்துப்பாட்டு மயம். மெல்லிசையாகத் தேடிப்போட்டு திவானில் சாய்ந்தேன். அப்படியே எப்போது உறங்கினேன் என்று தெரியவில்லை. சோபாவின் கைப்பிடி மேல் தலைவைத்துப் படுத்ததால் மேலிட்ட கழுத்துவலி எழுப்ப, தொலைக்காட்சியை நிறுத்திக் கட்டிலில் படுத்தேன்.

சடசடவென மழைத்துளி விழும் சத்தம் கேட்டு விழித்தேன். இது மழைக்காலமில்லையே. சன்னல் வழியாக மழையேதும் தெரியவில்லை. இதென்ன பிரமை? எழுந்த அச்சத்தைப் புறந்தள்ளி சன்னலருகில் சென்று வெளியே பார்த்தேன். கீழே அவுட் ஹவுஸின் கல்நார்க் கூரையின்மீது கிளுவை இலைகள் மரத்திலிருந்து உதிர்ந்து விழும் ஒலிதான் அது என்பதை அறிந்து நிம்மதியானேன். அமானுஷ்யம் இப்படி சப்பென்று ஆகிவிட்டதே...

14

அழைப்புமணி ஒலித்தபிறகே கண்விழித்தேன். "ஈக எத்தேள்த்தித்தீயா?", கேட்டுக்கொண்டே பணிப்பெண் ரத்னம்மா உள்ளே வந்தார். கதவில் தொங்கிய பால் பாக்கெட்டை எடுத்துவந்து குக்கரில் ஊற்றி அடுப்பைப் பற்றவைத்தவர், "காபி தரட்டா?" இவர் அம்மாவின் பாத்திரத்தில் புக முயல்கிறார். இன்னோர் அம்மா இனி வேண்டாம். 'நா இன்னொம் பல் வெளக்கல. நீங்க போட்டுக்கோங்க.'

எதைச் சாப்பிடுவது? வாய்பிளந்த ஃப்ரிஜ்ஜினுள் மூடியிருந்த சிறு எவர்சில்வர் டப்பாக்களைத் திறக்க, புளிக்காய்ச்சல், எலுமிச்சைத் தண்ணீர், எல்லாம் புதிதாக இருந்தன. தன்னுடைய திறமையையும் என்னுடைய சோம்பேறித்தனத்தையும் அடிக் கோடிடும் நோக்கத்தில் அம்மா இதைச் செய்திருக்கலாம். கேரட்டையும் உரிக்கப்பட்டு டப்பாவிலிருந்த பச்சை பட்டாணியையும் எடுத்தேன். கேரட்டைத் தோல்சீவி வில்லைகளாக நறுக்கி ஆலிவ் எண்ணெயில் இளஞ்சூட்டில் வதக்கினேன். பட்டாணியைக் கழுவி அதில் போட்டு அரை சிட்டிகை உப்பு சேர்த்தேன். நிமிடங்களில் இறக்குமுன் நறுக்கிய தக்காளி, மிளகுத்தூள் சேர்க்க, சாலட் தயார். முள்கரண்டி போட்டு சாப்பிட, வயிறு நிறைத்து புத்துணர்வு பெற்றேன். இனி முளைத்த தானியங்கள், வெள்ளரி, ப்ரொகொல்லி முதலான முதலான சாலட் காய்கறிகளை நாம்தாரியிலிருந்து ஃப்ரெஷ்ஷாக வாங்கிவந்து அடுக்கவேண்டும். கிளம்பி கதவைப் பூட்டப் போகையில் சாப்பிட்டேனா என்று அம்மாவிடமிருந்து விசாரிப்பு. நான் சாலட் செய்து சாப்பிட்டேன் என்றதும் சுரத்தில்லை.

மதியம்வரை பங்குச் சந்தையிலும் மாலை அலுவலகத்திலும் நேரம் போனதே தெரியவில்லை. மின்விளக்கு எரிய வீடு திரும்பினால், சமைப்பதை எண்ணி மலைப்பாக இருத்தது. சோற்றைமட்டும் வைத்து எலுமிச்சை சோறு கிளறினேன். மதியமும் இளநீர், பழம் என்று உண்பதால் இரவில் அதிகமாகப் பசிக்கும்.

காலி வீட்டில் கவிழ்ந்திருந்த சோகத்தை மாற்ற, சத்தமாக பீட்டில்ஸைப் பாடவிட்டேன். லேண்ட்லைன் ஒலிக்க, சத்தத்தைக்

குறைத்தேன். அம்மாதான். நான் வீட்டிற்கு வந்துவிட்டேனா என வேவுபார்க்கிறார். அநாவசியமான இந்த லேண்ட்லைனை எடுத்துவிட வேண்டும். அவர்கள் அங்கு நன்றாகத்தான் இருக்கிறார்களாம். இருக்கட்டும்; இருக்கட்டும். என்னைப் புதுப்பித்துக் கொடியில் துவைத்துக் கிடந்த அம்மாவின் சாயம்போன நைட்டியை மாற்றினேன். தொளதொளத்த அதில், வெங்காயம், இஞ்சி, பூண்டு கலந்த மசாலா வாசமடித்தது. அம்மாவின் வாசனை. இதுவன்றி அம்மாவிற்கென்ற தனிமணம் ஒருகாலத்தில் இருந்திருக்கக் கூடுந்தான். நைட்டியின் தொடைப் பகுதிகளில் கைதுடைத்த பிசுக்கு விடாமல் பழுப்பாகத் தெரிந்தது. என்னைப் புழுக்கிய அதை அவிழ்த்துவிட்டு என்னுடைய உடைக்கு மாறினேன். இப்போது காற்றோட்டமாக இருந்தது. அம்மாவின் நைட்டியை மடித்து காலியாய்க் கிடந்த அடுத்த அறை அலமாரியில் வைத்து மூடினேன்.

எட்டு மணிக்கு அமெரிக்கப் பங்குச்சந்தை திறப்பதை ஆரம்பமுதலாகப் பார்த்தேன். இந்த நேரத்தில் தமிழ் செய்திகளை அலறவிடும் அப்பாதான் இல்லையே. பின்னர் அஞ்சலில் வந்த 'தலால் ஸ்ட்ரீட்' சஞ்சிகையைப் புரட்டியபடியே காமெடி சென்ட்ரலில் 'ஃப்ரெண்ட்ஸ்' தொடரைப் பார்த்து வாய்விட்டு சிரித்தேன்.

அசந்துபோய் திவானில் படுத்துக் கால்களைப் பக்கவாட்டுச் சுவற்றின்மீது உயரச் சார்த்தியபடி நெஞ்சில் மடிக்கணினியை வைத்துக் கசமுசா பார்த்தேன். என்னை நான் நிகழ்நிலைப் படுத்திக்கொள்ள வேண்டாமா பின்னே? பயமில்லாமல் சப்தங்களோடு பார்க்க, இன்றுதான் அவற்றின் முழுமையான தாக்கம் தெரிந்தது. உடை சுருண்டு மேலேறிக் கிடந்த தொடைகளுக்கிடையில் காற்று சுழற்றிக்கொண்டு புக, தூக்கம் சொக்கியது.

நான் பயந்த அளவிற்கு இல்லாமல் நாட்கள் எளிதாக வழுக்கிக்கொண்டு கடந்தன. தனிமை ஒன்றும் துன்பமாகத் தோன்றவில்லை. சேர்ந்து வசிக்கும்போதும் ஒவ்வொருவரும் மனதால் தனிமைப்பட்டுத்தானே இருக்கிறோம்?

என் வெளி பரந்து விரிவதை நான் உணர்ந்தேன். அவ்வளவு பெரிய வெளி வீணே காலியாக இருக்கலாமா? நிறுவன விருந்துகளில் நள்ளிரவு வரை பொழுதைக் கழித்துவிட்டு தைரியமாக வீடு திரும்பினேன். பார்ட்டி இல்லாத நாட்களில் தோன்றியபோது அருந்த வைனையும் பியரையும் வாங்கி வீட்டில் வைத்தேன். அவற்றை

சிறிது சிறிதாகத்தான் உபயோகித்தேன். ஏனெனில் என் மூளைதான் என் கருவி; ஆயுதம். அதை நான் மழுங்க விடமாட்டேன். தவிர, ஊதிப்போவதை நான் வெறுப்பவள். மேல்தட்டைச் சேர்ந்த அறிவுஜீவிக் கிழவிகள் சிலர், எவ்வளவு கரவு சரவாக சதையே தொங்காமல் இருக்கிறார்கள்? அவர்கள் தங்கம் அணிவதில்லை. விலையுயர்ந்த இயற்கைக் கற்களையும் முத்து, பவழங்களையும் வண்ண வண்ணமாக அணிந்து, நரைத்த குட்டை பாப்கட்டில் கூன்விழாது நெடுநெடுவென நிமிர்ந்து நிற்கும் அவர்களுடைய தோரணையே தனி. இதற்குப் பெயர்தான்- ஏஜிங் கிரேஸ்ஃபுல்லி.

நான் புகைக்கவும் எளிதாகக் கற்றுக்கொண்டேன். வித்தையைக் கற்பித்த குரு - கிஷோரின் நண்பனான உமர்தான். அன்றைய கேளிக்கையில் முதன்முதலாக அருந்திய ஜின் என்னைப் புரட்டியெடுத்து விட்டது. நான் அந்த விடுதியின் ரெஸ்ட் ரூமில் வாந்தியெடுத்து அதகளம் செய்துவிட, உமர்தான் ஒரு செவிலியாய் சகித்துக்கொண்டு என் முகத்தைக் கழுவிக் கொப்பளிக்க வைத்தான். ஈர திசுத்தாளால் என்மீது தெறித்திருந்த வாந்தித் துளிகளைத் துடைத்தான். என் உள்பாவடையிலிருந்து உருவிக்கொண்டு வந்த சாட்டின் புடவையை மீள இடுப்பில் அங்கங்கே செருகிவிட்டான்.

நன்றிகெட்ட கிஷோர் வெறுமே வேடிக்கை பார்த்ததோடு சரி. அவன் சொல்லித்தான் நான் புடவை அணிந்து வந்ததே. அவனுடைய கிழட்டுப் பொறுக்கி கிளையன்ட்டுகள் கண்ணால் மேய்வதற்காக. என்னை எப்படியெல்லாம் பயன்படுத்திக் கொள்கிறான்? இனி இந்த வேசைத்தனத்திற்கு இணங்கக் கூடாது. எந்த குடி விருந்திற்கும் நோ புடவை. போவது என் மானந்தானே. கிஷோர் எப்போதும் நழுவுவதில் கில்லாடி.

உமர்தான் என்னைப் பரிவோடு கைத்தாங்கலாகப் பிடித்து பாசத்தோடு மெல்ல அணைத்து கேபுக்குக் கூட்டிப் போனான். இறங்கித் தள்ளாடிய என்னைப் பொறுப்போடு வீடுவரை சேர்த்து பூட்டைத் திறந்தான். உள்ளே நுழைந்த கையோடு அந்த நாற்றம் பிடித்த சேலையை உருவியெறிந்தான். பின்னர் மற்றவற்றையும் ஒவ்வொன்றாக. திவானில் விழுந்த என்னுடலால் திரும்ப முடியவில்லை. கை, கால்கள் மரத்துப்போய்க் கிடந்தன. கனத்த இமைகளைத் திறக்க இயலவில்லை. உமர் என்னை உரிமையோடு எடுத்துக் கொண்டான்.

தொலைபேசி அலற, எழுந்தேன். என் மேலிருந்த நைட்டி, உள்வெளியாகத் திரும்பியிருந்தது.

"ராத்திரி வீட்டுக்கு அவ்ளோ லேட்டா ஏன் வந்த?"

இந்த அடுக்ககம் முழுவதும் அம்மாவின் ஒற்றர்கள் இருப்பதால் இனி ஜாக்கிரதையாக இருக்கவேண்டும்.

நான், “முக்கியமான கிளையன்ட் பார்ட்டி; பாதீல வரமுடியாது”, முனகினேன்.

“ஏன் கொணகொணக்குற? நா வேண்ணா கெளம்பி வரவா?” என் ஹேங்க்ஓவர் எல்லாம் போயே போச்சு.

“வேணாம். கொஞ்சம் சளி புடிச்சிருக்கு. அவ்ளோதான்.”

இனி வீட்டில் எதுவும் வைத்துக்கொள்ளக் கூடாது.

சாப்பாட்டு மேசையில் எலுமிச்சம் பழச்சாறு கிளாசில் மூடி வைக்கப் பட்டிருந்தது. உப்போடு அந்தப் புளிப்பு உள்ளே இறங்குகையில் உமரை எண்ணி நெகிழ்ந்தேன். புனே IIM-இல் ‘புல்லட் இரயில்’ குறித்து PHD படித்த உமருக்கு அரசாங்கத் திட்டங்களுக்கான விலைப்பள்ளிகளை மண்டையை உடைத்து சமர்ப்பிப்பதுதான் தொழில். அரசு அதிகாரிகளுக்கும் மந்திரிகளுக்கும் எளிதாகப் புரியும்படி எல்லாம் விலாவரியாக இருக்கவேண்டும். அந்தப் பணியை செய்துமுடிக்க நியாயமாக எவ்வளவு தொகை ஆகுமென்று அவர்கள் முதலில் தெரிந்து கொள்வார்கள். அதைப் பொறுத்து கான்டிராக்ட் கொடுக்கும் தொகையை நிர்ணயித்துக் கொள்வார்கள். இதற்காகப் பணி நடக்கப்போகும் இடத்திலேயே உமர் மாதக்கணக்கில் தங்கி அந்த சூழலை உள்வாங்க வேண்டியது அவசியம். இதனால் அவன் பயணித்துக்கொண்டே இருப்பான். அவனது விலைப்பள்ளி அங்கீகரிக்கப் பட்டால் சில லட்சங்கள் உமருக்கு ஊதியமாகக் கிடைக்கும். ஆற அமரக் குடும்பம் நடத்துவதற்கான நேரமோ நிரந்தர வருமானமோ உமரிடம் இல்லை.

அலுவலகம் போனதும் கிஷோர் என் சம்பளத்தை திடுதிடுப்பென ஏழாயிரம் கூட்டித் தரப்போவதாகச் சொன்னதும், நான் இன்ப அதிர்ச்சியிலாழ்ந்தேன். நேற்றைய வட்டமேசை மாநாட்டில், உமர் பத்தாயிரம் அதிக சம்பளத்தில் எனக்கு வேறு வேலை வாங்கித்தருவதாகப் பகிரங்கமாகச் சொன்னதை ஞாபகம் இழுத்து வந்தது. உமர் போதையில் சும்மாகூட சொல்லியிருக்கலாம். எப்படியோ வடிவேலு ஏலத்தை உயர்த்தியதுபோல என் சம்பளத்தை உயர்த்திப் புண்ணியம் கட்டிக் கொண்டான். வாழ்க உமர்.

சந்தை மூடும்நேரம் அழைத்த உமர், என் நலனை விசாரித்தான். லக்கிஸ்டாக்சின் இருக்கை நுனியில் அமர்ந்திருந்த நான், நலமே என்று துண்டித்தேன். நேற்று கூடவந்ததற்கு நன்றிகூட சொல்லவில்லை. என்னை உமர் நன்றிகெட்டவள் என

நினைத்திருக்கலாம். அவன் சும்மாவா எனக்கு உதவினான்? உதவிக்கான விலையைத்தான் எடுத்துக் கொண்டு விட்டானே.

பால்கனியில் விளக்கை அணைத்துவிட்டு அமர்ந்து புகை பிடித்துக் கொண்டிருந்தேன். நான் புகையை உள்வாங்கி மூக்கு வழியாக விடப் பழகிக் கொண்டிருந்தேன். வெளியிடங்களில் நானோர் அமெச்சூர் ஸ்மோக்கராகத் தெரியக் கூடாதல்லவா?

சிகரெட் முடிவதற்குள் என் கைபேசியில் அப்பாவின் குரல் அபாயச் சங்காக ஒலித்தது. பெண் புகையெல்லாம் பிடிப்பது அக்கிரமமாம். பயிற்சியில்லாத விரலைக் கங்கு சுட, அதை அப்பாவின் சாம்பல் படிகத்தில் வைத்துவிட்டு, "சிகரெட்டா, நானா?" வியந்தேன். ஏதோவொன்று என்னைக் கவனித்து வத்தி வைத்திருக்கிறது. நான் கொசுவர்த்திச் சுருள் கொளுத்திவைத்து அமர்ந்திருப்பதாக சமாளித்தேன். "அதுகூட செய்யக்கூடாதா?" என அப்பா மன்னிப்புக் கேட்குமளவிற்கு ஆத்திரமும் பட்டேன். இந்த லாஜிக்கில்லாத பொய்யை அப்பா நம்பியிருக்க வேண்டியதில்லை. கொசுவர்த்திச் சுருளைத் தரையில் வைக்காமல் உயர்த்தியா பிடிப்பார்கள்? ஆனால் மனிதமனம், தான் வேண்டியதை நம்பிவிடுகிறது. இன்னும் எத்தனை வருடங்களுக்கு இவர்கள் என்னைக் கட்டுப் படுத்துவார்கள்? மூண்ட கோபத்தில் புகைபிடித்ததை ஒத்துக் கொண்டிருக்கலாம்தான். ஆனால் அவர்கள் என்னைத் திருத்த பெங்களூருக்கே திரும்பி வந்துவிடக் கூடும். அந்த பயத்தால் இப்படியெல்லாம் சல்லியாக... இதற்குள் சிகரெட் அணைந்துவிட்டது. சை! நான் அறைக்குள் சென்று கண்ணாடிமுன் நின்று பற்றவைத்தேன். புகை வளையங்கள் விடப் பழகுவதே என் இலக்கு.

சாம்பல் படிகத்தைக் குப்பையில் கவிழ்த்தேன். குப்பைப் பையை முடிந்து, காய்ந்த குப்பைகள் கிடக்கும் குப்பைத் தொட்டியையும் எடுத்துக் கொண்டு கீழே போனேன். காலி பியர் கேனைப் பார்த்தால் ரத்னம்மா, அம்மாவிடம் ஓத வாய்ப்புண்டு. கீழே நிற்கும் பெரிய குப்பை ட்ரம்மில் போட்டேன். போடையில் என் கண்கள் என்னையறியாது சுற்றுமுற்றும் நோட்டமிட்டன. ட்ரம்மை ஆராய்ந்து கொண்டு அதனுள்ளே நிற்கும் ஜிம்மி ஒருவேளை சென்னைக்குப் போட்டுக் கொடுத்துவிட்டால்? அந்தக் கட்டிடமெங்கும் அம்மா, அப்பாவின் கண்கள் ஒட்டிக் கிடப்பதாக எனக்குத் தோன்றியது.

சென்னையிலிருந்து வற்புறுத்தி அழைப்புவர, கிளம்பினேன். என்னைத் தனியே விட்டுப்போன குற்றவுணர்ச்சியாக

இருக்கலாம். மூன்று அறைகள்கொண்ட அண்ணனின் அடுக்ககம் அப்படியொன்றும் சிறியதில்லை. ஆனால் 6 பேரின் உடமைகளுக்கும் தேவைகளுக்கும் இடந்தர இயலாமல் அது பிதுங்குவது கண்கூடாகத் தெரிந்தது. அப்பாவுக்குப் பத்திய சாப்பாடு வேண்டும். அதைமட்டும் செய்துகொள்ள முடியாது. அம்மா, தன் தளர்ந்த உடலை இழுத்துப் பிடித்து பம்பரமாக்கிக் கொண்டிருந்தார். பெங்களூரில் எவ்வளவு ஓய்வாக இருந்தார்? இப்படியொரு ஜனரஞ்சகம் தேவையா? ஆனால் குரங்கான தன் பிள்ளையாரை அவர் ஒளிக்க முயன்று தோற்றார்.

அண்ணனின் மனைவி அனுவுக்கு அலுவலக வேலை; இரண்டு வளரும் பிள்ளைகளைக் கவனிக்க வேண்டும். தன் பாரத்தை அம்மாவின் கிழட்டுத் தோள்களில் இறக்கிவைத்த அனு, அம்மாவின் பாரத்தைப் பகிர முன்வரவில்லை. குடும்ப அமைப்பிற்குள்தான் பகிர்தலோ சமநிலையோ கட்டாயமில்லையே. தனக்குள் இருப்பவர்களில் யாரும் யாரையும் இஷ்டப்படி சுரண்டிக்கொள்ளும் வசதியை அது அளிக்கிறது.

அப்பாவும் தன்னிச்சையாக இயங்க இயலாமல் விரைப்பாக இருந்தார். அவர் அமைதியாக ஈஸிச்சேரில் சாய்ந்து கோழித்தூக்கம் போடும் நேரமிது. கூடத்தில் குட்டிப் பையனுக்கு கார்ட்டூன் சத்தமாக ஓடிக் கொண்டிருந்தது. விரித்த செய்தித் தாளுக்குப் பின்னே சோபாவில் உட்கார்ந்திருந்த அப்பா, செய்தியை உள்வாங்கப் போராடிக் கொண்டிருந்தார். அதை மடித்து வைத்தபின்னர், நிமிடநேர பாகத்திற்காக ஒப்பனை செய்துகொண்டு நாளெல்லாம் காத்திருக்கும் ஒரு துணை நடிகனைப்போல அவர் அந்தக் கூடத்தில் செய்வதறியாது அனாமத்தாக அமர்ந்திருந்தார். அவருடைய புத்தகங்கள் பெங்களூரில் இருந்தன. எவ்வளவு பொருட்களைத்தான் கொண்டுவந்து அவர்கள் வீட்டை நிறைப்பது? எல்லாக் கேடுகளுக்கும் பொருளின்மையே வேர்.

நான் பெங்களூரு அடுக்ககத்தைக் காலி செய்யப்போவதாக அப்பாவிடம் அறிவித்தேன். எனக்கு சம்பளம் கூடியிருப்பதால் அலுவலகத்திற்கு அருகிலேயே வாடகைக்கு இடம் பார்த்துக் கொள்ளப் போவதாகத் தெரிவித்தேன். எனவே அதை விற்று, அவர்கள் இங்கு பக்கத்திலேயே சிறியதோர் அடுக்ககம் வாங்கிக் கொள்ளலாம். அப்பாவும் அம்மாவும் தயங்கினார்கள். பெற்ற தவற்றிற்காக சாகும்வரை தன் வளர்ந்த பிள்ளைகளுக்கே உடல், பொருள், ஆவி என அனைத்தையும் சமர்ப்பிக்கும் *Masochism* இந்த நாட்டில்தான். அவர்களுக்கு இசைவாக நடக்காத எனக்கு அவர்களது சொத்தை அனுபவிக்க அருகதையில்லை. என் முடிவில் உறுதியாக

இருந்த நான், அண்ணனை அழைத்து விஷயத்தை எடுத்துரைத்தேன். அதை செயல்படுத்தும் ஏற்பாடுகள் துரித கதியில் நடக்கத் துவங்கின. திசையெட்டும் எண்ணிலடங்காத பாதைகள் முடிவற்று நீண்டு கிளைபிரிந்தோடும் இந்தப் பிரபஞ்சத்தில், சங்கிலித் தொடராய்க் கை கோர்த்துக்கொண்டு எல்லோரும் ஒரே திசையில் நகர்வது பேதமை.

ஊருக்குத் திரும்பியதும் எனக்கான சிறிய வசிப்பிடத்தைத் தேட ஆரம்பித்தேன். இந்திராநகரில் சிறிய அடுக்கமே இருக்காது. வாடகையையும் நான் நெருங்க முடியாது. அதனால் இந்திராநகரைச் சுற்றியிருக்கும் இடங்களில் தேடினேன். நெருப்புப்பெட்டி போன்ற கான்கிரீட் கூடுகளின் வாடகை என் சம்பளத்தில் பாதிக்கருகே வந்தது. திப்பசந்திரா தெருவொன்றில் மந்தாரைப் பூவின் இனிப்பு மணங்கமழ, அண்ணாந்து பார்த்தேன். மாடியின் பக்கவாட்டில் குறுகிய இரட்டைக் கதவுகளை இணைத்து பூட்டு தொங்கியது. மந்தார மரம், வீட்டு வாயிலில் வளவிற்கு வெளியே நின்றது. அதனூடாக மாடியில் தெரிந்த சின்ன சாளரம் மூடியிருந்தது. அதோர் பழைய நீண்ட குறுகலான வீடு. ஒரு தெருவில் தொடங்கிய அது, அடுத்த தெருவில் முடிந்ததால் இரண்டு பக்கமும் சிறிய அழிக் கதவுகள். அவற்றிற்குள் கொய்யா, செம்பருத்தி அடங்கிய அளவான தோட்டங்கள்.

வீட்டின் கதவு பக்கவாட்டிலிருந்தது. வாயிலின் முன்னே ஓர் சிமெண்ட் ஓட்டமிருந்தது. நான் ஓட்டத்தில் நடந்துபோய்க் கதவைத் தட்ட, ஜன்னலில் இளம்பெண்மணி எட்டிப்பார்த்து சொல்ல, மாமியார் கதவைத் திறந்தார். மேல் தளம் வாடகைக்கு இருக்கிறதா என விசாரித்தேன். வீட்டை விற்க இருப்பதால் யாரையும் குடிவைக்க வில்லையாம். ராஜு சமூகத்தைச் சேர்ந்த அவர்கள் தன்மையாகப் பேசினார்கள். எனவே விற்க ஆள்பார்த்தாகிவிட்டதா என மெல்லத் திராவினேன். வீடு வழக்கிலிருந்ததால் அது தீர்ந்தபிறகே விற்கமுடியுமாம். அதற்கு ஆண்டுகளாகலாம் என அறிந்த நான், அதுவரை தங்கிக் கொள்ளலாமா எனக் கேட்டேன். தயங்கிய அவர்களிடம், ‘தங்களுக்கு வேண்டியபோது உடனடியாகக் காலிசெய்துவிடுவேன்’, என தைரியமளித்தேன். ஆனால் வீடு எனக்குத் தோதுப்படாது என்றனர். “ஓக்க சாரு சூஸ்தானு”, நான் கெஞ்ச, மனபாஷையில் மயங்கிய அவர்கள் பின்பக்கத்துப் படியேறி மேலே திறந்துவிட்டார்கள். வெளியைவிட உள்ளே அழுக்காக இருந்தது. ஒரு கூடம், அடுப்படி, படுக்கையறை கொண்ட அங்கு ஒரு குடித்தனம் இருந்திருக்க வேண்டும். அங்கு பக்கவாட்டிலிருந்த மற்றோர் அறையில் தட்டுமுட்டு சாமான்களைப் போட்டுப் பூட்டியிருந்தனர். இதுவே எனக்கு வெள்ளம். இடம் விஸ்தாரமாக காற்றும் வெளிச்சமுமாக இருந்தது. விற்கப்போகிற வீட்டிற்கு

அவர்கள் பெயின்ட் செலவு செய்யத் தயாரில்லையாம். நானே செய்துகொள்கிறேன் என்றேன். குடும்பத் தலைவர் அடிக்கடி வெளியூர் செல்வதால் பாதுகாப்பில்லை என்றனர். ஒருவருக்கொருவர் துணையாக இருப்போம் என அவர்களோடு கலந்தேன்.

தமக்குள் கிசுகிசுத்த அவர்கள், வாடகை பத்தாயிரம் என மென்று விழுங்கி சொன்னார்கள். வழக்கு நடக்கும் இந்நேரத்தில் அவர்களுக்கு அந்தப்பணம் முக்கியமானது என்பதை உணர்ந்தேன். நான் எட்டாயிரத்தில் முடித்தேன். அதற்குமேல் பேரம் செய்ய, கீழிருந்து வளர்ந்து படியில் சாய்ந்திருந்த பவழ மல்லியும் படிமுடிந்ததும் பரந்து விரிந்திருந்த மொட்டை மாடியும் மேலே தண்ணீர் தொட்டிக்குச் செல்லும் நான்கைந்து சிமெண்ட் படிகளின்மேல் குடைவிரித்த மாமரமும் அதன் கீழே வழவழவென்று இருந்த துவைகல்லும் பேரம் செய்ய விடவில்லை.

வெள்ளை சுண்ணாம்படித்துக் குடியேறினேன். இதுவரை வீடென்பது என்னைப் பொறுத்தவரை வெறும் சுவர்களின் கூட்டாகவே இருந்து வந்தது. பாதுகாப்பிற்காக, ஓய்வெடுக்கும் இடமாக. கொல்லைப்புற மண்ணோடு கிடைத்த இந்த வீடுதான் இல்லமாகப் பரிணமித்தது. இங்கு காகங்கள் வந்து உரிமையோடு கிடைத்தவற்றைக் கொத்திப் போகும். முதல்நாள் மீந்த உணவை மொட்டைமாடியில் இறைக்கவில்லை என்றால் காலையில் அரட்டி மிரட்டுமவை. அவற்றோடு புறாக்களும்சில மைனாக்களும் சேர்ந்துகொள்ளும். காகங்கள் முன்னோர்களோடு இணைக்கப்பட்டதாலோ என்னமோ, அவை மனதிற்கு நெருக்கமானவை. கழுத்தை சாய்த்து முறைத்துப் பார்க்கும் அண்டங் காக்கைகள், ஒரு பெரியப்பா, மாமாவை நினைவுறுத்தும். ஓங்கிக் கரையும் அவற்றின் பளபளக்கும் கருப்பைத் தொட்டு மை வைத்துக்கொள்ளத் தூண்டும். உருவில் சிறிய லட்சணமான மணிக் காகங்கள், அத்தை, சித்தியை ஞாபகப்படுத்தும். சாம்பல் பூத்துக் குரலடக்கிய அவை வாஞ்சையோடு பார்க்கும்.

இன்று சனிக்கிழமை. அடுப்பில் ஈரல்கறி வெந்து கொண்டிருந்தது. கறிவேப்பிலை பறிக்கக் கதவைத் திறந்தால், சாம்பலும் கருப்புமாக வரியோடிய அந்தப் பூனை மொட்டை மாடியில் சுற்றிச்சுற்றி வந்தது. ஒன்றிரண்டு பச்சை ஈரலை அதனிடம் எறிந்துவிட்டு, முன்கதவை சாத்திக் கீழிறங்கிக் கறிவேப்பிலை பறிக்கப் போனேன். கறிவேப்பிலை வாசம் தூக்கியடிக்கும் ஈரலைப் பிரட்டி விடும்போது, அடுக்களை சாளரம் வழியாக மந்தார மரத்தின் வாடாமல்லி நிறப் பூச்சூடிய தலைதெரிந்தது. ஈரல் ஆகிவிட்டது. நானொரு புத்தகத்தை எடுத்துக்கொண்டு மாமரத்தடியில் இருக்கும் படிக்குச் சென்று, ஈரக்கூந்தல் உலர

அமர்ந்தேன். எண்ணெய் பூசப்பட்டதாய் வழுவழுத்த மாந்தளிர்கள், வெயில் உடுத்திக் காற்றுக்கு ஒயிலாக ஆடி ஆளை மயக்கின. சில கட்டெறும்புகள் என்மேல் குதித்து ஓடிப்பிடித்து விளையாடின. பழுப்பு நிறத்தில் வெள்ளைப் புள்ளிகளிட்ட இறகொன்று முன்னால் கிடந்தது. பெயர்தெரியாத அந்தப் பறவை, தான் வந்துபோனதின் அடையாளமாக இதை விட்டுச் சென்றிருந்தது. அதைப் பார்க்காமல் போனோமே என்று ஆதங்கமாக இருந்தது. 'மியாவ், மியாவ்' வேறு பசியைத் தூண்டியது. மேனிமேல் இழைந்த கட்டெறும்புகளைத் தட்டிவிட்டு எழுந்து அந்த இறகை எடுத்துக்கொண்டு போனேன். கொழுப்போடிருந்த கொஞ்சம் ஈரலை எடுத்துவந்து பூனைக்குப் போட்டுவிட்டு சாப்பிட்டு வெறுந்தரையில் படுத்து மீண்டும் புத்தகத்தை விரித்தேன். ரெட் ஆக்சைட் தரை குளிர்ந்திருந்தது. முறுக்கிய நெட்டிலிங்க சருகொன்று எங்கிருந்தோ புரண்டுவந்து என்னருகில் படுத்தது. பழுப்புச் சிறகு உறுதியாக இருந்தது. அதைக்கொண்டு காதுகுடைய, புத்தகம் நழுவி விழுந்தது. அணில் பிள்ளைகளின் 'வீச்சுவீச்சை'க் காகங்களின் கரைசல்கள் அமுக்கியது. யாராவது சோறு வைத்திருப்பார்கள்.

வெளிச்சம் குறையக் கண்விழித்த நான், வீதியுலா கிளம்பினேன். வளவு சுவற்றையோட்டி சுள்ளிகளால் பின்னப்பட்ட பெரிய கூடொன்று தெருவோரம் கிடந்தது. குனிந்து அதை எடுக்க, அதன் கனத்தில் கை தாழ்ந்தது. அதை இரு கைகளிலும் ஏந்தியபடி உள்ளே வர,

"ஐய்யே. தேனிக்கம்மா இது? காக்காக் கூட்ட வீட்டுக்குள்ள வைக்கக் கூடாது", மாமியார்.

"இது எப்புடி தெரூல?"

"மத்தியானம் பக்கத்துவீட்டுல தேங்கா பறிச்சாங்க. அதுலருந்த கூடு."

நான் வாசல் பக்கமிருந்த அந்த மரத்தை அண்ணாந்து பார்த்தேன். கழுத்து வலித்தது! இவ்வளவு உயரத்தில் கூடுகட்டத் தோன்றியதே அதற்கு! அதைக் கீழே வீசிறியெறிய வேண்டிய அவசியமென்ன? ஓ... அதுதான் மதியம் ஒரே காக்காய் சத்தமா? அதனுள் முட்டை இருந்ததோ, குஞ்சு இருந்ததோ... மனிதனின் குரூரத்திற்குக் காரணமே இல்லை. அவ்வளவு உயரத்திலிருந்து வீழ்த்தும் கூடு பிரியாமலிருந்தது! இதைக் கொண்டுபோய் பழையபடி மர உச்சியில் அதே இடத்தில் வைக்க முடியவில்லையே... எத்தனை விஷயங்கள் நம் சக்தியை மீறி இருக்கின்றன... என்னை அற்பமாக உணர்ந்தேன்.

நான் கூட்டை எடுத்துக்கொண்டு மாடியேறி வீட்டைத் திறந்து உள்ளே வைத்தேன். உறுதியான குச்சிகளைக் கொண்டு நேர்த்தியாகப் பின்னியிருந்தது. இடையிடையே நார்களும் கம்பிகளும் குச்சிகளைப் பிணைத்து சுற்றப் பட்டிருந்தன. அதைப் பார்க்கப் பார்க்க எனக்குக் காகங்களின்மேல் மதிப்பு கூடியது. இன்றைக்கு வாங்கவேண்டியது- இதனை வைக்க ஓர் உலர்ந்த மரம். வாங்கிவந்த உலர்மரத்தின் மையப்பகுதியிலிருந்த வட்டமான தாங்கியில் கூட்டை எடுத்து அமர்த்தினேன். கிளைகளுக்கு நடுவே பொருந்தித் தெரிந்தது கூடு. பார்த்துப் பார்த்து ரசித்து மகிழ்ந்தேன்.

அந்த ஜின் வாந்தி சம்பவத்தை நினைத்து நினைத்து நான் கூசினேன். அதன் விளைவாக இரவு விருந்துகளுக்குப் போவதையே தவிர்த்தேன். ஞாயிற்றுக்கிழமை வெயில்தாழ, துவைகல்லில் விசுக் விசுக்கென்று துணிகளை அடித்துத் துவைத்துக் கொண்டிருக்கையில் படியேறி வந்தது -உமர்! கீழே நிலைகுத்திய அவனது பார்வையானது என்னை உயிர்ப்பித்தாலும், முழங்காலுக்குமேல் மடித்துக் கட்டிய நைட்டியை ஈரக் கால்களின்மேல் இழுத்துவிட்டேன்.

வீட்டை நிமிர்ந்து பார்த்தவன், "ஆன்ட்டிக் ஹவுஸ் யார்", சிலாகித்தான்.

'உனக்கெப்புடி அட்ரெஸ் தெரிஞ்சிது?'

'நேத்து பார்ட்டீல கிஷோரப் புடிச்சு வாங்குனேன்.'

உமர் வீட்டை ச் சுற்றிப் பார்த்தான்.

வீடு காலியாயிருப்பதைக் கண்டு, 'கௌம்பு. வீட்டுக்குத் தேவையான ஃபர்னிச்சர்ஸ் வாங்கிவரலாம்' என்றான்.

பழமையைச் சுமந்து திரிவதில் விருப்பமில்லாத நான், அப்பாவின் அடுக்ககத்திலிருந்த திவானைத் தவிர, அரதப் பழைய மேசை நாற்காலிகளையும் மைகா கட்டிலையும் உணவு மேசையையும் எடுத்துக்கொண்டு வரவில்லை. தேக்காகவோ ரோஸ்வுட்டாகவோ இருந்திருந்தால் விட்டிருக்க மாட்டேன். மதிப்புமிக்க பழமை மட்டுமே சுமக்கப் பொருமானமானது. பிறகு வாங்கலாமென உமரிடம் மழுப்பினேன். பணத்திற்காக யோசிக்க வேண்டாம் எனவும், தன்னிடம் இருப்பதாகவும் உமர் வற்புறுத்தினான். நான் மறுத்துவிட்டேன். பணம்னு கைநீட்டி வாங்கிட்டா அப்புறம் இவன்க கூப்புட்டப்பல்லாம் வழிச்சிகிட்டு நிக்கணும். கைய நீட்டாம இருந்தா, நாளைக்கே புடிக்கலைன்னா போயிக்கிட்டே இருக்கலாம். ஒரு கழுதையும் என்ன வற்புறுத்த முடியாது.

‘ஒன்ன வெளீல பாக்கவே முடியுறதில்லையே. எங்க பீவிங்களப்போல வீட்லயே அடஞ்சு கெடக்குறியே.’

‘அன்னைக்கு விடுதீல நடந்த அசிங்கம்... ஐ ஃபீல் அஷேம்ட்.’

‘இப்புடிப் பதுங்குற அளவுக்கு என்ன நடந்துடிச்சு? ஒரு கொடத்துல அதன் கொள்ளளவ மீறித் தண்ணிய ஊத்துனா வழியுமல்லவா? அதுபோலத்தான் அண்ணைக்கு அதிகமாய்ப்போன ஷராப ஒன் ஒடம்பு வாந்தியா வழியவச்சிடுச்சு. சோ சிம்ப்பிள்.”

உமர் எனக்கு தாடியில்லாத ஓஷோவாய்த் தெரிந்தான்.

‘இதுக்குப்போய் ஒன் வளர்ச்சியைக் கொறைச்சுக்கப் போறியா?’

‘குடிச்சாதான் வளர்ச்சியா?’

‘அப்புடிச் சொல்லல. இப்ப குடீங்குறது சமூக வாழ்வின் அங்கம்குறது உனக்கும்தெரியும்.’

‘ஸோ?’

‘இன்னைலருந்து ஒனக்கு வகுப்பெடுக்கப் போறேன்.’

தான் கொண்டுவந்திருந்த சிறிய குப்பியை ஜோல்னாப் பையிலிருந்து எடுத்தான்.

‘ஜின்னே எனக்கு அலர்ஜியாயிடுச்சு; நா தொடமாட்டேன்.’

‘தெரியும். அதுக்குத்தான் வோட்காவக் கொண்டுவந்தேன்.’

பாலடையில் புகட்டுவதுபோலக் கொஞ்சம் கொஞ்சமாக மணிக்கணக்கில் ஊற்றிக் கொடுத்தான். ஒரு கட்டத்தில் நான் நிறைந்துவிட்டதை உணர்ந்ததுபோல, ஊற்றிக் கொடுப்பதை நிறுத்திவிட்டு மீந்ததைத் தான் குடித்து முடித்தான்.

இப்படியே பிராந்தி, விஸ்கி, ரம்மென்று படிப்படியாக என்னைப் பழக்கினான் உமர். எதை எதோடு கலக்கவேண்டும்; கலக்கக் கூடாது மற்றும் எதை எவ்வளவு அருந்தலாம், அதற்கு எடுத்துக்கொள்ள வேண்டிய நேரம், என்பதான இலக்கண விதிகளையெல்லாம் நான் கற்றுத் தேர்ந்தேன். மதுவோடு தான் வாங்கிவரும் உணவை உண்ணாவிட்டால் உமர் விடமாட்டான். குடல் புண்ணாகி விடுமென்று வற்புறுத்தி சாப்பிட வைப்பான். சாப்பாட்டோடு ஒரு தயிர்சாதப் பொட்டலம் தவறாது இருக்கும். எதுவும் இல்லையென்றால் வீட்டிலிருக்கும் நூடுல்ஸையாவது வேகவைத்து சாப்பிட்டு விடுவோம். ஒருகையால் சிகரெட்டைப் பிடித்தபடி மறுகையால் அவன் நூடுல்ஸைக் கிண்டும் அனாயாசத்தைப்

பார்ப்பதற்காகவே நான் அவனை செய்யவைப்பேன். அப்போது அவன், கைதுடைக்கும் துண்டையெடுத்து ஒரு சமையற்காரரைப்போல வாகாகத் தோளில் போட்டுக் கொள்வான். இவற்றையெல்லாம் அவன் ஓர் அர்ப்பணிப்போடு செய்தான். கைம்மாறாக அவன் கோருவது ஒரே ஒரு சுற்று மட்டுந்தான். அதையும் நான் மறுக்கும்போது வற்புறுத்த மாட்டான்.

ஒருவேளை தனக்கு வாய்க்காத இல்லச் சூழலை இப்படிப் போகுமிடங்களில் அவன் அனுபவிக்கலாம். எதையுமே நிலையாக அடைய நினைத்தால் நாம் அதற்குள்ளாகவே அடைபட்டு விடுவோம் என்பது உமரின் வாதம். அவன் திரிந்த நாடுகள் பல. ஒவ்வொரு முறை பணம் வரும்போதும் ஒரு வெளிநாட்டிற்குப் போய்வருவது அவன் வழக்கம். நண்பர்கள் யாராவது வந்தால் சேர்ந்து போவான். இல்லையென்றால் தனியாக. என்னைக்கூட ஸ்பெயினுக்கு அழைத்தான். ஆனால் தன்னுடைய பயணங்கள் எளிமையாகத்தான் இருக்குமென்றான். இப்போதைக்கு என்னிடம் விடுமுறைக்கான மனநிலையும் வசதியும் இல்லை.

நாங்கள் சாப்பிட்டு மிஞ்சும் எலும்பு, முள், தோல், சப்பாத்தி, சோறு என எதுவாக இருந்தாலும் அவற்றைத் தாளில் கொட்டி, அதை வளவிற்கு வெளியே வைத்துத் தெருநாய்களை அழைத்தபின்பே உமர் போவான். இந்தக் காட்சியானது வாரம் இருமுறை நடந்ததால் புது இடத்தில் கிசுகிசுப்பு ஆரம்பிக்க, நான் உமரிடம் பிரச்சினையைச் சொல்லி உணவிடுவதை நிறுத்தத் சொன்னேன். அப்போது அவனது வருகை பட்டவர்த்தனமாகத் தெரியாது. உமரோ, தான் கீழை நாடுகள் சிலவற்றில் உணவுக்காக மக்களும் மாக்களும் படும் பாட்டைக் கண்கூடாகக் கண்டிருந்ததால் மீந்த உணவை வீணாக்காமல் இப்படி விளம்புவதைத் தன் அன்றாடப் பழக்கமாகவே கொண்டிருக்கிறானாம். தன்னால் அதைக் கைவிட முடியாதென்றான். மனத்தைக் கல்லாக்கிக்கொண்ட நான், ‘அப்படியானால் இங்கு வரவேண்டாம்,’ என்றேன். தனியொரு பெண்ணுக்கு எளிதாக வீடு கொடுக்காத நிலையில் இந்த வீட்டை அடைய நான் பட்ட பாடு எனக்குத்தான் தெரியும். உமர் அதற்காக அதிகம் அலட்டிக் கொள்ளவில்லை. அவன்தான் ஞானியாயிற்றே. ஞானோபதேசம் செய்ய வேறு பெண்ணைத் தேடித் புறப்பட்டான்.

இந்தப் புது இடத்தில் நள்ளிரவு தாண்டி தைரியமாக வீடு திரும்பினேன். வீட்டு சொந்தக்காரர்களிடம் அவ்வப்போது இரவுப்பணி உண்டு என்று தெரிவித்திருந்தேன். பொருளீட்ட மட்டும் விதிகள் தளர்த்தப்படுமென்பதை நானறிவேன். அடையாளங்களற்ற இருப்பின் சுதந்திரத்தை இங்கு நான் ஓரளவு அனுபவித்தேன்.

15

கரிக்குருவி மீதமர்ந்து திரும்பும் எனக்குள் என் வர்த்தகக் கணக்கின் கையிருப்பு குறித்த மனக்கணக்கு ஓடிக் கொண்டிருந்தது. அந்த சிறிய தெருவை அடைத்தபடி நின்றிருந்த காரின் கதவு எதிர்பாராமல் திறக்க, அதில் மோதிய குருவி பிறழ்ந்து, அருகிலிருந்த மின்கம்பத்தில் மோதி வீழ்ந்தது. நடந்ததைக் கிரஹிக்குமுன் நான் சாலையோரம் குப்புறக் கிடந்தேன். யாரோ தூக்கிவிட, எழுந்த என்னுடலில் உரசல்கள் செவசெவத்தன. உதவிக் கரமொன்று நீட்டிய குப்பி நீரை அருந்தி, முகங்கழுவி ஒன்றுமில்லையென சமாளித்தேன். அந்த இடத்தை விட்டகன்றால் போதுமென்று இருக்கிறது. ஒரு நல்லாத்மா ஆட்டோ பிடித்துவிட, அருகிலிருக்கும் பல்துறை மருத்துவமனைக்கு விரைந்தேன். தெருவில் தாறுமாறாகக் கிடக்குமென் குருவியை அனாதையாக விட்டுச்செல்ல மனமில்லை.

ஆட்டோவில் எறியமர்ந்த எனக்கு உப்புக் கரித்தது. கைபேசியில் பணிமனையை அழைத்து, கரிக்குருவியை சிகிச்சைக்குக் கொண்டுபோக விண்ணப்பித்தேன். ஒப்புக்கொண்ட அவர்களுக்கு அதன் பதிவு எண்ணையும், அது கிடக்கும் விலாசத்தையும் அனுப்பினேன். ஆசுபத்திரி வந்துவிட்டது. அதற்கு உள்ளே நுழைந்துவிட்டால் கவலையில்லை. பற்று அட்டை இருக்கிறதா எனக் கைப்பையில் சோதித்தேன்; இருந்தது. அது இருந்தால் போதும். மீதியெல்லாம் நடந்துவிடும்.

வளாகத்திற்குள் இறங்கிய என் கோலத்தைக் கண்ட ஆயா, சக்கர நாற்காலியை உருட்டிக்கொண்டு ஓடி வந்தார். அதிலமர்ந்த என்னை அவசரப் பிரிவிற்குத் தள்ளிச்செல்லும் வழியில் மக்கள் என்னைக் கலவரத்தோடு நோக்கினர். குனிந்து பார்க்க, என் நெஞ்சில் வழியும் குருதி, ஆடையை நனைத்துக் கொண்டிருந்தது. மயக்கம் வரும் போல...

அவசர பிரிவில் விபத்தா என்று புருவத்தை உயர்த்த, நான் தவறுதலாக விளக்குக் கம்பத்தில் இடித்துவிட்டேன் என்றேன். ரத்தம் கசியும் உதட்டால் பேச, வலித்தது. என் பெயரை ஒற்றியதும்

கணினியில் என் சரித்திரம் வந்தது. இதற்கு முன்பும் நான் வெவ்வேறு உபாதைகளுக்காக அங்கு வந்து கப்பம் கட்டியிருப்பதை அது காட்ட, சிகிச்சை துவங்கியது. முதலில் எரிய எரிய உரசல்களைத் துடைத்து மருந்திட்டனர். உதட்டோரம் சிறு தையலிட வேண்டுமாம். நான் அச்சத்தை மறைக்கிறேன். என்னிடம் கற்றைப் படிவங்களில் கையெழுத்து வாங்கப்பட்டது. 'தழும்பு வருமா?' எனப் பையிலிருந்த பில்லின் பின்னால் ஆங்கிலத்தில் எழுதிக் கேட்டேன். ஏதும் வராதபடி பிளாஸ்டிக் அறுவைசிகிச்சை நிபுணர் வந்து தையலிடுவார் என்று தைரியம் சொல்லப்பட்டது.

இதற்குள் என் சக்கர நாற்காலி எக்ஸ்ரே, ஸ்கேனிங், ரத்தப் பரிசோதனை என எல்லா துறைகளுக்குள்ளும் நுழைந்து வந்தது. முன் ஜாக்கிரதையாம். பிறகு உதட்டருகே மரத்துப்போக ஊசி போடப் பட்டது. அதன் வலியில் மூடிய இமைகளோரம் நீர் வழிந்தது. தையல் போடுகையில் வலியில்லை. தையலிட்ட நூலானது தானாகக் கரைந்து விடுமாம். மூன்று நாட்களுக்கு உதட்டசைக்காமல் திரவ உணவாக உட்கொள்ள வேண்டும். தேவைப்பட்டால் மட்டும் திரும்ப வந்து காண்பிக்க வேண்டுமாம். அநேகமாக அதற்கு அவசியமில்லாது சில நாட்களில் சரியாகிவிடும் என்ற நம்பிக்கை வார்த்தைகள் தெம்பைக் கொடுத்தன.

சக்கர நாற்காலி சுகமாகத்தான் இருந்தது. நான் ஆயாவிடம் சீட்டையும் பணத்தையும் கொடுத்து மருந்து வாங்கிவருமாறு சைகை செய்தேன். மருத்துவமனைக்கு உள்ளேயே மருந்துக்கடையும் இருந்தது. மருந்துக்கடை பக்கத்திலிருந்த சிறிய கடையை நோக்கி நான் கைகாட்ட, ஆயா நாற்காலியை அதற்குள் தள்ளிப் போனார். நான் பதப் படுத்தப்பட்ட இளநீர், பழச்சாறு, சோயா பால், ஃபிளேவர்ட் பால் மற்றும் ரொட்டியை எடுத்துப் போட்டுக்கொண்டேன். வாங்கி முடிந்ததும் வாயிலைச் சுட்டினேன். வாயில்வரை தள்ளிவந்த ஆயா கைகளில் ஐம்பது ரூபாய்த்தாளை வைத்தேன். இதற்குள் நானழைத்த ஓலா ஆட்டோ வந்து நிற்க, ஏறிக்கொண்டேன். பையை எடுத்துவைக்க ஆயாவைக் காணோம். பேசாமலே இவ்வளவும் செய்ய முடிகிறதே! அப்படியானால் பேச்சென்பது ஒரு ஆடம்பரமா?

வீட்டையடைந்து இறங்கும்போது நல்லவேளை யாரும் பார்க்கவில்லை. நான் தத்தித் தத்திப் படியேறிச் சென்றுவிட்டேன். ஒருபுறம் உப்பிய கன்னமும் மூடிய கண்ணும் காயப்பட்ட உதடும் அகோரமாய்த் தெரிய, கண்ணாடியை விட்டு விலகினேன். சோயா வனிலா பாலை ஸ்ட்ராவில் உறிஞ்சி, உதட்டைப் பிளந்து மாத்திரையைச் செலுத்தினேன். கண்கள் அழுத்தின.

நேற்று தெரியாத வலிகளெல்லாம் இன்று தெரிகின்றன. தையல் போடப்பட்ட கீழ் உதட்டோரம் சுருக் சுருக்கென்று, முழங்கை முழங்காலில் எரிச்சலாக, வயிறு, தொடையில் பரவலாக... வாதைகளின் வகைமைகளெல்லாம் என்னுடலின் வெவ்வேறு பாகங்களில் குடியேறி விட்டன. லிஸ்டரின் கொப்பளித்து மாத்திரைகளை விழுங்கினேன். ரத்தம் கட்டி அரக்கு நிறத்தில் கன்றியிருந்த தொடையிலும் வயிற்றோரத்திலும் ரத்தக் கட்டிற்கான களிம்பைத் தடவினேன். சிறிய விபத்தால் இந்த வாரம் வரமுடியாதென்று கிஷோருக்கு வாட்சப் செய்தி அனுப்பினேன். இரங்கல் தெரிவித்த கிஷோர், உதவி தேவையா எனப் பதில்செய்தியில் கேட்டான். 'நன்றி. அதற்கு அவசியமில்லை.'

ஒன்பது மணியானதும் அனிச்சையாக BTVI அலைவரிசையைப் போட்டேன். CNBC-யில் பல்லாண்டுகளாக ஒரே பரிசீலனையாளர்களைப் பார்த்துப் பார்த்து அவர்கள் சொல்லப் போவதை ஊகிக்கும் நிலைக்கு வந்துவிட்டேன். BTVI-யில் வரும் இளையவர்கள் அதிகக் கவனத்துடன் பரிசீலிக்கிறார்கள். நல்லவேளை, இன்று ஸ்கொயர் ஆஃப் செய்யவேண்டிய பங்குகள் ஏதும் கையிலில்லை. லேசான ஏறுமுக சந்தையாக இருந்தது. ICI என்ற தனியார் வங்கியிலிருந்த என் பழைய டீமேட் கணக்கில் 25000ரூ வரவு இருந்தது. அதற்குக் கிடைத்த ஒரு லட்ச எக்ஸ்போஷரில் ஒரு பங்கை வாங்கி ஸ்டாப்லாஸூம் விற்கும் விலையும் போட்டுவிட்டுக் கண்ணயர்ந்தேன். விழித்துப் பார்த்தால் சந்தை உயர, அதைவிட என் பங்கும் உயர்ந்து எனக்கு இரண்டாயிரத்து அறுநூறை ஈட்டித் தந்திருந்தது. நான் விழித்திருந்தால் பொறுமையாகக் காத்திருந்திருக்க மாட்டேன். என் மருத்துவச் செலவில் எட்டில் ஒருபாகம் வந்துவிட்டது. அடுத்த சில நாட்களில் மொத்த செலவையும் ஈட்டிவிட்டால் நலம். சிலந்தி கூடு கட்டுகிறது. ராபர்ட் புரூஸில் சிலந்தி.

என் ரோமத் துவாரமெல்லாம் கூசி அனத்தியது. இப்போது வெந்நீரில் பிராந்தி கலந்து விழுங்கி, என்மேல் கனமாக எவனாவது ஏறிப் படுத்தால் வலியெல்லாம் போய்விடும். ஆனால் ஆண் நண்பர்களிடம் இந்த முகத்தைக் காண்பித்தால் நட்பே முறிந்துவிடும். அம்மாவிற்குத் தகவல் சொன்னால் ஏசுவார்; உடன் புறப்பட்டு வருவார். நான் அவர்களைக் கவனிக்க வேண்டிய வயதில் எதற்கு வீண் சிரமம் அவர்களுக்கு? கூட்டுப்புழு போல இந்த நாட்களை இப்படியே கழிக்க வேண்டியதுதான்.

பசியிருந்தால் இரவு தூக்கம் வராது. எனவே அரிசி ரவாவைக் குழைய வேகவைத்துக் கஞ்சி செய்து அருந்தினேன். இரவு செறியச்

செறிய, அதன் இருளில் வலி பூதாகரமாக உருவெடுத்து வதைத்தது. வலிநிவாரண மாத்திரையை உட்கொண்ட நான் எப்போது உறங்கினேனோ தெரியவில்லை.

ஒளியற்ற இருளற்ற அந்த சாம்பல் வெளியில் நான் நீளவாக்கில் மிதந்து போய்க் கொண்டிருக்கிறேன். மல்லாக்கப் படுத்து வெள்ளைத்துணி போர்த்தப்பட்ட என்னுடலிலிருந்து கைகளும் கால்களும் நீட்டி நேராக... விரிந்து திறந்திருக்கும் கதவுகளில் இடிக்காது நான் மிதந்து போய்க்கொண்டே இருக்கிறேன். அரைக்கண் திறந்த என் முகம் தெளிவில்லாமல் தெரிகிறது. இரண்டு சுவர்களுக்கிடைப்பட்ட குறுகி நீண்ட நடைவழியைக் கடக்கையில் சற்று ஆயாசமாக இருக்கிறது. ஆனால் எதன்மீதும் நிலைகுத்தி இளைப்பாற என்னுடலால் இயலவில்லை. அது வழுக்கியபடி நில்லாமல் மிதந்துகொண்டே ஒரு மூடிய கதவைத் தள்ள, அது திறக்கிறது. அங்கும் வெற்றிடம். அதைப் பறத்தல் என்று சொல்லிவிட இயலாது. என்னுடலின் பாரத்தை முழுதும் உணராவிடினும் ஓரளவு உணர்கிறேன். இப்போது என்னுடலானது வேறோரு கதவில் மோத, அது திறக்கவில்லை. இலக்கற்ற என்னுடல் திசைமாறி அந்தரத்தில் மிதக்கிறது. ஆகாயமோ, நிலமோ என்னுடைய திறந்த அரைக்கண்ணிற்குப் புலப்படவில்லை. எதையாவது பிடித்துத் தரையிறங்க என் கைகள் அலைகின்றன. ஆனால் தாழ்ப்பாளோ கைப்பிடியோ-எதுவுமே இல்லாத அந்த கதவுகள் வழவழவென்று கைநழுவிப் போகின்றன. தவிப்பு மேலிட்ட தருணத்தில் இமைகள் முற்றாய்த் திறந்து நிம்மதியளித்தன. தலையணையை இறுக்கிக் கொண்டேன்.

வலி குறைந்துவிட்டது. சந்தை மைனஸில் திறந்தசுருக்கில் ஒரு பங்கை வாங்கி, அது ஏற விற்று 700ரூ பார்த்துவிட்டேன். அதன்பிறகு அது விலையிறங்க அதையே வாங்கி 500ரூ நஷ்டத்திலிருக்கிறேன். பங்கின் தேவை, வழங்குநிலையைப் பொறுத்து அதன் விலை மாறிக்கொண்டே இருக்கும். தின வர்த்தகம் என்பது நெடுஞ் சாலையைக் கடப்பதுபோல. ஜாக்கிரதை அவசியம். அதிவேகமும் ஆபத்து; வேகக் குறைவும் ஆபத்தே. நடுவில் நின்றுவிட்டாலோ... முடிந்தது கதை. ஓடும் பேருந்தில் வேகம் குறந்தபோது ஏறிப் பயணித்து, அது நிற்குமுன் இறங்கிவிடும் லாவகமான செயலது.

சரியாகத் தூங்காத கண்கள் எரிந்தன. தொலைக் காட்சியையும் மடிக் கணினியையும் மூடிக் கண்மூடினேன். ஏதேதோ நினைவில் படியாத கனவுகள்... கூட்டுப்புழு மீண்டும் இலைதின்று தூங்கியது. இனிமேலும் என் நாக்கு இனிப்பை ஏற்காது. அண்ணாச்சிலிருந்து நண்டு சூப் வரவழைத்து அருந்தத் தெம்பாக இருந்தது. என்

பதின்வயதில் வந்த திரைப் பாடல்களைக் கேட்டபடி உறங்கிப் போனேன்.

மறுநாள் வீக்கம் கூடுமானவரை வடிந்திருந்தது. எனக்கு ICI-யில் லிமிட் கம்மியாக இருந்ததால் ஒன்றிரண்டு ஆயிரங்களே பண்ண முடிந்தது. சந்தையைக் கவனிக்கும்போது வேதனை மறக்கிறது. லக்கி ஸ்டாக்சில் லிமிட் அதிகமிருக்கும். ஆனால் அங்கு நானாக ஆன்லைனில் எதுவும் செய்யக் கூடாதென்ற கட்டுப்பாட்டில் லாகின் செய்ததில்லை. ஏனெனில் நிபுணர் குழுவின் ஆலோசனையின்றி என் இஷ்டத்திற்குப் பெருந்தொகையில் வர்த்தகம் செய்தால் விளைவு ஏடாகூடமாகி விடும். உதடு இருக்கும் நிலையில் தொலைபேசியில் பேசுவதும் இயலாது.

அடுத்த இரண்டு நாட்களும் சந்தையைத் தொடர்ந்து கண்காணிக்கத் தெம்பு வந்ததால் அதிக சேதாரமின்றி சில ஆயிரங்கள் சம்பாதிக்க முடிந்தது. இவ்வளவிற்கும் சந்தை இறங்கு முகத்திலிருந்தது. அதனால் ஷாட் அடித்து ஈட்டினேன். நான் மருத்துவமனைக்குக் கட்டிய கப்பத்தில் முக்கால்வாசி இந்த வாரத்தில் வசூலாகிவிட்டது. என் அகம் புதுப்பிக்கப் பட்டதாய்... என் புலன்கள் கூர்மையாகத் துலங்கியதை நான் உணர்ந்தேன். கடந்த நான்கு நாட்களாக நான் ஒரு வார்த்தைகூடப் பேசாததுதான் காரணம். அப்படியென்றால் புழக்கத்தில் அழுக்கேறித் தேய்ந்துபோன இந்த சொற்கள்தான் எல்லாவற்றையும் மழுங்கடிக்கின்றனவா? ஞாயிறு கடந்ததும் கூட்டைக் கிழித்து வெளியேறினேன்.

தரைத் தளத்தில் என் சிறகான வாகனமில்லை. அந்த கரிக்குருவிக்குத் தெரியும் - எங்கே எப்போது எப்படிப் போகவேண்டுமென்று. கான்கிரீட் காட்டில் பறந்தும், மரங்கள் கரைகட்டிய தெருவில் மிதந்தும் அது தானாக என்னைச் சேரவேண்டிய இடத்திற்குக் கொண்டு சேர்த்துவிடும். மேடு பள்ளங்களில் அலுங்கிக் குலுங்காமல் மெல்லப் போகும். நுனிபிளந்த வாலை விருட்டெனக் கிளப்பிப் பறக்கும் கரிக்குருவியைப் போலவே சுவிட்சைத் தொட்டதும் ஸ்டார்ட் ஆகிவிடும். நான் எதையோ யோசித்துக்கொண்டு செலுத்திய வேளைகளில்கூட இயன்றவரை தான் இடியும் உடையும் வாங்கி என்னைக் காப்பாற்றியிருக்கிறது. அதன் கருத்த உடலில்தான் எத்தனை காயங்கள்... தழும்புகள்... மாற்று உறுப்புகள்...

என்னுடைய அந்தரங்கங்களுக்கு மௌன சாட்சியான கரிக்குருவிக்குள் ஜீவனிருந்தது. தலையசைத்து அது சொல்வது எனக்குப் புரியும். எத்தனையோ மழைக்காலங்களில் என்னோடு குளித்து, தேங்கிய நீரைக் கிழித்து விளையாடியிருக்கிறது.

வெய்யிலிலும் பனியிலும் எனக்காக மணிக்கணக்கில் காத்து நின்றிருக்கிறது. நான் வந்ததும் புகாரின்றி உயிர் பெற்றுவிடும். அரிதான வேளைகளில் மட்டும் சோக் போடவைத்துத் தன்னுடைய ஊடலை வெளிப்படுத்தும்.

நான் பணிமனைக்குச் சென்றேன். உள்ளே கரிக்குருவி முன்பக்கம் துண்டுகளாகிக் கிடந்தது. முன்பாகம் முழுதும் புதிதாக வாங்கி மாற்றவேண்டுமாம். இந்தப் பழைய வண்டிக்கு இத்தனை ஆயிரம் வீணடிப்பதற்கு பதிலாகப் புதிய வாகனமே வாங்கிவிடலாமென்றான், மெக்கானிக். அது சரிதான். எதிர்பார்ப்போடு வாங்கிய பங்கு வருடமாகியும் தேய்த்துக்கொண்டே போனால் தினந்தினம் கவனித்து வந்தாலும் விற்றுத் தலைமுழுகி விடுவதில்லையா? அலங்கோலமாகக் கிடந்த ஊனப்பட்ட கருங்குருவியைப் பார்க்க பயமாக இருந்தது. அந்தப் பயத்தைக் களைவதற்காகவாவது அதற்கு வைத்தியம் செய்யத்தான் வேண்டும். எவ்வளவு செலவானாலும் சரி.

வாகனத்தின் முன்பாகம் கைவசம் இல்லாததால் கரிக்குருவி முழுதாகக் கிடைக்க இரண்டு வாரமானது. அதுவரை ஆட்டோவில் போகும்போது காலொடிந்ததாய் உணர்ந்தேன். வர்ணம் அடிக்கப்பட்டு பளபளத்த கரிக்குருவியின்மேல் ஏறியமர்ந்ததும் என் கைகால்கள் மெல்ல நடுங்கின. பதட்டம் தீரும் வண்ணம் அதை ஓட்டி ஓட்டித் தேங்கிக் கிடந்த சிறு சிறு வேலைகளையெல்லாம் முடித்தேன்.

16

இன்று மாதயிறுதியில் கணக்கு முடிக்கும் செட்டில்மென்ட் நாள். இன்றைக்கு சந்தையானது பௌர்ணமிக் கடல்போலக் கொந்தளித்துச் சீறும். எங்களைப் போன்ற தேர்ந்த மீனவர்கள் இடம் பார்த்துப் போடும் வலையில் சின்ன மீனோ, அதிர்ஷ்டவசமாகப் பெரிய மீனோ சிக்கலாம். இடம் தவறினால் வலை அறுந்துவிடும் அபாயமுண்டு. எந்தப் பங்கு எந்தத் திசையில் போகுமென்று ஊகிப்பது கடினம். ஸ்டாப்லாஸ் இல்லாமல் வர்த்தகம் செய்யவே கூடாது. ஏனெனில் இன்று பலவீனமான பங்குகள்கூட ஷாட் கவரிங்கில் மேலே மேலே போகும்; கனமான பங்குகள் கூட சீந்துவாரின்றிக் கீழே கிடக்கும். தொலைக்காட்சியில் ஆய்வாளர் ஒரு பங்கைப் பரிந்துரைத்தார்.

சிபி, "குல்தீப் பேட்டா, மொட்டப் பையன் சும்மா சொல்றான்."

சபாபதி அதனை வாங்க முற்பட்டார். ஏற்கெனவே அவர் நஷ்டத்தில் இருந்தார்.

கணினி முன் அமர்ந்திருந்த பிரதீப், "இவாள சாக்கு சார். சாப்புடப் போங்க."

"சும்மா எவ்ளோன்னு பாக்குறேன்", சபா.

பீடா வாசம் முன்னே வர, பின்னால் மஞ்சு வந்து அமர்ந்தார். நட்புக்காக ஊதியமின்றி கௌரவ வேடமேற்கும் நடிகரைப்போல, தான் வர்த்தகம் செய்யாவிடினும் மஞ்சு அவ்வப்போது வந்து தலைகாட்டிப் போவார். அவர் வசிக்கும் பூர்வீக வீடு அருகில்தான் உள்ளது. மஞ்சுநாதன், இந்த மண்ணின் மைந்தர்; லக்கிஸ்டாக்சின் ஆதி உறுப்பினர். ஒருகாலத்தில் சந்தையில் மூழ்கித் திளைத்துப் பணம் கரைத்தவர். பங்குச்சந்தை அவரது அழியாத *passion*. அதில் செயல்படவியலாத மஞ்சு, வாயிலிருக்கும் பீடா மூலமாகத் தன் செயல் திறனையெல்லாம் மென்றுகொண்டிருப்பார். அடிப்படையில் மஞ்சு ஒரு டெக்னிகல் அனலிஸ்ட். இதற்காக அவர் வகுப்பிற்கெல்லாம் போனதில்லை. ஞானமும் வருடக்

கணக்கான பயிற்சியுந்தான். எந்நேரமும் தன் கைபேசியில் குறிப்பிட்ட பங்குகளின் சார்ட் அமைப்பை ஊன்றிக் கவனித்தபடியே இருப்பார் மஞ்சு. ஒவ்வொரு பங்கிற்கும் கீழ்முகமாக குறிப்பிட்ட ஆதரவுப் புள்ளிகளும் மேல்முகமாக தடைப் புள்ளிகளும் உண்டு. அந்தப் பங்கு பயணிக்கும் கோட்டைப் படித்து அதன் திசையைச் சொல்லலாம். சனி, ஞாயிறுகளில்கூட மஞ்சு, சார்ட்டுகளைப் பார்க்கத் தவறுவதில்லை. அதனாலேயே அவரது கண்ணாடி தடித்திருக்கும். சைகையில் எனக்கு பதில்வணக்கம் செய்த மஞ்சு, சிறிதுநேரம் எதுவும் பேசவில்லை.

மஞ்சு, தனது தோழரான சபாவுக்கு அல்லது சிபிக்குத் தன்னுடைய டிப்சுகளை வாட்சப்பில் அவ்வப்போது அனுப்புவார். அவை சிலசமயம் காலத்தின் கவனம் பெறத் தவறிவிடும். வீட்டிலிருந்து தொலைபேசியில் அழைத்துச் சொன்னால் அவரது வளர்ந்த மகளும் மனைவியும் விஷயமறிந்து ஆட்சேபிப்பார்களாம். சப்தமில்லாமல் லக்கிஸ்டாக்ஸுக்கு நழுவி வரும் மஞ்சு, அவர்களறியாமல் சில ஆப்ஷன்களை வாங்கி விற்கலாந்தான். அதற்கு அதிக முதலும் தேவையில்லை. ஆனால் அதற்கும் வழியில்லாமல் அவரது தந்தை அவருடைய டீமேட் கணக்கையே முடக்கி வைத்துவிட்டாராம். ஒரு சாதாரணத் தந்தையை எளிதாக எதிர்க்கலாம். ஆனால் மஞ்சுவின் தந்தைக்குக் கற்றை கற்றையாக வெவ்வேறு வங்கிகளில் வைப்புநிதி ரசீதுகளும் கடைத்தெருவில் வாடகைக்கு விட்டிருக்கும் கடைகள் சிலவும் இருக்கையில் அவரை எப்படிப் பகைத்துக் கொள்ளமுடியும்?

பதினைந்து நிமிடத்திற்கு ஒருதரம் ஏதோவொரு பங்கைக் கண்டுபிடித்து எதையாவது செய்துகொண்டே இருக்கும் சபாபதி கூட செய்வதறியாது அசந்து அமர்ந்திருந்தார். மஞ்சு திருவாய் மலர்ந்து எஸ் வங்கியை விற்கச் சொன்னார். ஏற்கெனவே அது 3% வீழ்ந்திருந்தது. எனவே யாருக்கும் துணிவில்லை. ஆனால் எஸ் வங்கி மேலும் 1%, மேலும் 1% என்று அரைமணி நேரத்தில் 5% வீழ்ந்தது.

“நானு ஹேளித்தனல்லா ?” மஞ்சுவின் குரலில் ஆதங்கம்; கண்களில் தன் வாக்கு பலித்த பெருமிதம்.

“மஞ்சு, வேற எதாவுது டிப் சொல்லேன்,” சபாபதி கேட்க, CESC எனும் அரசுப் பங்கின் கால் ஆப்ஷனை வாங்கச் சொன்னார் மஞ்சு. அந்தசமயம் பார்த்து அது ஒன்றிரண்டு ரூ விலையேற, உடன் அடித்துப் பிடித்துக்கொண்டு வாங்கினார் சபா.

“டோன்ட் சேஸ் சபா”, மஞ்சு கண்டித்தார்.

வாங்கியபின் சபாவின் கொஞ்சூண்டு பொறுமையை அது சோதித்தது. அரசாங்கம் அசைந்து கொடுப்பதென்றால் எளிதாக நடக்குமா என்ன? பொதுவாக ஒருமணி நேரத்திற்குமேல் எந்த ஆப்ஷனையும் வைத்துக்கொள்ளாத சபா, அதை சொல்ப நஷ்டத்திற்கு விற்றுவிட்டார். இதற்காகவே காத்திருந்த CESC, ஒரு ஒரு ரூபாயாக உயர்ந்து மஞ்சுவின் இலக்கையும் தாண்டிப் பாய்ந்தது. 'பொறும வேணும்', மஞ்சுவின் வேதனை நியாயமானது. நான் ரயிலைத் தவறவிட்ட பயணிபோல மஞ்சுவையே ஆற்றமாட்டாமல் பார்த்துக் கொண்டிருக்கிறேன்.

உண்மையில் எங்களுக்கு டிப்சுகளுக்குப் பஞ்சமில்லை. லக்கிஸ்டாக்ஸ் கொடுக்கும் டிப்சுகள் அல்லாது தன் தொழிலில் ஆர்வமும் பங்குகளில் Passion-உம் கொண்ட சிபி, இரண்டு நம்பகமான வெளி இடங்களிலிருந்து டிப்சுகளை வரவழைத்து எங்களுக்கு வாட்சப்பில் பகிர்வான். அவற்றில் ஒன்று சரியில்லை; மற்றொன்று பலிக்கும். சிபி அலுவலகத்திற்கு வராதபோதும் அவனுடைய டிப்புகள் வந்து சேர்ந்துவிடும். சிபியின் இந்த Passion-ஏ அவன்மீதான எனது Passion-னுக்குக் காரணம்.

"டிப்பு, டிப்பு, டிப்பூ...", அனுப்பும்போதே சிபி கூவ, நாங்கள் கைபேசியில் கவிழ்வோம். அவற்றில் சில பங்குகளை சில வாடிக்கையாளர்களுக்குத் தானாக 100 வாங்கி, விற்று நூறோ இருநூறோ லாபம் செய்து பின்னர் தெரிவித்து இன்ப அதிர்ச்சி கொடுப்பர்.. தரகுத் தொகையைக் குறைக்கும் போட்டி நிறைந்த பங்குத்தரகு உலகில் சிறு நிறுவனமான லக்கி ஸ்டாக்ஸ், தன் வாடிக்கையாளர்களைத் தக்கவைத்துக் கொள்ளவும், வர்த்தக அளவைப் பெருக்கவும் இதையெல்லாம் செய்தாக வேண்டும். சிபி வாங்கி அனுப்பும் டிப்புகள், பொதிக்கப்பட்ட உணவைப்போல சற்று ஆறியவை. ஆனால் மஞ்சு கொடுக்கும் டிப்புகள், சுடச்சுட உணவகத்தில் கிடைப்பவை.

அடுத்தநாள் மஞ்சுவின் முகம் கைபேசியில் கவிழ்ந்திருந்தது. விரல்கள் வேகேவேகமாக பட்டனை அழுத்த, வளைந்து நெளிந்து, குத்திட்டுத் திரும்பித் திரும்பி, உயர் சதுரங்களை ஒழுங்கின்றிக் கோர்த்தாற் போலெல்லாம் விதவிதமான சார்ட்டுகள் அந்த சின்னத் திரையில் வந்தன. அவற்றைப் பெரிதுபடுத்தி உற்றுநோக்கும் மஞ்சுநாதன் தீவிரமான யோசனையிலிருந்தார். பிறகு பீடா ததும்பும் வாயை அண்ணாந்த மஞ்சுநாதன், UBC என்கிற அரசுப் வங்கிப் பங்கொன்றின் புட் ஆப்ஷனை வாங்கச் சொன்னார். அது ஒரு தூங்குமூஞ்சிப் பங்கு என்பது எனக்குத் தெரியும். லாட் அளவு

6000 என்பதால் நான் யோசிக்கும்போதே பங்குவிலை இறங்கி புட் ஆப்ஷன் விலையேற, நான் வாங்கவா எனப் பரபரக்கிறேன்.

"அவசரப் படவேண்டாம். நா சொன்னவெல திரும்பவரும்", என்னை சாந்தப்படுத்தினார்.

அப்படியொரு நல்ல மனம். நான் காத்திருந்தேன். மஞ்சுவின் அருள்வாக்கு பலித்து, எனக்குக் கேட்டவிலையில் ஆப்ஷன் கிடைத்தது.

என்றுமில்லாத வேடிக்கையாக UBC திடாரென உயர, என் நஷ்டமும். நான் ஸ்டாப்லாஸ் எதுவும் போடவேண்டுமா என மஞ்சுவைக் கேட்டேன். என்னைத் துச்சமாகப் பார்த்து உதடுகோண சிரித்த மஞ்சு, தான் கவனித்துக்கொண்டு இங்கேயே இருப்பதாகவும், அந்தப் பங்கின் எட்டு வருட சார்ட்டும் பலவீனமாக இருப்பதால் கவலை வேண்டாம் எனவும் தைரியம் சொன்னார். எனவே என் நஷ்டம் கூடுவதைப் பார்த்தபடி சும்மா இருக்கிறேன்.

சற்று நேரத்தில் பங்கு மேலும் தீவிரமாக உயர, நான் மஞ்சுவிடம், "எதுனால இப்புடி திடீர்னு?" என வினவினேன். மற்ற அரசுவங்கிப் பங்குகள் எதுவுமே பெரிய அளவில் உயரவில்லை. தெரியாது என்று கைகளை விரித்து சைகை செய்த மஞ்சு, எழுந்து வெளியில் சென்றார். வாய் நிறைந்திருந்ததால் வழக்கம்போல பீடாவைத் துப்புவதற்காகப் போகிறார் என்றெண்ணிக் காத்திருந்தேன். போனவர் திரும்பியே வரவில்லை.

அடுத்தநாள் "மஞ்சு சார் வரலியா?" என் கேள்விக்கு,

"இன்னும் இரண்டு நாளுக்கு இந்தப் பக்கம் வரமாட்டார்", பிரதீப் சிரித்தான்.

மஞ்சுவிற்காகக் காத்திருந்து கூடுதல் இழப்பில் ஆப்ஷனைத் தலை முழுகினேன்.

"யூ நோ மஞ்சூஸ் சார்ட்? வீட்லருந்து பீடாக் கடைக்கு வரும் மஞ்சு, தன் டிப் பலிச்சிருந்தா லக்கிஸ்டாக்ஸ் வரை நடப்பார். டிப் ஏடாகூடமானா திரும்பி வீட்டுக்கே போயிடுவார்."

கிடுகிடுத்த சிரிப்பு, இது மஞ்சுவின் வாடிக்கை என்பதை நிரூபித்தது.

மஞ்சுநாதன் அள்ளிவீசும் பங்குவர்த்தக உபாயங்களைப் பொறுக்கினால் விரல் சுடுமே எனப் பாதுகாப்பு கருதி நாங்கள் ஒதுங்கியிருக்கும் வேளையில் அவை சரியாய்ப் பலித்து எங்கள் நெஞ்சைச் சுடும். மஞ்சுவின் டிப்சால் கோடைமழைபோல அரிதாக நாங்கள் பயனடைவதும் உண்டு. மஞ்சு பின்புலத்தில் இருக்கையில்,

அவரைக் கேட்காமல் நாங்கள் எந்த வர்த்தகமும் செய்யமாட்டோம். அவர் அனுமதித்தாலும் மறுத்தாலும் முடிவு எங்களுடையதே. ஆமோதித்தால் நம்பிக்கையுடனும், மறுத்தால் ஜாக்கிரதையுடனும் செயலாற்றுவோம். இப்படியாக மஞ்சு, லக்கிஸ்டாக்சின் தூண்களில் ஒன்றாகிவிட்டார்.

பங்கு வர்த்தகம் செய்வதற்கான 99 வாயில்களும் அடைபட்டுவிட்டாலும், ஓரிடுக்கில் நழுவி மஞ்சு லக்கி ஸ்டாக்சிற்கு வந்துவிடுவார். பங்குகளை, அவற்றின் அசைவுகளை, அவை வர்த்தகமாகும் அளவையெல்லாம் அவர் ஓர் இரைதேடும் ஓணானைப்போலக் குறிவைத்து முனைப்பாகக் கவனிப்பார். எப்போதாவது கையில் பணம் கிடைக்கையில் குறைந்தபட்சமாக இரண்டாயிரமோ, அதிகபட்சமாக ஐந்தாயிரமோ சபாபதியிடம் கொடுத்து அவரது கணக்கில் ஓர் ஆப்ஷனை வாங்குவார். அவர் மொடமொடப்பான ஐநூறு ரூபாய்த் தாள்களை சரசரக்க எண்ணி நீட்டும் தோரணையைக் கண்டு அவர் வாங்கும் ஆப்ஷனின்மேல் ஈர்ப்புவர, நானும் வாங்கியிருக்கிறேன். முன்னாட்களில் பங்குச் சந்தையோடு காளையாக மோதி காயப்பட்டதால், மஞ்சு இப்போது கரடியாக உருமாறிவிட்டார். அவர் வாங்கும் ஆப்ஷன்கள் புட் ஆப்ஷன்களே.

தான் வாங்கிய ஆப்ஷனின் விலை ஏறினால், மஞ்சு சொல்லும்போது அதை விற்று அசலும் லாபமும் கூடிய தொகையை பேஅவுட் கேட்டு, சபா கொடுக்க வேண்டுமென்பது ஏற்பாடு. ஆனால் அதற்கான வாய்ப்பின்றி அவை பூஜ்ஜியமாகிப் போயின. ஏனெனில் தன் அனுமானத்தில் நம்பிக்கை குறையாத மஞ்சு, தன் வர்த்தகத்தை முறித்து எஞ்சிய தொகையை எடுக்காமல் காத்திருப்பார். இது நடந்தபிறகு லக்கிஸ்டாக்ஸ் இருக்கும் திசைக்கு வரமாட்டார். பின்னால் வரும் நாளில் அதைப்பற்றிப் பேசவே மாட்டார். குரூர மனங்கொண்ட யாராவது வேண்டுமென்றே அவர் வாங்கிய ஆப்ஷனைப் பற்றி, அந்தப் பங்கைப் பற்றிப் பேச்செடுத்தால், மஞ்சு காது கேளாதவராக மாறிவிடுவார். சாமானியர்களுக்கெல்லாம் பதில் சொல்லவேண்டிய அவசியம் ஒரு ஜீனியஸுக்கு இல்லை.

17

நேற்றைக்கு மூடாது விட்ட ஆப்ஷன் உறுத்தியதில், பின்னிரவிலேயே விழிப்பு தட்டிவிட்டது. இந்த மாதம் முடிய ஒரே வாரமிருக்கும் இந்தச் சூழலில் நாளுக்கு நாள் ஆப்ஷனின் மதிப்பு வேகமாகக் குறைந்துகொண்டே வரும். நேற்றிரவு அமெரிக்காவிற்கும் சீனாவிற்கும் இடையேயான வர்த்தக ஒப்பந்தம் குறித்த பேச்சுவார்த்தை நடக்கவிருந்தது. அது தோல்வியடையக் கூடுமென அலுமினியப் பங்கான ஹிண்டால்கோவை விற்கச் சொன்னார்கள். ஏனெனில் சீனாவே உச்சபட்சமாக உலோகத்தை உபயோகிக்கும் நாடாகும். நான் புட் ஆப்ஷனை வாங்கினேன். ஆனால் ஓரிரவில் என்ன வேண்டுமானாலும் நடக்கலாம். விடிந்ததாகக் குரல் கொடுத்த பெயர் தெரியாத குருவி, உறங்கிப் போனது மீண்டும்.

நான் எழுந்து CNBC அலைவரிசையைப் போட்டேன். பேச்சுவார்த்தை தோல்வியடைய, அமெரிக்க சந்தை சரிந்திருக்கக் கூடும். அதற்கு மாறாக, பேச்சுவார்த்தை வெற்றிபெற, குறியீடுகள் வலுவாக முடிந்திருந்தன. இன்று ஒருநாள் ஹிண்டால்கோ மேலே போகலாம். இன்றிரவு அடுத்தசுற்று பேச்சுவார்த்தை தோல்வியில் முடிந்தால் திரும்பக் கீழிறங்கக் கூடும். இன்று நிதானம் அவசியம். நாளை வருவாயோ, இழப்போ... இருப்பைத் துண்டித்துக் கிடைத்த தொகையை எடுத்துவிடுவதே பாதுகாப்பு.

முதலில் அரைலிட்டருக்கு அதிகமான நீரை ‘கடக் கடக்’கெனக் குடித்தேன். சிலீரென்று தண்ணீர் குடலுக்குள் பயணிக்க, என் மனச்சோர்வு மாறியது. பல்துலக்கியதும் வாயில் நல்லெண்ணையை நிறைத்தேன். அதைக் கொப்பளித்தபடியே கட்டிலுக்கு கீழிருக்கும் டம்பிள்ஸைத் தூக்கி, இறக்கிக் கைகளுக்குப் பயிற்சியளித்தேன். அதை வைத்துவிட்டு ட்விஸ்டரை இழுத்து சன்னலருகே போட்டேன். தரையோடிருக்கும் அதன்மேல் ஏறி சன்னல் கம்பியைப் பிடித்தபடி இடையை இடமும் வலமுமாக ஆனமட்டும் சுழற்றினேன். இந்தப் பயிற்சியை மட்டும் நிறுத்தவே மனம் வராது.

உடலின் இறுக்கம் தளர, வாயில் தண்ணீராக நுரைத்துவிட்ட எண்ணெயைத் துப்பிவந்தேன்.

பிறகு யோகாசனம் செய்யும் ரப்பர் விரிப்பில் முழந்தாளிட்டுக் குனிந்து உள்ளங்கைகளை முன்னால் ஊன்றிப் பதித்தேன். பச்சை விரிப்பைப் புல்வெளியாகக் கற்பனை செய்தபடி புலி நிலையில் குனிந்து வாய்திறந்து காற்றை ப்ஹ, ப்ஹ என்ற சத்தம்வருமாறு வேக வேகமாக உமிழ, வயிறு குழிந்து, குவிந்து, குழிந்து, குவிந்தது. அடுத்து தொழுகைக்கு அமர்வதுபோல மடக்கிய கால்களின்மேல் நெட்டுக்குத்தாக அமர்ந்து மூக்கால் மூச்சை வேகவேகமாக வெளியேற்றினேன். சைக்கிள் பம்ப்பில் காற்றடிக்கும் சப்தம் எழும்ப, என் வயிறு உள்ளே, வெளியே, உள்ளே, வெளியே. இது முடிந்ததும் ஒரு நிமிடம் சுவாசமற்ற நிலை. ஏதுமற்ற அந்தப் பரவச நிலையைக் கண்மூடி அனுபவித்தேன்.

உள்ளே சுத்தமாகிவிட்டபிறகு பிராணாயாமம் எனும் மூச்சுப் பயிற்சிகளை நிதானமாகச் செய்து முடித்தேன். அதன்பின் உடலுக்கான ஆசனங்கள். எல்லா உறுப்புகளுக்கும் பலனளிக்கும் வகையில், அதே சமயம் அதிகக் கடினமில்லாதவாறும் யோகாசனப் பயிற்சிகளை என் ஆசிரியர் தேர்ந்தெடுத்துத் தொகுத்து வழங்கியிருக்கிறார். ஆரியசமாஜ சபையில் யோகாசனம் கற்றுக் கொடுக்கும் அவர், 70 வயதில் வைரம் பாய்ந்த கட்டையைப் போலிருப்பார். கருத்த உடலில் வெள்ளை முடி; வழுக்கையில்லை. அவருடைய கண்களின் தீர்க்கம் அபரிமிதமானது. பதின் வயதுகளில் சோனியாக இருந்ததால் யோகாசனம் பயில ஆரம்பித்த அவர், இதுவரை கண்ணாடி அணியவில்லை; பொய்ப்பல் கட்டவில்லை; மருத்துவரிடம் சென்றது அபூர்வம். வெளியூருக்குப் போனாலன்றி அவர் தன்னுடைய வகுப்பை ரத்து செய்ததே கிடையாது.

யோகாசனத்தை வியாபாரமாக்காத ஆசிரியர், ஆசனங்களை நிறுத்தி நிதானமாக அவற்றின் நிலைமாறாது செய்யவேண்டும் என்பதில் கண்டிப்பாக இருப்பார். அவரிடம் பயின்றதால், போதிய நேரமில்லை என்றால் ஆசனமே செய்யமாட்டேன். உடம்பு வளைய சிரமப்படும்போதெல்லாம் குருவின் வில்லாய் வளையும் உடல் நினைவுக்குள் வந்து என்னைத் திருத்தும். சிறந்த ஆசிரியர்கள் மறக்கப்படுவதே இல்லை. எனக்கு மிகவும் பிடித்தது சவாசனம். தளர்வாகக் கை காலை விரித்து நேராகப் படுத்துக் கண்மூடி, கால்விரல் முதல் உச்சந்தலை வரை ஒவ்வொரு பாகத்திலும் கவனத்தைக் குவித்து ஆசுவாசமாக சுவாசிக்கையில் என்னுடலை நான் அணு அணுவாக நேசிப்பேன். நாங்கள் அந்த இன்பநிலையில் இருக்கும்போது, ‘யாரும் தூங்கிவிட வேண்டாம்’, தினந்தோறும்

எங்கள் குரு சொன்னாலும் அன்றுதான் புதிதாய்க் கேட்பதுபோல, நாங்கள் பல்தெரிய சிரிப்பது தவறாது.

எல்லாம் முடிந்து பார்த்தால் மணி இன்னும் ஐந்தைத் தொடவில்லை. கதவைத் திறந்து மொட்டை மாடிக்கு வந்து நின்றேன். இருள் பிரியாத வானத்தில் முழுநிலவு கோலோச்சிக் கொண்டிருந்தது. எனக்கு உள்ளே இருப்பு கொள்ளவில்லை. டிராக், டிசர்ட்டில் நுழைந்து ஹலசூரு ஏரியை நோக்கிக் கரிக்குருவியைச் செலுத்தினேன். குளிர் உடலைச் செல்லமாகக் கிள்ளியது. தெருவோரத்துப் பெண்மணி, ஏற்கெனவே பால் பாக்கெட்டுகளை அடுக்கி முடித்துவிட்டார். கொழுத்த பூனையொன்று அலட்சியமாகப் பார்த்தபடி மதில்மேல் நடந்து போனது. கட்டிடம் கட்டக் குவித்திருந்த சிறு மணல் மேட்டின் உச்சியில் பள்ளம் பறித்து சிம்மாசனத்திலிருப்பதாய்ப் புதைந்து படுத்திரும் நாய்கள் இன்னும் அயரவில்லை. குருவி விரைந்தால் அவை எழுந்து துரத்தலாம். தம் எல்லைக்குள் யாரையும் அனுமதியாது இருளில் ரேடியப்பச்சைக் கண்களோடு வெறிபிடித்து அலையும் அவை, பகலில் வாலை இடுக்கிக் குழைவது எதனாலென்று தெரியவில்லை. இலைகளெல்லாம் வெள்ளியாய் மிளிர்ந்து கொண்டிருந்தன. நிலவானது அவ்வப்போது மரங்களில் ஒளிவதும் வெளியே எட்டிப் பார்ப்பதுமாக என்னோடு பயணிக்கிறது. செய்தித்தாள்கள் டெம்போவிலிருந்து நடைபாதையில் இறங்கின. ஏரியைச் சுற்றிய நடைபாதையில் மாக்கோலம் போட்டிருந்த பன்னீர்ப் பூக்களின் தெய்வீக மணத்தை ஆனமட்டும் உள்ளிழுத்து நிறைத்துக் கொண்டேன்.

ஏரிக்கு வெளியே பெரிய அழிக்கதவிற்கருகே கரிக்குருவி நிற்கும்போது மணி ஐந்தேகால். அதற்குள்ளாக சில கார்களும் ஸ்கூட்டர்களும் சாலையோரம் நின்றிருந்தன. உள்ளே கருமமே கண்ணாக ஏரியைச் சுற்றி நடந்து கொண்டிருந்தனர். நான் ஒரு பக்கமாக ஏரியின்மீது உள்வாங்கிக் கட்டப்பட்ட சிமென்ட் மேடையில் நடந்து அதன் முடிவான இரும்புவேலிக் குழாயைப் பிடித்தபடி நின்றேன். அங்கு யாரும் வரவில்லை. பாசிக் கவுச்சி எழுந்து அப்பியது. ஏரியின் நடுத்திட்டில் நிற்கும் பெருமரங்களின் பிம்பங்கள், துல்லியமாக நீர்ப்பரப்பில் படிந்திருந்தன. காற்றுநாள் இல்லாததால் ஏரியில் சலசலப்பில்லை. நீரில் படிந்திருக்கும் ஓவியங்கள் கலையாதவாறு சிலையாக நின்றேன். 'இதைவிட வேறென்ன வேண்டும்?' அண்ணாந்து நிலவைக் கேட்க, புன்னகைத்து ஆமோதிக்கிறது முழுநிலவு.

இடபம் | 115

மூலையில் நான் சாய்ந்துகொண்டிருந்த குழாய் அதிர, திரும்பினால் பக்கவாட்டுக் கம்பியைப் பிடித்தபடி இளைஞனொருவன் உடலைப் பின்னிழுத்துப் பயிற்சி செய்து கொண்டிருந்தான். என் எரிச்சலை அடக்கி மீண்டும் ஏரியில் லயித்தேன். இப்போது முன்னேறி வந்த இளைஞன், அடுத்த மூலையில் நிற்பது நிழலாய்த் தெரிந்தது. அவன் தலையை முன்னால் நீட்டி இருளில் என் முகத்தைத் துழாவுவதை உணர்ந்தேன். அடுத்தவர்களின் ப்ரைவசியை மதிக்கத் தெரியாத இடியட்! "எக்ஸ்கியூஸ் மீ." நான் திரும்பவில்லை.

'இதற்குமுன் உங்களை இங்கு பார்த்ததில்லையே...'

சோ வாட்? இதற்கு நானென்ன செய்வது? வேறு வழியின்றி அவன்பக்கம் திரும்பினேன். உடல் மாடுபோல இருந்தாலும் முகத்தில் அசட்டுக் களை.

"வுட் யூ லைக் டு வாக் வித் மீ?"

"ஐ ஹேட் டு ஸ்லீப் வித் யூ", ஒரு குத்தோடு ஓயாத கத்தி, பின்னும் வெளிவரத் துடித்தது.

வாயை இறுக்க மூடிக்கொண்டேன். இளைஞன் இருந்த சுவடு தெரியவில்லை.

பொழுது விடியங்காட்டியும் எவ தனியா மாட்டுவான்னு அலைய ஆரம்பிச்சிட்றானுங்க பொறுக்கித்...

இந்தக் காட்சியிலில்லாத ஒரு வழுக்கை மண்டை அங்க்கிள் பிரவேசித்து, "எனி ப்ராப்ளம்?"

'ஒன்றுமில்லை.'

இந்த இடத்தில் இந்த ஒருசொல் வசனத்தை எதிர்பாராத அங்க்கிள், தனக்குப் பாத்திரமேதும் கிடைக்காது ஏமார்ந்தார். இனி ரட்சகர்களுக்குத் தேவையிராது பால்டீ.

இருளின் மிச்சங்களாக நீர்க்கோழிகள் 'டுபுக் டுபுக்'கென்று தலையை நீரில் மூழ்குவதும் வெளியெடுப்பதுமாக நீரின் ரகசியத்தை உடைத்தன. குத்தகை வலை போட்டிருந்த மீனவர்கள் படகில் வந்து வலையை எடுப்பது தூரத்தில் தெரிந்தது. நீர் ஓவியம் வெளுக்க ஆரம்பித்தது. கதிரவன் கருணையின்றி வானைக் கிழித்து வந்தான். நிலவு மங்கி மறையப் போகிறது. எல்லாம் கலைந்துவிட்டன. அழகு அரிதாகத்தான் காலத்தை வெல்கிறது. சற்றுமுன் ஓவியமாய் நின்ற நடு மரங்களிலிருந்து காகங்களும் கழுகுகளும் எழும்பிப் பறந்தன. இத்தனை பறவைகளும் எங்கு ஒளிந்திருந்தன?

இன்று யோகாசனம் செய்ததால் நாளை வந்து ஓடிக் கொள்ளலாம். ஒரு நாளில் ஏதாவது ஒரு பயிற்சி போதுமானது. யந்திரகதியிலான உடற்பயிற்சி மையங்கள் சலிப்பூட்டுபவை. பணம்வேறு விரயம் என்பதால் நானவற்றைத் தவிர்த்தேன். ஆசனத்தில் கிடைக்காத வேகம், எனக்கு ஓட்டப் பயிற்சியிலும் சைக்கிள் ஓட்டுவதிலும் கிடைக்கிறது. தின வர்த்தகத்தில் நிமிடத்திற்குள் முடிவெடுக்க வேண்டியது அவசியம். நிதானமாக யோசித்தால், வர்த்தகம் கைநழுவிப் போய்விடும். அதிகம் யோசித்தாலோ, எதையும் செயல்படுத்தவே முடியாது. மனம் ஆணையிடுவதை உடல் கேட்கவேண்டும். உடலுக்கும் நாவுக்கும் அடிமையயாகக் கூடாது. காலத்திற்கேற்ற தோற்றமென்பது தன்னம்பிக்கை; சொத்து. திரும்பும் வழியில் செழுமை குன்றிய புறாக்கள், தெருவோரக் குப்பையைக் கொத்திக் கொண்டிருந்தன.

வீட்டிற்கு வந்ததும் துணிகளைத் துவைப்பானில் போட்டேன். வீடு சுத்தமாகத்தான் இருந்தது. நாளை பெருக்கித் துடைத்துக் கொள்ளலாம். நான் வேலையாள் வைத்துக்கொள்ள வில்லை. என் பொருளாதாரம் இப்படியே இருக்குமென்பது என்ன நிச்சயம்? தவிர, அவர்களையே சார்ந்திருக்க வேண்டும். நம் வேலையை நாமே செய்துகொண்டால் காசும் மிச்சம்; தொந்தரவும் கிடையாது. வேலையொன்றும் அதிகமில்லை. ஸ்ட்ராபெர்ரி சீசனாதலால் வதியழிகிறது. ஒரு பெட்டி பழத்தையெடுத்து மிக்சியில் அரைத்து முகம் உட்பட உடல் முழுவதும் தேய்த்து, வரவரக்கும் வரை உலரவிட்டேன். பார்க்க ரத்தக் களரியாகப் பிறந்து விழுந்த குழந்தையாக... தேய்த்துக் குளித்தபின்பும் ஸ்ட்ராபெர்ரி வாசம் புத்துணர்வு தந்தது.

குயிலொன்று கூஊவ், கூஊவ் என நீட்டிக் கூவியது. எனக்குத் தொலைக்காட்சியைப் போட மனமில்லை. அதே உணர்ச்சியற்ற முகங்களைப் பார்த்து, வழக்கமான பரிந்துரையைக் கேட்டு இந்த கவித்துவமான நாளைக் குலைக்கத்தான் வேண்டுமா? வேறு வழியில்லை. புலியின் வாலைப் பிடித்தாகிவிட்டது; இனி விடமுடியாது.

18

அப்பா என்னைப் பொங்கலுக்கு அழைத்தார். நான் போகவில்லையென்றால் தாம் கிளம்பி இங்கு வருவதாக அம்மாவின் பயமுறுத்தல் வேறு. அதைவிட நானே போய்வருவது மேல். போனமுறை அவர்கள் வந்தபோது கடையிலிருக்கும் எல்லாவிதமான மளிகைகளையும் வாங்க வேண்டியதாயிற்று. அவர்கள் போனதும் மிஞ்சிக் கிடந்துபோன பூச்சிபிடித்த பண்டங்களை ஒழித்துப் போடுவதற்குள் போதும் போதும் என்றாகிவிட்டது. ஏனெனில் நான் வீட்டில் ஆடம்பரமாக சமைப்பதில்லை. மளிகை விஷயம்கூடப் பரவாயில்லை. ஆனால் என் செல்லங்களையெல்லாம் காற்றும் வெளிச்சமும் புகாததோர் அலமாரி மூலையில் மறைத்து வைக்கவேண்டும். அவற்றைக் கண்ணில்கூடக் காணமுடியாது.

போகியன்று காலை சென்னை பேருந்து நிலையத்தின் நெரிசலுக்குள் இறங்கினேன். அப்பாவும் அம்மாவும் தம்முடைய சிறிய அடுக்ககத்திற்குள் பொருந்தி வாழ்கின்றனர். பயணக் களைப்பு தீரப் படுக்கையில் விழுந்த எனக்கு ஒன்பது மணியானதும் விழிப்பு தட்டியது. ஏற்கெனவே சுத்தம் செய்து குடிவந்த வீட்டில் அம்மா ஓடியாடி பாயைக் கழுவி வெய்யிலில் வைப்பது, ஒருபோதும் உபயோகிக்காத அண்டா குண்டாக்களை விளக்கப் போடுவது -போன்ற உபயோகமான வேலைகளை செய்துகொண்டிருந்தார். தொலைக்காட்சியைப் போட்டு சந்தையைப் பார்க்கும் என்னை அவர் முதுகுக்குப்பின் முறைப்பது குறுகுறுத்தது. நான் முதலில் தலைகுளிக்க வேண்டுமாம். செல்பேசியில் ஒன்றிரண்டு ஆன்லைன் வர்த்தகங்களைச் செய்தேன். கைபேசியையே பார்த்துக்கொண்டு இருந்ததால், எவ்வளவு சம்பாதித்தேன் என்ற கேள்வியெழுந்து என்னை எரிச்சலூட்டியது. தட்டையாக முடிந்த வர்த்தகத்தை வெளியில் சொல்லாது நான் சிரித்து மழுப்பினேன். தோண்டித் துருவும் கேள்விகளை நான் வெறுத்தேன். அம்மா எந்த வேலையையும் என்னை நம்பிக் கொடுக்க சித்தமாயில்லை. நல்லதாகப் போயிற்று.

இருவருடைய அடுக்கமும் ஒரே வளாகத்தில் இருந்ததால் அண்ணனின் வாண்டுகள் இங்கும் அங்குமாக வளைய வந்து கொண்டிருந்தன. பொங்கலன்று அம்மா, மேடைக்குக் கோலமிட்டு பொங்கல் பானைக்குப் பட்டையடித்துப் பொட்டுவைத்து இஞ்சி மஞ்சள் கொத்து கட்டி... எல்லாம் முறைப்படி செய்தார். நாளைதான் சந்தை விடுமுறை. பொங்கல் பொங்கும்போது உற்சாகமாக எனையழைத்துக் காண்பித்தார். அம்மா, இன்னும் சொப்பு வைத்து விளையாடும் சிறுமியாகவே இருந்தார். அதனால்தான் இந்த வாழ்க்கை அலுக்கவில்லையோ? ஒரே பாத்ரூம் இருந்ததால் அது நசநசத்தபடியே இருந்தது. இருவீட்டுத் தொலைக் காட்சிகளிலும் பொங்கல் சிறப்பு நிகழ்ச்சிகள் அலறிக் கொண்டிருந்தன. அவற்றில் நிமிடத்திற்கு ஒருதரம் ஓடும் விளம்பரங்கள், கூவிக் கூவிப் பொங்கல் வாழ்த்துக்களைச் சொன்னதில் காதைக் குடைந்தது. கையரிப்பு தீர, யாருக்கும் தெரியாமல் வர்த்தகம் செய்து சிலநூறு மட்டும் ஈட்டி வாளாதிருந்தேன். நான் கவனிக்கப் படுதலைத் தவிர்க்க விழைந்தேன்.

கஷ்டப்பட்டு இரண்டு வீட்டுப் பொங்கலையும் சாப்பிட்டேன். "நம்மவீட்டுப் பொங்கல்தான நல்லாருக்கு?", கூட்டாஞ்சோறு சிறுமியாக அம்மா கேட்டதற்கு ஆமோதித்தேன். அண்ணன் வீட்டிற்கு வந்த அனுவின் பெற்றோர்கள் மரியாதை நிமித்தமாக இங்கும் வந்து போயினர். மரியாதைக்காக சிரித்து, மரியாதைக்காகப் பேசி, மரியாதைக்காகக் கேட்டு... மரியாதை போதும் போதுமென்றானது. எல்லோருமே எதையோ பேசிக்கொண்டுதான் புழங்கினர். எவ்வளவு வெற்று சம்பாஷணைகளைத்தான் கேட்பது; பேசுவது?

மாலை கடற்கரைக்குப் போகலாமென்றால் அங்கிருக்கக் கூடிய ஜனத்திரள் என்னை அச்சுறுத்தக் கூடியது. பிரபல நடிகரின் பொங்கல் வெளியீட்டுத் திரைப்படத்தின் டிக்கெட்டிற்கு முயற்சிக்கவா என்று அனு கேட்டாள். நாத்தனாரின் பொழுதைப் போக்குகிறாளாம். காசு கொடுத்து அடுத்தவர் வாழ்க்கையை எட்டிப் பார்ப்பதால் பயனென்ன? அதிலும் வியாபாரப் படங்களைத் திரையரங்குகளில் பார்ப்பதென்பது நரகம் செல்வதற்கானதோர் ஒத்திகையே. காதைக் கிழிக்கும் ஒலிபெருக்கி சத்தத்தில் பாட்டு, சண்டைக் காட்சிகள், அவற்றிலிருக்கும் அனர்த்தமான சென்ட்டீஸ்... எல்லாமாக சேர்ந்து தாக்க, இறுதியில் மண்டை உடைந்துபோகும்.

அண்ணன் வீட்டில் சின்னப்பயலின் அழுகை பொட்டிலறைந்தது. கைபேசி அல்லது ஐபேடை மாறிமாறிக் கேட்டு அடம் பிடித்துக் கொண்டேயிருப்பான் அவன். ஏற்கெனவே கண்ணாடி போட்டாகிவிட்டதென்று தர மறுத்தால் இந்த பாடு.

இடபம் | 119

அன்று மாடுகளுக்குத்தான் பொங்கல் என்பதால் அனு, சின்னக்குட்டியைப் பாடம் படிக்கப் பணித்தாள். புத்தகத்தை விரித்து சத்தமாக வாசித்த சின்னக் குட்டியின் குரல், தகரத்தில் கம்பி கிழிப்பதுபோலக் கிரீச்சென்று செவிப்பறையைக் கீறிக் கூசச் செய்தது.

நான், "அனு, ஒரு சேவகியை இப்போதிருந்தே உருவாக்க வேண்டுமா?"

அனு புருவத்தை உயர்த்தி, "என்ன சொல்ற?"

'உள்ளதைத்தான் சொல்கிறேன். வணிகமும் தொழிலுமான இந்தக் கல்வி எல்லாமே விரல்விட்டு எண்ணக்கூடிய உலகமகா செல்வந்தர்களின் நலனுக்காகவே வடிவமைக்கப்பட்டவையாக இருக்கின்றன. சிந்தனையைக் கொல்லும் கல்வித் திட்டங்கள். கல்விக் கூடங்கள் பெருமுதலாளிகளுக்கான சேவகர்களை உற்பத்தி செய்யும் உற்பத்தி மையங்களாக உருமாற்றம் கொண்டுவிட்டன. கேள்வி கேளாது சொன்னதைச் செய்யும் ரோபோக்களாக இளந்தலைமுறையை உருவாக்குவதில் அவை போட்டி போடுகின்றன. பெரிய படிப்பு-பெரிய அடிமையையும், சிறிய படிப்பு-சிறிய அடிமையையும் வடிவமைக்கிறது.'

"ஏய், நீ உள்ளபோய் ரூம்ல படி! அனாவுசியமா எதையாவுது சொல்லி புள்ளைங்களக் கெடுத்துடாத தாயே. நீ பெரிய்ய மேதாவியாவே இருந்துக்கோம்மா. நாங்கல்லாம் சாமானியர்கள் தான்."

'துயில்பவர்களை எழுப்பமுடியும்; துயில்வதாக நடிப்பவர்களை முடியாது. பணமுதலைகளின் செல்வத்தைப் பெருக்கும் கருவிகளான இந்திரா னூயியையும் சுந்தர் பிச்சையையும் ஆதர்சங்களாகப் பார்க்குமளவிற்கு நாம் தாழ்ந்துவிட்டோம். அவர்களுடைய சமூகப் பங்களிப்பு பூஜ்ஜியமாக..'

"அப்ப நாளெல்லாம் நீ ஸ்டாக்ஸ் பாக்குறது பணத்துக்காக இல்லாம சமூக சேவைக்கா?"

"அஃப்கோர்ஸ் பணத்துக்காகத்தான். ஆனா இதுல மொதலாளிங்க -பங்குதாரர்களோட வேலைக்காரங்க; லாபத்தைப் பெருக்குவதற்காக, மறைப்பதற்காகப் பாடுபடும் பெரிய வேலைக்காரங்க," நான் விடுவதாயில்லை.

அனு, அடுக்களையில் அவசர வேலையிருப்பதான பாவனையில் இடத்தைக் காலிசெய்தாள்.

இன்று மீண்டும் அதே சர்க்கரைப் பொங்கலைச் செய்து மூதாதையர்களுக்குப் படைத்தனர். இன்றுதான் வடநாட்டில் சங்க்கராந்தியாதலால் சந்தை விடுமுறை. நான் பேட்டரிபோன பொம்மை போல மெதுவாக எனக்குத் தெரிந்த உதவிகளைச் செய்தேன். படத்திலிருக்கும் முன்னோர்கள் அப்படியேஎடுத்து உடுத்த வாகாக மொடமொடக்கும் புதுப் புடவையைக் கொசுவி வைப்பது, புது வேட்டிமீது துண்டைப் பிரித்துவைப்பது... போன்ற சேவைகளில் ஈடுபட்டேன். பொங்கலின் பச்சைக் கற்பூர, ஏலக்காய் மணமே எனக்கு முகத்திலடித்துப் போனது.

ஒரு கட்டத்தில் இவையெல்லாம் தாங்காமல் போக, அவசரமாக வரும்படி அலுவலகத்திலிருந்து எனக்கு அழைப்பு வந்ததென்று பொய்கூறி, அன்றிரவிற்கு அரும்பாடுபட்டு ஒரு பயணச்சீட்டை சம்பாதித்தேன். இரட்டிப்புக் கட்டணமானது. துணிகளை அடுக்கிக் கொண்டிருக்கும்போது வந்த அண்ணா, “இப்பவே கெளம்புறியே”, என்றான். அன்றிரவுதான் எல்லோரும் சேர்ந்து சிறப்பானதோர் ஓட்டலுக்குப் போகத் திட்டமிட்டிருந்தானாம். இவ்வளவு திட்டமிடல் எனக்கு ஒத்துவராது. “பரவாயில்லை; நீங்கல்லாம் போயிட்டு வாங்க.” எந்த மகத்தான சம்பவமும் திட்டமிட்டு நிகழ்வதில்லை.

நான் புறப்பட்டபோது அம்மா, “இன்னும் எவ்ளோ நாள்தான் இப்புடியே தனியா அல்லாடிட்ருப்ப?”

“தெரீல. நா ஒண்ணும் அல்லாடலியே. ஒங்களவிட நல்லாதான இருக்கேன்? என்னைக்காவுது நீங்க முழூசா ஒரு நல்ல ஸ்வீட்டையோ வீணாகாத பழத்தையோ இல்ல காஸ்ட்லி நட்ஸையோ மனசார சாப்டதுண்டா? அப்ப எங்களுக்கூன்னு எடுத்து வைப்பீங்க; இப்ப பேரப் புள்ளைங்களுக்குன்னு..”

“அதுலதான் எனக்கு சந்தோஷம்”, தியாக சுடர் கண்காணாத வலிய கரத்தால் தூண்டப்பட்டது.

“எனக்கு அதுல சந்தோஷமில்ல”, பையை மாட்டினேன்.

அப்பா வழக்கம்போல ஒரு மௌனப் பார்வையாளராக நின்றார்.

பேருந்துநிலையம் பத்து கிலோமீட்டருக்கு மேலான தொலைவென்பதால் அண்ணனை மறுத்தேன். வழியனுப்புவதற்காகக் கீழிறங்கி வந்த பொடிசுகளை முத்தமிட்டு, சிரமப்பட்டு கிடைத்த ஓலா ஆட்டோவில் ஏறினேன். ஒருவழியாகப் பேருந்தில் ஏறியமர்ந்து இயர்ஃபோனைப் பொருத்தியதும் ஆசுவாசமடைந்தேன்.

19

காலைப்பனியின் சல்லாத்துணியால் மூடப் பட்டிருந்த பெங்களூரு, மோகனமாகத் தெரிந்தது. பளீரெனக் கண்ணைப் பிடுங்காத அந்த அழகைப் பார்த்துக்கொண்டே இருக்கலாம். பார்த்துக்கொண்டே இருக்கையில் பனிச் செதில்களாக ரோஸ் தோய்ந்த வெண்மை நிறத்தில் ட்ரெஸிங் தாள் போன்ற மெலிய பிங்க் போய் மலர்கள் மிதந்து மிதந்து மெல்ல உதிர்ந்து கொண்டிருந்தன. மரத்தின் கிளைகளெங்கிலும் காலைச் சுற்றிலும், பனி உறைந்த திப்பிகளாய் மலர்கள் மூடிக் கிடக்க, ஆட்டோவிலிருந்து இறங்கி அவற்றையெல்லாம் அள்ளியெடுத்து ஈரத்தோடு நெஞ்சில் போட்டுச் சில்லிட வேண்டுமாய் இருக்கிறது.

வீட்டையடைந்து பையை வைத்துவிட்டு மொட்டைமாடியில் வந்து நின்றேன். பவளமல்லியும் மாவும் தலையசைத்து வரவேற்றன. கீழே சிறிய தொட்டியிலிருந்து பீறிட்ட மணிபிளான்ட்டுக்கு மருமகள், நீர் வார்த்துக் கொண்டிருந்தாள். அதன் வேர்கள் போராடித் தொட்டியைத் தெறிக்க வைத்திருந்தன. தேவையற்ற ஒடுக்குதல். என்னிடம் தொட்டிச் செடிகள் கிடையாது. கீழிருந்து மருமகள் புன்னகைக்க, பிரதிபலித்த நான், 'என்ன குளிர்!' சென்ற நொடிவரை அனுபவித்துக் கொண்டிருந்த குளிரை மனசாட்சியின்றி கண்டனம் செய்தேன். மருமகளிடம் எதையாவது பேசியாக வேண்டுமே. அவளும் அதை ஆமோதித்து சில வாக்கியங்கள் பேசினாள். உள்ளுக்குள்ளே அவளும்கூடக் குளிரை விரும்புபவளாக இருக்கலாம். நான் இப்போதுதான் சென்னையிலிருந்து வந்ததைத் தெரிவித்துவிட்டு உள்ளே வந்தேன். கடிகாரம், கம்மல், செயின், மோதிரம், வளையல் என எல்லா அணிகளையும் கழற்றி வைத்தேன். ஒரு சிகரெட்டைப் பற்றவைத்து நிதானமாக இழுத்து என்னை ஆசுவாசப்படுத்திக் கொண்டேன்.

தலைமுதல் கால்வரை இருந்த பேருந்து அழுக்கையும் களைப்பையும் சுடச்சுடக் கழுவியபின் அயர்ச்சி தீர்ந்தது. உடலைத் துவட்டும்போது பொங்கலும் சாம்பாருமாகத் தொடர்ந்து

அடைக்கப்பட்ட வயிறு பருத்திருப்பதாகத் தோன்றியது. 'பெருத்துவிட்டேனா ?' மூலையில் நின்ற முழுக் கண்ணாடி முன் நின்று கேட்க, 'உண்மைதான்', என்றது. கண்ணாடிகள் எப்போதுமே கருணையற்றவை. பீரோவிற்குக் கீழிருந்த எடை யந்திரத்தை இழுத்து ஏறினேன். அதுவும் ஒன்றிரண்டு கிலோ ஏறியிருப்பதை உறுதி செய்தது.

அப்படியே யோகாசனப் பாயை விரித்துப் பயிற்சிகளைத் துவங்கினேன். முதலாவதாக சூரிய நமஸ்காரம் செய்யும்போது என் அங்கங்கள் புடைத்து, உள்ளடங்கி, முறுக்கி இழுபடும் விதங்களைப் புதிதாய்க் கவனித்தேன். குறைந்தபட்சம் 32 கலைகளை செய்யுமளவிற்காவது உடல் வளைந்துகொடுக்க வேண்டும்.

எல்லாம் செய்துமுடித்ததும் பசிக்க, கேழ்வரகுக் கஞ்சி காய்ச்சிக் குடித்தேன். ஸ்பூனிலிருந்து வழிந்த கஞ்சித்துளி, என் அடிவயிற்றிற்குக் கீழ் மயிற்றின்மேல் முத்தாக நின்றது. கத்தரிக்கோலை எடுத்து அவற்றைக் கவனத்துடன் நிதானமாக ஒட்டக் கத்தரித்தேன். தோலெல்லாம் உலர்ந்திருந்தது. மாயிஸ்ச்சரைசரை உள்ளங்கையில் தாராளமாகக் கொட்டிக் கைகளில், நெஞ்சில், வயிற்றில், முதுகில்... அப்பித் தேய்த்தேன். கால்களை ஒன்று மாற்றி ஒன்றாகக் கட்டிலோரம் தூக்கிவைத்துப் பாத விரலிடுக்குகளிலும் பூசினேன். அது காயும்வரை சிலநிமிடம் எதிலும் படாது தனித்து நின்றேன். மிருதுவான என்னுடல் மணக்கிறது. களைப்பு மேலிட, அப்படியே மெத்தையில் படுத்து க்வில்ட்டை இழுத்துப் போர்த்திநேன். சனிக்கிழமை இன்று சந்தையுந்தான் கிடையாதே.

கண்விழித்தபோது தொடையிடுக்கில் புதைந்திருந்த கை, கதகதப்பேறி இருந்தது. திரைச்சீலை எதுவும் விலகியில்லை என்பதை, மதியவெளிச்சம் நுழையாத இருண்ட வீடு ஊர்ஜிதம் செய்தது. முட்டையை புல்ஸ் ஐ -ஆகப் போட்டு எடுத்துவந்து டீப்பாய் மீது கால்போட்டு திவானில் அமர்ந்தேன். நான் அருந்துவதை, உண்பதை-என் நெஞ்சிலிருக்கும் கண்களும் பார்த்தன; பார்க்கட்டும். அவற்றை வருடிக் கொடுத்த என்னை, விறைத்து முறைக்கின்றன. சில மாதங்களாக யாரும் தம்மைச் சீண்டி சின்னாபின்னமாக்காத அவை, ஒரு சுற்று சிறுத்திருந்தன.

ஊரிலிருந்து கொண்டுவந்த அழுக்குத் துணிகளையெல்லாம் துவைப்பானில் போட்டுவிட்டுத் தொங்கிய சில நூலாம்படைகளை அதற்கான குச்சியால் களைந்தேன். வெற்றுடல் இலகுவாக இருக்க, அதே நிலையில் இன்னும் ஏதாவது செய்யலாமென்று

பிரஷ்ஷை எடுத்து தொலைக்காட்சி, ஃப்ரிட்ஜ், உணவுமேசை மற்றும் அதன் நாற்காலியெல்லாம் தூசி தட்டினேன். பிறகும் அவை மங்கலாக இருக்க, ஈரத் துணியால் அவை பளிச்சிடும்படி துடைத்தேன். எல்லாம் சில நாளைக்குத்தான். இதோ, இந்த நிமிடமே அவற்றின்மீது, துணிமூடாத என்னுடலின் மீது, தூசி படிந்து கொண்டிருக்கும். நாம் தூசியோடுதான் சுவாசித்துக் கொண்டிருக்கிறோம். படிவது தூசியின் வேலை; அதைத் துடைப்பது நம்முடைய வேலை. படிவதும் துடைப்பதும் முடிவில்லாது மாறிமாறி நடந்துகொண்டேதான் இருக்கவேண்டும். அந்த நிலையிலேயே குனிந்து வீட்டைப் பெருக்கும்போது சிரிப்பாக வந்தது.

இந்த அன்றாட வேலைகள் சலிப்பிலும் களைப்பிலும் முடிந்தன. செயல்படும்போது தெரியாத குளிர், இப்போது ஆங்காங்கு நிமிண்டியது. வைன் குப்பியை எடுத்து அப்படியே கொஞ்சம் அருந்தினேன். காய்ந்த சுள்ளியாய் சுட்ட உடல், பெருமூச்சை வெளிப்படுத்தியது. கைகாலைத் தாறுமாறாகப் பரப்பிப் போர்வையின்றித் தூங்கினேன். பெரிய்ய பாம்பொன்று துரத்த, நான் கொல்லையைத் தாண்டி காட்டிற்கு ஓடுகிறேன். பின்பும் அந்தக் கருநாகம் வேகம் கூட்டித் துரத்த, எனக்கு மூச்சிரைக்கிறது. கண்மண் தெரியாமல், மேடு, பள்ளம், கல், முள், என நான் ஓட ஓட, படபடக்கும் என்னிதயம் வாய்வழியாக எம்பி விழுந்துவிடும் போல... சம்யுக்தாவின் செல்பேசி அழைப்பு பாம்பிலிருந்து காப்பாற்றியது. ரங்கசங்கராவில் மாலை நடக்கவிருக்கும் நாடகத்திற்கு என்னைக் கூப்பிட்டாள்.

நான் என்ன நாடகமென்றுகூட கேட்காது எழுந்து கிளம்பினேன். நாள்முழுவதும் சுதந்திரமாகக் காற்றுவாங்கிய உடம்பு, என் சீருடையான ஜீன்சுக்குள் அடைபடத் தயாரில்லை. எனவே பருத்தியில் பாவாடை சட்டையணிந்து ஓர் ஆதிவாசி நகையைக் கழுத்திலணிந்தேன். அதற்குத் தோதான வளையல், தோடணிந்து, பளபளப்பற்ற காவி உதட்டுச் சாயம் பூசி ஒரு நாடோடித் தோற்றத்தில் தயாரானேன். விஷயம் என்னவென்றால், நாடகத்தைவிட அங்கு நாடகம் பார்க்க வருபவர்கள் சுவாரசியமாக இருப்பார்கள்.

போகும் வழியில் சம்யுக்தாவை அழைத்துக்கொள்ள வேண்டுமாம். ஆட்டோவில் ஒருவழிக்கு மட்டும் 250ரூ ஆகலாம். இத்தனை நாளாகக் கரிக்குருவி ஓய்வாகத்தானே இருந்தது? அதுவும் சற்று தூரம் பறக்கட்டும். கோரமங்களா மேம்பாலத்தின் இரு மருங்கும் பிங்க் பந்துகளாய் வசந்தராணிப் பூங்கொத்துகள். ரோஸ் டிசம்பர் பூ

நிறத்திலிருந்த அவற்றின் பாரம் தாங்காது அவற்றைத் தாங்கியிருந்த மெலிய கொம்புகள் தள்ளாடின. மருந்துக்கும் இலையில்லாது நின்றன அந்த சிறிய மரங்கள். சம்யுக்தாவும் பாவாடையில் வந்ததால் ஒரே பக்கமாகக் கால்களை வைத்து அமர்ந்தாள். ப்ரெட்ஸ்டிக் போலிருக்கும் சம்யுக்தாவின் எடையை ஒரேபக்கமாக பாலன்ஸ் செய்வதில் சிரமமேதுமில்லை .

குருவியை செலுத்தியபடி நான், “என்ன ஆனான் உன் பயில்வான் ஃப்ரெண்ட்?”

“வீ ஸ்ப்லிட்.”

என்றாவது ஒருநாள் தன்னுடலின் முழு எடையை அவன் தவறி அவள்மீது விட்டுவிட்டால், சம்யுக்தா நசுங்கிக் கூழாகிவிடுவாள் என நான் பயந்துகொண்டே இருந்தேன். கடவுள் கிருபையால், அது நடப்பதற்குள் பிரிந்துவிட்டான். நான் பிரிவிற்கான காரணத்தை ஆவலுடன் கேட்டேன்.

‘அவனுக்குக் காமத்தைவிட வேறேதும் தெரியல; பொலிகாளை’, வைதாள்.

‘ஓர் ஆணுக்கு அதைவிட வேறென்ன அவசியம்?’

‘அஃப்கோர்ஸ். ஆனா அது மட்டுமேன்னா -இவன்கள சொமக்குரதுக்குப் பதிலா ஒரு வைப்ரேட்டர வாங்கிக்கலாமே.’

வாகன சத்தத்தை மீறி நாங்கள் சத்தமாகப் பேசியது, சிக்னலில் நிற்கும் ஆண்களின் காதுகளில் மோதியதென்பது, அவர்களுடைய முகபாவையில் தெரிந்தது.

நான் வேண்டுமென்றே சத்தமாகச் சிரித்து, ‘மற்ற ஆண்களைவிட இவன் அடிமுட்டாள்னு எதைவச்சு சொல்ற?’

‘அவனுக்கு நானெழுதிய கவித புரீல.’

‘புரியக் கூடாதுன்னே எழுதுறவளாச்சே நீ.’

‘நாட் ஆல்வேஸ். இவனுக்காக இருக்குறதுலயே எளிமையான கவிதையத்தான் காமிச்சேன். நீயே கேள்:

என்னுடைய அனைத்தையும்
எடுத்துக்கொண்ட–நீ
பதிலுக்கு வீசியெறியும்
எலும்புத் துண்டுகளுக்கு –நான்
வாலாட்டவில்லையென வருந்துகிறாய்.’

அதில் வரும் நீனு, நானு எனும் சொற்களை, அவை சொட்டையாகும் அளவிற்கு அழுத்திச் சொன்னாள்.

'நல்லா வந்துருக்கு. கன்னடம் தடுமாறும் எனக்கே புரியுதே...', நான் சம்யுக்தா உறவை முறித்ததை நியாயப்படுத்தினேன்.

ஆனாலும் அரங்கம் திறக்கக் காத்திருக்கையில், பச்சை நரம்போடிய அவனது கைகள் ஞாபகத்திற்கு வந்தன.

"பட் ஜிம் பாடி யார்."

'உனக்கு வேண்டுமானால் அவன் காண்டாக்ட் தருகிறேன்', சிரித்தாள்.

இவ பெரிய்ய செக்ஸ் க்வீன். இவள் கழித்துக் கட்டியவனை நான் பொறுக்கிக்கொள்ள வேண்டுமாக்கும். இவளுக்கே திகையும்போது எனக்குத் திகையாதா?

"ஜஸ்ட் ஜோக்கிங்", என்னுடைய மழுப்பலை அவள் நம்பவில்லை.

'அவன்கூட உன்னப்பத்திக் கேட்டுக்கிட்டே இருப்பான் பா', தூண்டிப் பார்க்கிறாளாம்.

அதில் ஒளிந்திருந்த எள்ளல் எனக்குப் புலனானது. நானொன்றும் அவ்வளவு கையாலாகாதவள் இல்லை. உன் சகானுபூதி எனக்குத் தேவையில்லை.

தலையணை தலையணையாகப் புத்தகங்கள் படிக்கும் சம்யுக்தாவின் தேடல்களுக்கு ஈடுகொடுப்பது அவ்வளவு எளிதல்ல. இதற்குமுன் ஒரு நண்பனை, 'அவனுக்கு சங்கீத உணர்வே இல்லை', எனப் பிரிந்தாள். மற்றொருவனை - அதிகம் சாப்பிடுகிறானென்று. அவர்களும் இவள் படுத்தும் பாட்டில், விட்டால் போதும் என்கிற நிலைமைக்கு வந்திருப்பார்கள். லண்டனிலிருக்கும் சம்யுக்தாவின் மாஜி கணவன்கூட மகிழ்ச்சியாகவே விவாகரத்து கொடுத்தான்.

கலைஞானமே இல்லாத நானெப்படி சம்யுக்தாவின் தோழியானேன்? ஒரு பெயர்போன NGO நிறுவனத்தில் பணிபுரியும் சம்யுக்தா, எங்கள் நிறுவனம் கட்டிய அடுக்ககத்தை வாங்க வந்தபோது பழக்கமானாள். சம்யுக்தாவின் தீர்க்கமான கண்கள், அடங்காதிருக்கும் சுருள்கம்பிக் கேசம், சிறிய தடித்த இதழ்கள் மற்றும் பன்முக அறிவு - இவற்றில் ஏதோவொன்றால் கவரப்பட்ட ஒரு லட்சிய ஆண் அவளை அணுகிக்கொண்டே இருப்பான். கூடத்தங்குவதற்கு வசதியான அவளுடைய அடுக்ககமும் ஒரு காரணி. சம்யுக்தா, ஆண் தோழர்களின் தொடர்பறுந்து தனித்திருக்கும் நாட்களில் எங்காவது போகவேண்டுமென்றால் தொல்லை கொடுக்காத என்னைக்

கூட்டுக்கு அழைப்பாள். 'நாகமண்டலா', 'அக்னி மட்டு மளெ' போன்ற எராட்டிக்கான நாடகங்கள் கூட எனக்கு சம்யுக்தா அறிமுகப் படுத்தியவைதான்.

சம்யுக்தாவிடம் இரண்டு இலவச அனுமதிச் சீட்டுகள் இருந்தன. அரைவட்ட வடிவில் அமைக்கப்பட்ட கேலரிக்களில் பாதியளவே நிறைந்திருந்தது. துல்லியமான ஒளி, ஒலிகளுக்கு வகைசெய்யும் விதமாக சிறப்பாக வடிவமைக்கப் பட்டிருந்த அந்த அரங்கத்தில், நாடகம் பயில்வோரும் பிரத்தியேக நாடக ரசிகர்களும் உறுப்பினர்கள். சம்யுக்தா நேராகப் பின்னால் போய் அமர்ந்தாள். பக்கவாட்டு இருக்கைகளில் மூன்றாவது வரிசையிலிருந்து காலியாகத்தான் இருந்தது. ஆனால் அவள் ஒத்துக்கொள்ள மாட்டாள். எனக்கு எல்லாம் ஒன்றுதான். கிரீஷ் கார்னடின் கம்பீரமான குரல் கண்டிக்க, எல்லோரும் அமைதியானார்கள். அலாதியான மனிதர்கள் மறைந்தபின்பும் அவர்களுடைய தாக்கம் மறைவதில்லை.

நாடகத்தின் பெயர் சித்ராங்கதா; துவங்கியது. சித்ராங்கதா உயரமும் அகலமுமாக துரியோதனனைப் போலிருந்தாள்.

'அர்ஜுனன் அவளில் பாதியே இருக்கிறானே', என் கேலிக்கு,

'ஆளைப் பார்க்காதே; நடிப்பைப் பார்', சம்யுக்தா காட்டமாக பதிலிறுத்தாள்.

சித்ராங்கதா அவளுடைய தோழியாக இருப்பாள். பாஸ் விவகாரம் உரைத்தது.

நான் நடிப்பைப் பார்த்து, 'அமெச்சூராக இல்லை?'

அவர்கள் மாணவர்களாதலால் அப்படித்தான் இருக்குமாம். நடுவில் எழுந்து போனால் இனிவரும் நாட்களில் என்னை அழைத்துக்கொண்டு நாடகத்திற்கோ வேறு கலை நிகழ்விற்கோ வரமாட்டாள். எனவே பொறுமை காக்கிறேன். இங்கு செல் பேசியின் வெளிச்சக் கசிவிற்கே நாடக வெறியர்கள் ஆட்சேபிப்பார்கள்.

இடைவேளை. அப்பாடா! சம்யுக்தா தன் வட்டத்தில் ஐக்கியமாகி விட்டாள். என் வயிறு யாசகம் செய்ய, கீழிறங்கி கேன்டீனுக்கு வந்தேன். வரிசையில் நின்ற எனக்கு ஆறிப்போன நான்கு காரக் குழிப் பணிகாரங்கள் கடைசியாகத் தொன்னையில் கிடைத்தன. நான் சாவகாசமாக மூலையிலிருந்த பெஞ்ச்சில் உட்கார்ந்து மர முள்கரண்டியால் குத்தி, சிவந்த மிளகாய் சட்னியில் தோய்த்து

சாப்பிட்டேன். இளைஞனொருவன் என்னையே பார்த்து... ஓ, இவன் என் அலுவலகத்தில் புதிதாக வேலைக்கு சேர்ந்திருக்கிறான்.

நானேோர் அளவான புன்னகையை வடிவமைத்துக் கொண்டிருக்கும்போதே அவன் எழுந்து வந்தான். என்னெதிரிலமர்ந்து ஹாய் சொல்லிக் கை குலுக்கினான். முறம்போன்ற பெரிய கை. "வேணு", என அறிமுகப்படுத்திக் கொண்டான். அண்டை வீட்டவரைக்கூடப் பொது இடத்தில் வைத்துப் பார்க்கும்போதுதான் ஒரேயிடத்து பந்தம் உடைப்பெடுக்க, மாய்ந்து மாய்ந்து உரையாடுவோம். நான் கிஷோரின் அறையிலும், அவன் வெளியே கூடத்திலும் இருப்பதால் நாங்கள் நேருக்குநேர் சந்தித்ததில்லை. வேணு, அணிந்திருந்த சாதாரண ப்ளெயின் சர்ட்டிலேயே அசத்தலாகத் தெரிந்தான். இளநீலமும் அடர்நீலமும் இல்லாது, வானமும் மேகமும் கலந்தாற்போன்ற அந்தக் கனவுநீலம்- அவனுக்காகவே கலந்துருவானதுபோல அவனோடு பொருந்தியிருந்தது. சுந்தரத் தெலுங்கனாம். இவன்முகம் இதற்குமுன்பே பரிச்சயமானதாகத் தோன்றியது. தன்னுடைய பழுப்புநிறத்தால் வேணு, தொலைவிலிருந்து அதிகம் ஈர்க்கவில்லை. ஆனால் பக்கத்தில் பார்க்கப் பார்க்க... அவனுடைய கண்களில் ஒரு மயக்கமிருந்ததது.

இந்தப் புது ஊரில் விடுமுறையன்று செய்வதறியாது இங்கு வந்து மாட்டிக் கொண்டானாம். சிரிக்கும்போது மேல்வரிசையில் முன் பல்லொன்றின், கீழோரம் சிறு முக்கோணமாக உடைந்து காணாமல் போயிருந்தது தெரிந்தது. அது அவன் சிரிப்பிற்கு ஒரு குறும்புத்தனத்தைக் கொடுக்கிறது.

'சின்னவயசுல சரியான வாலுபோல?', சுவாதீனமாக வழிந்தேன்.

'இப்ப கூடத்தான்', இதழோடு அவன் கண்களும் சேர்ந்து சிரித்தன.

நாடகம் துவங்குவதற்கான மணியடித்தது.

'அவசியம் நாடகம் பார்த்தாக வேணுமா?', வேணு கேட்கையில் எதுவுமே அவசியமில்லை என்று பட்டது.

நான் உதட்டைப் பிதுக்கித் தொளைக் குலுக்கினேன்.

அவனது நீண்ட கண்களைத் தாண்டியும் வழிந்த வடிவான புருவங்களைத் தொட்டுத் தொட்டுப் பார்த்தது கேசக்கற்றை.

'எங்கே போனாய்?', சம்யுக்தாவிடமிருந்து வாட்சப் செய்தி.

'வயிறு சரியில்லை,' பதிலனுப்பினேன்.

வாசலுக்கு வந்து நின்ற நாங்கள், மூடுவது தெரியாது மூடிக்கொண்ட தூங்குமூஞ்சு இலைகளை, விசுக் விசுக்கென மரத்திற்கு மரம் பறக்கத் துவங்கும் வவ்வால்களை, தெரிய ஆரம்பிக்கும் நட்சத்திரங்களைப் பற்றியெல்லாம் பேசிக் கொண்டிருந்தோம். நிலவைக் காணோம். அமாவாசைக்கு முன்போ பின்போ இருக்கலாம்.

'என்ன டின்னருக்கு அழச்சிட்டுப் போ', வேணு நெடுநாள் பழகியவனைப்போல உரிமையோடு கேட்டான். அது எனக்குப் பிடித்திருந்தது.

'வயிற்று வலியால் நான் வீடு திரும்புகிறேன்', சம்யுக்தாவிற்கு செய்தி அனுப்பிவிட்டுக் கரிக்குருவியை நோக்கிப் போனோம்.

தலைக்கவசத்திற்கு வெளியே நீண்டிருக்கும் என் கூந்தல் பறந்து, பின்னால் கால்பிரித்து அமர்ந்திருக்கும் வேணுவின் முகத்தில் கண்ணாமூச்சு விளையாடியது. என் இடையை முறம்போன்ற கைகள் அடக்கிப் பிடித்ததும் கூச்சத்தில் நான் நெளிய, குருவி வல இடமாக அல்லாடியது.

கையை எடுத்தவன், 'என்னாச்சு?', ஒன்றுமே விளங்காதவனைப் போலக் கேட்டான்.

'என்னவோ ஆச்சு.'

'கைகாலோட பத்திரமா கொண்டுபோய் சேத்துடுவல்ல தல்லீ?'

'பாக்கலாம்.'

இவனது தொடுகைக்கு மட்டும் ஏன் இப்படி சிலிர்க்கிறது -வர்ஜினைப்போல? யாரும் நுழையாத மனது இன்னும் வர்ஜினாகத்தானே இருக்கிறது.

ஒருமணி நேரம் ஊர்ந்து ஊர்ந்து ஜெயநகரை அடைந்தோம். அந்தப் பன்னாட்டு உணவகத்தின்முன் குருவியை நிறுத்தி இறங்கினோம். நடைபாதையில் கள்ளிமந்தாரை மரம், மணம்பரப்பிக் கொண்டிருந்தது. அதைச் சுற்றிய சிமென்ட் மேடையில் மல்லாக்க உதிர்ந்திருந்த வெள்ளை மலரின் காம்பைப் பிடித்து என் கையில் தந்தான். மிருதுவான மலரின் மஞ்சள் குழியை ஆழ முகர்ந்தேன். சொல்லொணாத மென்மையான மணம்.

உள்ளே பியானோ இசை அடங்கிக் கேட்டது. நாங்கள், காலி மேசையின் பின்னாலிருந்த சோபாவில் அருகருகே அமர்ந்தோம். எதிர் சுவற்றில் மர்லின் மன்றோவின் ஆளளவு புகைப்படம், கருப்பு வெள்ளையில் மோகனமாய்ச் சிரித்தது. அங்கே அமர்வதற்கு ஊஞ்சல்களும் நாற்காலிகளும் கூட உண்டு. அவரவரது உறவின்

நெருக்கத்திற்கும் அன்றைய மனோநிலைக்கும் தக்கபடி இழைந்தோ, பிரிந்தோ அமர்ந்து கொள்ளலாம். வேணு தனக்கு ஸ்மோக்கி ஆரஞ்சு காக்டெயில் தருவிக்க, எனக்கும் அதையே சொன்னேன். அது டெக்கீலா, விஸ்கி, சுட்ட ஆரஞ்சு, ஸ்ட்ராபெர்ரி, கருமிளகு, மர்மலேட் ஜாம் எல்லாம் சேர்த்து வடிகட்டி செய்யப்பட்டது.

இத்தனை நீளமான கண்களை நான் ஆண்முகத்தில் பார்த்ததில்லை. அந்த நீண்ட விழிகள் காதுப்பக்கம் மேல்நோக்கி வளைந்து அவன் வசீகரத்தைக் கூட்டின. காக்டெயில் வரும்வரை அந்தக் கண்களைப் பார்த்தபடியே சுய விபரங்களைப் பரிமாறிக் கொண்டோம். அக்கா தங்கைகளோடு பிறந்த வேணு, பெண்ணின் நுட்பங்களைப் புரிந்தவன். அவனது சொந்த ஊர், ஆந்திராவில் நிர்மல் எனும் கிராமமாம். ஓவியத்திற்குப் பெயர்போன அந்தக் கிராமத்தில் வீடுகள் தோறும் குடிசைத் தொழிலாக நிர்மல் ஓவியங்கள் வரையப் படுமாம். அவனை ஏற்கெனவே பார்த்தது நிர்மல் ஓவியத்தில் என்று இப்போது புலப்படுகிறது. வேணுவின் முகம், நான் பார்த்துப் பார்த்து ரசித்திருந்த கண்ணனின் முகத்தை ஒத்திருந்தது. அதேபோல சுத்தமாக மழிக்கப்பட்ட முகம்.

கூம்புவடிவ மார்டினி மதுக் கிண்ணத்தில் ஆரஞ்சுநிற பானம் வந்துவிட்டது. நாங்கள் சியர்ஸ் சொல்லி அருந்த ஆரம்பிக்கிறோம். ஆரஞ்சின், ஸ்ட்ராபெர்ரியின் புளிப்பானது விஸ்கியின் கசப்பை அழுத்தியிருந்தது.

‘ஒன் சிஸ்டர்ஸ்கூட உன்போல- பெயிண்ட்டிங்காட்டம் இருப்பாங்களா?’

‘இல்ல. நா மட்டுந்தான். நா வயித்துல இருந்தப்ப எங்கவீட்ல ஒரு கண்ணன் பெயின்டிங் இருந்துச்சாம். அம்மா அதையே பாத்துட்டு இருந்ததால நா அதேமாதிரி பொறந்துட்டனாம்’, ஆண்களுக்கு வெட்கம், முரண் அழகாக இருக்கிறது.

‘ஸ்கூல் டேஸ்ல கிருஷ்ணன் வேஷம் போட்ருக்கியா?’

‘அஃப்கோர்ஸ். வருஷா வருஷம் போட்டுப்போட்டு அலுத்துப் போச்சு.’

‘பை தி வே, நீ எந்த வருஷம் டிகிரி முடிச்ச?’

‘என் வயசுதான வேணும்?’ நான் பிறந்த வருடத்தைச் சொன்னேன்.

நீலவண்ணக் கண்ணனின் முகம் மழைமேகமாய் இருள, ‘நிஜமாவா? நா ஏதோ ஸ்மால் கேர்ள்னு...’

என்னுள் முளைத்த பெருமையை தூக்கம் பிடுங்கி எறிந்தது.

இரண்டு ஆண்டுகளுக்கு முன்புதான் வேணு, பொறியியல் முடித்திருக்கிறான்.

'சத்தியமா', உலர்ந்த குரலில் நான்.

சோபாவில் சாய்ந்து சுதாரித்துக்கொண்ட வேணு, 'இன்றிரவு உன்னோடு தங்கலாமா?' கண்ணைக் குறிவைத்துக் கேட்டான்.

இந்நாட்களில் நான் யாரையும் வீட்டிற்குள் அனுமதிப்பதில்லை. ஆனால் இவன் அலாதியானவன். அவனது நீலம் மறையாத விழிகள் என்னைப் பூச்சிலுவையில் அறைய, நான் சம்மதித்தேன். இவனுக்காக வீடின்றித் தெருவில்கூட நிற்கலாம்.

இப்போது எங்களுக்கிடையில் இடைவெளியில்லை. எதிராக ஒரு மேசைதாண்டி அமர்ந்திருக்கும் சாம்பல் தலைத் தம்பதி எங்களை பார்த்து முகஞ்சுளித்து தமக்குள் ஏதோ பேசிக்கொண்டது. அங்கு வந்திருந்தவர்கள் எல்லோருமே இளஞ்சோடிகள் அல்லது இளம் நண்பர்கள். யாரும் யாரையும் ஏறெடுத்தும் பார்க்கவில்லை. அவர்கள் தமக்குள்ளேயான உலகங்களுக்குள் மூழ்கியிருந்தார்கள். சில பெண்கள், பாலே நடனத்துப் பொம்மைகளாகத் தோளைக் காட்டும் குட்டி ஃப்ராக்குகளில் அமர்ந்திருந்தனர். இந்த இடத்திற்குள் ஒரு சுருதி பேதமாக அந்த மூத்த தம்பதி நுழைந்தே இருக்கக் கூடாது. தவறி நுழைந்திருந்தால் திரும்பிப் போயிருக்கலாம். அல்லது வந்தவரைக்கும் தலையெடுக்காது உண்டு குடித்துவிட்டுப் போனால் பரவாயில்லை. அதையும் செய்யாது... எல்லாம் இயலாமையால் வரும் வன்மம். நான் வேண்டுமென்றே வேணுவின் கையைக் கோர்த்திழுத்து டாப்ஸுக்குள்ளிருக்கும் என் இடையில் வைத்து அழுத்திக்கொண்டு அவன் கன்னத்தோடு கன்னமிழைத்து, என்ன செய்வாய்? என்பதாக கிழத் தம்பதியைப் பார்த்தேன். சாம்பல் தலைகள் வேறுபுறம் திரும்பின.

வேணுவின் பெரிய கண்கள் நிறைய உற்சாகமும் வியப்பும் ததும்பின. அந்தக் கிராமத்துப் பையனைத் திக்குமுக்காட வைக்கவேண்டும். அடுத்த சுற்று காக்டெயிலைப் பாதி அருந்தி, அவனது பாதத்தின்மேல் என் முன்பாதத்தால் வருடினேன். வேணு ஒரு சுற்றோடு காக்டெயிலை நிறுத்திக் கொண்டான். அடுத்த படியாக அவனுடைய கால் கட்டைவிரலை, என்னுடைய கால் கட்டைவிரலுக்கும் அடுத்த விரலுக்குமிடையே கிடுக்கிப்பிடியாகப் பிடித்தேன். இதற்குள் முதிய தம்பதி திரும்பினர். ஒரே சமயத்தில் எத்தனை பேரைத்தான் சமாளிப்பது? இன்னொரு மிடறு அருந்தி, வேணுவின் சர்ட் பட்டனூடாக விரல்களை நுழைத்து அவனது நடுநெஞ்சில் கோலமிட்டேன். நினைத்துப் பார்க்காத

அளவிற்கு அங்கு முடி மண்டியிருந்தது! என் தொடுகையை வேணு அனுபவித்ததை உணர்ந்த நான், கொத்து முடியை விரலில் சுழற்றியிழுக்க, “ஸ்ஸ்... ஆ...!”, கத்திவிட்டான். காண சகிக்காத தம்பதி எழுந்து போய்விட, எனது கைகால்களை என்னிடமே அழைத்துக்கொண்டேன். போதுமா என்பதுபோலப் புன்னகைத்த வேணு, தள்ளி அமர்ந்தான். மொழியின் தேவையின்றி என்னைப் புரிந்துணரும் இவனிடம் எதைப் பேசுவது? எதற்காகப் பேசவேண்டும்? மேசையில் உணவு மீந்துகிடந்தது.

வேணுவின் செல்பேசி சிணுங்க, அவனது அடுக்ககவாசி சாவி வேண்டி அழைத்தான்.

‘ஆளுக்கொரு சாவி கிடையாதா?’

அவன் தன் சாவியைத் தவறவிட்டு விட்டானாம்.

தான் தொலைதூரத்திலிருப்பதால் வரத் தாமதமாகும் என்று துண்டித்த வேணு, ‘காத்திருக்கட்டும் இடியட்.’

‘இட்ஸ் ஓகேயா. காக்ஸ் டௌனைத் தாண்டித்தான் நாம் போகணும். அதுவுமில்லாம, என் வீட்டுக்குத் தாமதமாப் போறதுதான் பாதுகாப்பு. வீட்டுக்காரங்க தூங்கியிருக்கணுமே.’

இதற்குத்தான் சொந்தமாக ஒரு கூரை வேண்டுமென்பது. நாங்கள் கொஞ்சம் சாப்பிட்டோம். தெம்பு வேண்டாம்?

நான் தடுமாற, வேணு கரிக்குருவியின் சாவியை வாங்கிக்கொண்டான். அவன் கொடுத்த பையின் கனத்தில் என் தோள் சரிந்தது. பையைத் திறந்து பார்த்தால் தடி தடியான டோஃபிலில், GRE பயிற்சிப் புத்தகங்கள் என்னை அச்சுறுத்தின. வேணு, மேல்படிப்பிற்காகக் கனடா செல்லப் போகிறானாம். அதற்கான நுழைவுத் தேர்விற்காகத் தயாராகிக் கொண்டிருக்கிறானாம். விலுக்கென்று ஆனது. அந்த பயிற்சி வகுப்பிலிருந்துதான் ரங்கசங்கராவுக்கு வந்தானாம். வேணுவின் முழங்கால்கள் குருவியின் தாடையை இடிக்க, பின்னகர்ந்தான். அவன் முதுகு என்மேல் அழுந்த, நான் கடினமானேன்.

சம்யுக்தாவிற்காகக் கொண்டுவந்திருந்த தலைக்கவசத்தை வேணு சிரமப்பட்டு அணிந்தான். வாரயிறுதியாதலால் போலீசார் ஆங்காங்கு நின்றபடி, சிறுபிள்ளைத்தனமாக ஊதிக் காண்பிக்கச்சொல்லி சோதனையிடுவர். எனவே பிரதான வீதியை விடுத்துக் கிளைத் தெருவில் குருவியைச் செலுத்தினான். நம்முயிர் மீது நமக்கில்லாத பற்று அரசாங்கத்திற்கு இருக்கிறது. அதனால்தான் தெருக்களைக் குண்டும் குழியுமாக வைத்திருக்கிறது; சில சாக்கடைப் புழைகளை

சரியாக மூடாமல் விட்டிருக்கிறது; தெருவிளக்கு போதாத வீதியில் கேபிளுக்காக அல்லது மெட்ரோவிற்காக என்று ஏதோவொரு குழியை ஆழத் தோண்டியவண்ணமாக இருக்கிறது. மியூசிகல் சேரில் பிடித்த தனது நாற்காலியைத் தக்கவைத்துக் கொள்வதைத்தவிர இவற்றையெல்லாம் நமக்காகச் செய்கிறது.

குளிருக்காக என் கையை வேணுவின் ஜீன்ஸ் பாக்கெட்டுக்குள் விட்டேன்.

ஜீன்ஸ் இறுக, அவன் என் மற்றொரு கையை எடுத்துத் தன் இடுப்பை வளைத்து, "இந்த நாளை மறக்கமாட்டேன்."

எனக்கு இந்த சவாரி முடியவேண்டாம் என்றிருந்தது. வேணுவும் காலித் தெருக்களில் அவசரப்படாமல் செலுத்தினான். துளைகளிலிருந்து வெளிவரும் அழுக்கு எலிகளும் கொழுத்த பெருச்சாளிகளும் குப்பைப் பொதிகளைக் கடித்துக் குதறி உணவைத் தேர்ந்தெடுத்துக் கொண்டிருந்தன. இது தமக்கான நேரம் என்கிற மிதப்பில் அவை கரிக்குருவியின் வெளிச்சத்திற்கோ சத்தத்திற்கோ அசைந்து கொடுக்கவில்லை. எங்களை நிறுத்திவிட்டு வேணு, மூன்று, நான்கு கட்டிடம் தாண்டியிருந்த ஒரு சிறிய அடுக்ககத்திற்குள் நுழைந்து சாவியைக் கொடுத்துவிட்டு நிமிடங்களில் திரும்பி வந்தான். அவனது அடுக்ககம் முதல் தளத்தில்தானாம். தெருவைப் பார்த்தபடி இருக்கும் அதைச் சுட்டிக் காட்டினான்.

நான் என் வீட்டை அடைந்தபோது கீழ்தளம் இருளில் அடங்கியிருந்தது. கருங்குருவியை வெளியிலேயே மதிலையொட்டி நிறுத்திவிட்டு சிறிய அழிக்கதவின் கொண்டியை சத்தமின்றித் தூக்கிக் கதவைக் கொஞ்சமே நீக்கித் திறந்து கம்பியுரச நுழைந்து மூடினோம். பின்னர் பூனைபோல மெத்து மெத்தென அடிவைத்து நடந்து பின்னாலிருக்கும் மாடிப் படியேறினோம். கைப்பிடி சுவற்றில் நட்சத்திரங்களைக் கொத்துக்கொத்தாய் சரித்திருந்தது பவளமல்லி மரம். அவற்றின் அடர்வாசம் கிறங்கடித்தது. முன்னால் விரிந்திருந்த மொட்டை மாடியைத் தாண்டி பூட்டைத் திறந்து உள்ளே போய் விளக்கைப் போட்டுக் கதவைச் சாத்தினேன்.

நான் அறைக்குள் போய் குட்டையான வெண்ணிற ஆடை மாற்றி வந்தேன். வேணுவின் பரந்த நெஞ்சை இறுக்கத் தழுவி... இரண்டு புள்ளிகளைக் காட்டியபடி என்னுடைய சன்னமான டிசர்ட்! இவன் பனியன் அணியும் ஜாதியில்லை. இளம்பழுப்பும் வெள்ளையும் குறுக்கே வரியோடிய டி சர்ட்டின் படகுக் கழுத்தும் முக்கால் கையும் என்னைவிட அவனுக்குப் பாந்தமாயிருந்தது. அவன் அணிந்து

வந்த நீலச் சட்டை சுவற்று ஆணியில் தொங்கியது. காக்காய்க் கூட்டினருகில் நின்று அதைத் தொட்டுப் பார்த்துக் கொண்டிருந்த வேணு, நான் வந்ததைக் கூட கவனிக்கவில்லை.

என்னைக் கண்டதும், 'ஹேய், இது உனக்கெப்புடி கிடைச்சுது?"

நீ எனக்காகப் பிறந்தவனடா. தாமதமாகப் பிறந்துவிட்டாய்.

நான் கூடு கிடைத்த வரலாற்றைச் சொன்னேன்.

சற்று ஒல்லியான நெடுநெடு வேணு குனிந்து என் நெற்றியில் பூப்போல் முத்தமிட்டு, 'எங்கே நீ குடு', வரைந்துவைத்த புருவத்தை உயர்த்தி எக்காளமாகப் புன்னகைத்தான்.

மெலிய மேலுதட்டை விடத் தடித்திருக்கும் கீழுதடு, அவனுக்கு செக்ஸ் அப்பீலைக் கொடுத்தது. அந்த உடைந்த பல் வேறு என்னை இம்சித்தது. எக்கிப்பார்த்தும் எனக்கு அவனிதழ் எட்டவில்லை.

'ஸ்டூல் போடு.' இவ்வளவிற்கும் நான் சராசரியைவிட அதிகமான உயரம்தான். அவன் ஆறடிக்கு மேலாக இருப்பான் போல. இதற்குள் மின்சாரம் வெட்டுப்பட, கும்மிருட்டானது. இந்த வீட்டில் இன்வெர்ட்டர் போன்ற ஆடம்பரமெல்லாம் கிடையாது.

"லெட்ஸ் டு இட் அண்டர் த ஸ்கை. இட் வில் பீ ஃபன்டாஸ்டிக்", பலமுறை அனுபவப் பட்டதுபோல நிச்சயமாகச் சொன்னேன். உண்மையில், பயணிக்கும் இரவுகளில் நிலவொளி தாங்கிய வயல் வரப்புக்களை, திடல்களை, மரத்தடிகளைக் காணுந்தோறும் எனக்குத் தோன்றும் மிகுபுனைவு இது. கைபேசி வெளிச்சத்தில் இரண்டு போர்வைகளையும் தலையணைகளையும் எடுத்துக்கொண்ட நாங்கள், கதவைச் சாற்றி மொட்டைமாடிக்கு சென்றோம். அக்கம் பக்கத்து வீடுகளில் விளக்கெரியவில்லை. நாங்கள் சிமெண்ட்டு தரையில் போர்வையை விரித்துப் படுத்தோம்.

"எனக்கு இதான் ஃபஸ்ட் டைம். நீதான் சொல்லித் தரணும்", தழைந்தது வேணுவின் குரல்.

தன்னம்பிக்கையோடு எப்படித் துவங்குவது... திட்டமிடும்போதே வேணு என் ஆடையைக் கலைத்தான். ஆகாயத்திலிருந்து வெட்கங்கெட்ட நட்சத்திரகக் கண்கள் கொட்டக் கொட்டப் பார்க்கின்றன... அவனை இழுத்து மேலே போர்த்திக் கொண்டேன்.

புகைபடாத மிருதுவான இதழ்களைக் கவ்வித் திறந்தேன். இருளைக் கிழித்து வாளாய்ப் பளபளக்கும் அவன் நீள்விழிகள், என்னைக் கீறிப் பார்த்தன. என் கண்ணும் இருளுக்குப் பழகியது. சுருக்கவிழ்ந்த ஆடையோடு என் நாணமும் வீழ, என்னுடலைப் புல்லாங்குழலாக்கி

ஒற்றியெடுத்தன நீள விரல்களும் மெலிய இதழ்களும். என்னுள் ராகமாலிகை பிரவாகிக்கிறது.

வேணுவின் உடல்வெப்பம் என்னைப் பொசுக்க "ஜுரமாம்மா?"

'எல்லாம் உன்னால்தான்', என் குள்ள மூக்கை விரலிடுக்கில் இடுக்கி அழுத்தினான்.

அவனது தணலில், காய்ந்த சுள்ளி கொழுந்துவிட்டு எரிந்தது.

"வேணூ... வேணூ...', என்னுடல் கொந்தளித்தது.

'இவ்ளோ கரன்ட்டா?', என்றவன் இதோ, இதோ, என்னை முற்றாக ஆக்கிரமித்து விட்டானே- அதுவும் என் உதவியின்றியே.

'ஒண்ணும் தெரியாதுன்ன?'

'நெட்ல பாத்திருக்கேன்', பள்ளத்தில் வெள்ளமாகப் பாய்ந்தான்.

'காள்ளு விப்பு', ஆணையிட்டான்.

என் ஒவ்வோர் நரம்பு நுனிவரையிலும் அவனிருப்பை உணர்ந்தேன். முதல்முறையாக என்னை ஒரு பெண்ணாய் முழுதாய் உணர்கிறேன். இடையிடையே வலிக்கிறதா, வலிக்கிறதா? என்று கேட்டுக்கொண்டு சாந்தமானான்.

நான் பிரக்ஞைகளற்று இலகுவானேன். நல்லது, அல்லது, விருப்பு, வெறுப்பு- எல்லா சாம்பல்களும் இந்தக் கூதல் காற்றில் அடித்துப்போய் மேகத் திவலைகளாக மிதக்கின்றன. பவளமல்லி வாசம் அகமும் புறமும் வருடியது. குழந்தைகளாகப் பரிசுத்தமான நாங்கள், போர்வை ஒதுங்க அப்படியே மல்லாந்து கிடந்தோம். பனி இறங்க ஆரம்பிக்க, திரும்பி கயிற்றுப் பிரிகளாய் முறுக்கிக் கொண்டோம். அதற்குள் தயாராகிவிட்ட வேணு, 'கரண்ட் வந்துடுச்சு. எனக்குப் பாக்கணும்', அப்படியே உள்ளே தள்ளிக்கொண்டு போனான்.

பட்டிக்காட்டுப் பையனுக்கு அடுக்கடுக்காய்க் கோரிக்கைகள். கிராமத்து அழகனைக் குஷிப்படுத்துவது ஒன்றே என் வாழ்வின் குறிக்கோளாக, ஒன்றுவிடாது கோரிக்கைகளை நிறைவேற்றினேன். துளிர்த்த வியர்வையில் என் ஈகோ கரைந்தது. அதற்கும் மேலாக அவனை என்முன் ஒரு மாணவனாக மண்டியிட வைக்கவேண்டும் என்கிற அவா தலைதூக்கியது. நானொரு காமுகியாய் மாறிச் செயல்பட, காட்டான் திணறித்தான் போனான். வெற்றிக் களிப்பில் எனக்குக் களைப்பே தெரியவில்லை.

அழுது பால்குடித்துத் தூங்கும் குழந்தைபோல நிச்சலனமாகத் தூங்கும் வேணுவின் முகத்தை விடிவிளக்கின் நீல வெளிச்சத்தில் பார்த்துக் கொண்டிருக்கிறேன். அதையெடுத்து மடியில் வைத்துக் கொஞ்ச வேண்டுமாய்... ஓவர்டைம் வேலைசெய்து அயர்ந்தவனைக் கலைக்க மனமில்லை. பாவம் தூங்கட்டும். வாழ்நாள் முழுவதும் ஒருத்தரையே நேசிப்பது சாத்தியம்தான் போலும். மூடிய இமைகளோரம் மை எழுதியதைப்போல் ரோமம் அடர்ந்திருந்தது. இவனுக்கொரு பெண்குழந்தை பிறந்தால் எவ்வளவு அழகாயிருக்கும்! தேடலானது தரிசனத்திற்கேயன்றி உடமைப் படுத்துவதற்கில்லை.

என் உணர்வுகள் வேணுவை உந்தியிருக்க வேண்டும்.

'தூங்கல?' கண்திறந்து கேட்டான்.

'போறவரைக்கும் ஒன்னப் பாத்துக்குறேன்.'

'பைத்தியம், படு', அவன் குரல் நெகிழ்ந்தது.

காடாய் ரோமமடர்ந்த தன் நெஞ்சின்மேல் எனையிழுத்து மெத்தெனப் போட்டுக்கொண்டான். இப்போது குளிர்ந்துவிட்டவன், ஒரு தென்றலைப்போல எனக்குள் புகுந்து விளையாடினான். பொழுது விழிக்குமுன் சரசரக்க ஆடையணிந்து விடைபெற்றான்.

'என்ன நெனப்புல வச்சுக்குவியா?' இவ்வளவு பலகீனமானவளா நான்!

'என்னோட முதல்பெண் நீ. ஒன்ன எப்புடி மறக்க முடியும்?' கன்னத்தில் தட்டியவன், திரும்பாமல் படியிறங்கினான்.

பவழமல்லிகள் மண்ணில் உதிர்ந்திருக்கின்றன.

20

அழகிய கனவாய்க் கழிந்த நிகழ்வுகளெல்லாம் கொலாஜைப்போல நினைவில் நிலைத்திருக்கின்றன. அவை நிகழ்ந்த கிரமத்திலேயே அவற்றை அடுக்கி மனதில் ஓடவிட்டேன். ஒவ்வொருமுறை அதைப் பார்க்கும்போதும் உள்ளுக்குள் ஏதோவொரு நரம்பு அதிர்ந்து இசையைக் கடத்தியது. ஷவருக்கடியில் நிற்கையில் கீறலோ, கன்றிய சிகப்போ தென்படவே இல்லை. எந்த இடத்திலும் வலி என்பதேயில்லை. மலர்களால் மூடப்பட்டது போன்ற சுகானுபவம். எவ்வளவு மென்மையானவன்! எனக்குள் பொங்கிப் பொங்கி வந்தது. வேணு அவிழ்த்துப்போட்ட டீசர்ட்டை அணிய, சற்று தளர்ந்திருந்தது அது.

ஓ... இன்று சித்ரசந்த்தே. பெங்களூரின் புராதனமான கலைக் கல்லூரியான சித்ரகலா பரிஷத் இருக்கும் நெடிய வீதியில் எல்லா விதமான ஓவியர்களும் தங்கள் ஓவியங்களைக் கொண்டுவந்து காட்சிக்கு வைத்து விற்பனை செய்வார்கள். யாரையாவது உடன் கூட்டிப் போகலாம்தான். ஆனால் இன்று முழுவதும் நான் வேணுவின் நினைவிலேயே தோய்ந்து தோய்ந்து கரைய விழைகிறேன். எனக்கும் அவனுக்குமிடையே யாரும் வரவேண்டாம். நான் தனியாகவே போக முடிவுசெய்தேன்.

அரசாங்கம் நடத்தும் இந்தக் கண்காட்சியில் நூற்றுக்கணக்கு முதல் லட்சக்கணக்கு வரை விலையுள்ள ஓவியங்களைப் பார்க்கலாம்; வாங்கலாம். நட்சத்திர விடுதிகளில் தம் ஓவியங்களைக் காட்சிப் படுத்தும் மேல்தட்டு ஓவியர்கள் மட்டும் இதில் பங்குபெற மாட்டார்கள். சித்ரசந்த்தையின் அருகாமையில் வாகனங்களை நிறுத்த இடவசதி இராதென்பதால் ஆட்டோவில் போய் இறங்கினேன். தாராளமாகத் தார் மெழுகப்பட்ட நெடிய சாலையது. பெருமரங்கள் கரைகட்டிய சாலைமேல் கதிரவன் தன் பங்கிற்கு ஒளி ஓவியங்களை வரைந்து தள்ளியிருந்தான். ஓவியங்களை வாங்க நினைப்பவர்கள் காலையிலேயே வந்துவிடுவார்கள். அப்போதுதான் சிறந்த ஓவியத்தை முதலில் கொத்திச் செல்லலாம். அதற்குமுன்

ஓவியங்களை நெருங்கி நுட்பமாகப் பரிசீலிப்பது அவசியம். இதெல்லாம் கூட்டம் சேருவதற்கு முன்புதான் சாத்தியம்.

அந்த ஓவிய ரசிகர்கள் ஃபேப் இந்தியாவின் குர்தாக்களில் விறைப்பாக இருந்தார்கள். சிலர் சட்டமிடப்பட்ட ஓவியங்களைக் கைகளில் கவனமாகப் பிடித்திருந்தனர். ஆனால் பெரும்பாலானவை அழுக்கு படாதவண்ணம் காகிதங்களால் மூடிக் கட்டப்பட்டிருந்ததால் அவை இன்ன ஓவியமென்று வெளியே தெரியவில்லை. மேலே மரங்களிலிருந்து காக்கை குருவிகளின் எச்சம் விழும் கூடுதல் ஆபத்து வேறு உள்ளது. ஓவியருக்கு ஒன்றும் வாடிக்கையாளருக்கு ஒன்றுமாக ஒவ்வோர் பிரிவிலும் இரண்டிரண்டு பிளாஸ்டிக் நாற்காலிகள் போடப்பட்டிருந்தன. வாங்குபவர்களும் ஓவியர்களும் அடங்கிய குரலில் புன்னகையோடு பேரம் பேசும் காட்சி ரசமாக இருந்தது. ஓவியத்தோடு ஓவியர்களும் பார்வைக்குரியவர்கள் தாம். காது, மூக்குகளில் வளையம், கையில் அணிந்திருக்கும் அரிதான ப்ரேஸ்லெட், வரையும் விரல்களின் மோதிரங்கள், கழுத்தில் தொங்கிய ஜிப்ஸி மணி, ஆதிவாசி டாலர், ஆண்களின் குதிரைவால் சிகை... இவையெல்லாம் அவர்களுக்கு மட்டுமே பொருந்தும் என்று தோன்றியது.

சித்திரங்களை மாட்டியிருப்பவர்கள், அவற்றை அவ்வப்போது மாற்றிக்கொண்டே இருப்பார்கள். இல்லையென்றால் பார்த்ததையே வருடக் கணக்கில் பார்த்துக் கொண்டிருப்பது சலிப்பின் உச்சமாகத் துன்புறுத்தும். நான் ஐந்தாவது படிக்கையில் எங்களுக்கு ஒரு பெரிய கேன்வாஸ் ஓவியம் அரிதாகக் கிடைத்துவிட்டது. இவற்றையெல்லாம் காசுகொடுத்து வாங்குமளவிற்கு நாங்கள் பணக் காரர்களோ கலை அர்ப்பணிப்பாளர்களோ அல்ல.

அப்பா, தன் அலுவலக நண்பரின் வீட்டிற்குப் போயிருக்கிறார். அங்கே, ஓவியத்தில் நாட்டமுள்ள நண்பரின் மகன், தான் வரைந்தவற்றைக் காண்பித்தானாம். பதிலுக்குத் தானறிந்த ஷேட், ஸ்ட்ரோக், லைன், அப்ஸ்ட்ராக்ட்... போன்ற ஓவியச் சொற்களையெல்லாம் அள்ளி அபிஷேகம் செய்ய, குளிர்ந்த அந்த இளங்கலைஞன், தன்னுடைய முதல் ரசிகரான அப்பாவிற்கு, அந்த எண்ணெய் வர்ண ஓவியத்தைப் பரிசாகத் தந்துவிட்டான். கலைஞர்களே உணர்ச்சிவயப்பட்டவர்கள் தானே.

இவ்வளவிற்கும், ‘இத்தனை பெரியது எதுக்கு’, என்று அப்பா மறுத்தாராம்.

அந்தக் கலைஞன், ‘உங்களைப் போன்ற புரிந்த ரசனையாளரின் வீடுதான் இது இருக்கவேண்டிய எடம்’, என்று வற்புறுத்திக் கொடுத்துவிட்டானாம்.

இரண்டரை அடி அகலமும் நாலரை அடி நீளமுமாக மரச் சட்டமிட்டு காகிதம் வைத்து சணலால் கட்டப்பட்ட அதை சர்வ ஜாக்கிரதையாக எடுத்துக்கொண்டு ஆட்டோவிலிருந்து இறங்கிய அப்பா, மகிழ்ச்சிப்பெருமிதத்தோடு நுழைந்தார். கூடத்தில் ஒரேயொரு சுவர்தான் வெற்றாக இருந்தது. அதில் நடுநாயகமாக மாட்டியிருந்த சுவர்க் கடிகாரத்தைக் கழற்றிப் பக்கவாட்டுச் சுவரில் மாட்டியாகி விட்டது. அப்பா அளவுநாடாவைப் பிடிக்க, அண்ணன் பென்சிலால் புள்ளிகள் வைத்தான். அவை நேர்க்கோட்டில் இருக்கின்றனவா என ஸ்கேலை வைத்து சரிபார்த்துத் திருத்தினர். அம்மா, சுத்தியலைத் தேடி எடுத்துவந்தார். ஆனால் அத்தனை பெரிய படத்தைப் பெரிய ஆணிதான் தாங்கும். சுவற்றில் துளைசெய்து, அதில் கட்டையைத் திணித்து கட்டையில்தான் பெரிய ஆணியை இறக்கமுடியும் என்பதை உணர்ந்த அப்பா, ஆசாரியை அழைத்து வருவதாகச் சொன்னார். இதனால் படம் மாட்டுவது தள்ளிப்போக, எங்கள் ஆவல் படமெடுத்து ஆடியது. அதன் மீதிருந்த காகிதத்தைப் பிரிக்கத் தடையுத்தரவு இருந்ததால் நானும் அண்ணனும் இடுக்கு வழியாகப் பார்த்தோம். நாங்கள் இழுத்ததில் காகிதம் கிழிந்து, உள்ளே வெள்ளையும் நீலமும் பழுப்புமாக உருவின்றித் தெரிந்தது. கிழிசலினூடாகப் படத்தைத் தொட்டும் முகர்ந்தும் பார்த்தோம். மண்ணெண்ணெய் வாசம் உவப்பாக இருந்தது. வழவழுவென்று நாங்கள் நினைத்ததற்கு மாறாக அதன் பரப்பு சொரசொரத்தது. காத்திருக்கும் காலம் கூடக் கூடத்தான் காத்திருக்கும் பொருளுக்கான மதிப்பு கூடுகிறது.

இளநீல ஆகாயத்தில் சில வெண்மேகங்கள் உருண்டு திரண்டு நின்றன. அதன் கீழே பச்சைப் புல்வெளியில் அப்பா, அம்மா, குட்டி என மூன்று குதிரைகளும் சேர்ந்து நிற்கும்படி வரையப் பட்டிருந்தது. குதிரைகள் கூடக் குடும்பம் நடத்துமா என அப்போது நான் யோசிக்கவில்லை. அப்பாக் குதிரை, வெள்ளை நிறத்தில் கொழுகொழுவென உயரமாகத் தலைநிமிர்ந்து நின்றது. அதையொட்டி அம்மாக் குதிரை அடர்பழுப்பு நிறத்தில் குள்ளமாகவும் நோஞ்சானாகவும் தலைகுனிந்து நின்றது. ஆனால் இரண்டு குதிரைகளின் தலைகள் மட்டும் ஒரே அளவிலிருந்தன. அந்தத் தலை அளவானது அப்பாக் குதிரைக்கு சிறியதாகவும் அம்மாக் குதிரைக்குப் பெரியதாகவும் தெரிந்தது. குட்டிக் குதிரையும் அதே பழுப்பில் ஒருமாற்று மட்டும் கம்மியாக இருந்ததால், உற்றுப்

பார்த்தால் மட்டுமே அம்மாவின் உடலும் குட்டியின் உடலும் தனித்தனியாகத் தெரியும். சின்னக் குதிரையின் வால் நீளமாகவும் அடர்த்தியாகவுமிருந்தது. குதிரைகள் மூன்றும் ஒரே திசையில் நின்று கொண்டிருந்தாலும் வெவ்வேறு திசைகளை வெறித்துக் கொண்டிருந்தன. அவை வெறுமே நின்ற விதத்தில் குதிரைகளுக்கே உரித்தான திமிறலோ சக்தியோ எதுவுமே வெளிப்படாமல் இருந்தது. அவைதான் குடும்பக் குதிரைகளாயிற்றே.

அவ்வளவு பெரிய நிஜ வர்ண ஓவியம் யார் வீட்டிலும் இல்லை. எனவே படம் மாட்டப்பட்டதும் எங்கள் விளையாட்டுத் தோழர்கள் எல்லோரும் வந்து பார்த்தனர். அப்பா இல்லாத நேரம்பார்த்து அம்மாவின் தோழிகளும்தான். உறவினர்கள் மற்றும் சுற்றத்தாரிடையே எங்கள் மதிப்பு உயர்ந்துவிட்டது. இளம்பச்சை சுவற்றில் மாட்டப்பட்ட அந்த ஓவியம் வெகு நாட்களுக்கு அவர்கள் எல்லோர் மத்தியிலும் பேசுபொருளாக இருந்தது.

நாங்கள் மாறிய வீடுகளுக்கெல்லாம் குதிரைகளும் எங்களோடு சேதமின்றி வந்து ஒரு முழுச் சுவற்றை முற்றாக ஆக்கிரமித்துக் கொண்டன. இப்போது யாருக்கும் அவற்றின்மீது முன்பிருந்த ஒட்டுதலோ கிளர்ச்சியோ இல்லை. ஆனாலும் அவை எங்கள் குடும்பத்தின் அங்கம்போல ஆயின. கல்லூரியில் கால்வைத்த நான், தோழர்களோடு சித்ரகலா பரிஷத் சுற்ற ஆரம்பித்ததும் அந்தக் குதிரை ஓவியமானது பயிற்சிக்காக வரையப் பட்டதொரு சாதாரண ஓவியம் என்பது புரிந்தது. அதை வரைந்தவன், இப்போது மேலைநாட்டில் ஓவியம் பயின்று புரியாமல் வரைந்து, தொழில்முறை ஓவியனாகப் போராடிக் கொண்டிருக்கிறானாம்.

போகும்போதும் வரும்போதும் அந்த ஓவியம் என் கண்ணில் விழுந்து உறுத்தத் துவங்கியது. இரவுகளில் அண்ணன் எங்களறையில் படித்ததால் நான் கூடத்திற்கு வெளியேறிப் படிப்பேன். பிடிக்காத பாடங்களை மனனம் செய்யும்போதும் உணவுமேசையில் வைத்து எழுதும்போதும், குதிரைகளின் வெற்றுப் பார்வையும் சோர்ந்த உடல்மொழியும் என்னை எரிச்சலூட்டின. சமயத்தில் என்னை அழைக்க வரும் மேல்தட்டுத் தோழி யாராவது தப்பித்தவறி வீட்டிற்குள் நுழைந்துவிடும்போது, எதிரே காட்சிதரும் அந்தக் காலம் கடந்த ஓவியம் என் மானத்தை வாங்கும்.

‘வேறு ஓவியம் வாங்காவிட்டால் பரவாயில்லை; இதைக் கழற்றினால் போதும்,’ அப்பாவிடம் மன்றாடினேன்.

அப்பா இளகவில்லை. ஒருவேளை அந்த ஓவியத்தை, தன்னுடைய ஓவிய மேதமைக்குக் கிடைத்த பதினோரடிப் பரப்புள்ள சான்றிதழாக அவர் நினைத்திருக்கலாம்.

நாங்கள் சொந்த அடுக்ககத்திற்குக் குடிபெயர்ந்து வசிக்க ஆரம்பித்தோம். குதிரைகளும்தான். இதற்கு எப்படியாவது ஒரு முடிவுகட்ட வேண்டும். சில ஆண்டுகளில் அழுக்கேறிய சுவர்களுக்குப் பூச்சடிக்க வேண்டிய கட்டாயம். கூடத்தில் தலைமைப் பூச்சாளரும், அறைகளில் அவரது உதவியாளர்களும் பூச்சடிப்பதாக ஏற்பாடு. அப்போது வேலை ஒரேநாளில் முடியும். பீரோ இருக்கும் அம்மா அப்பாவின் அறை அண்ணன் பொறுப்பில். கூடம் -அப்பா; அடுக்களை-அம்மா; எங்கள் அறை - நான் என நாங்கள் களம் பிரித்துக் கொண்டோம்.

பிரிந்திருந்த எங்களது ஒற்றைக் கட்டில்கள் அறைநடுவில் ஒன்றாக சேர்க்கப்பட்டன. மேசை, நாற்காலி, புத்தக அலமாரி எல்லாம் அறையின் மையத்திற்குக் கட்டிலையொட்டி நகர்த்தப் பட்டு அவற்றின்மீது பழைய துணிகள் போர்த்தப் பட்டன. பழம்பெரும் குதிரை ஓவியத்தைக் கூடத்திலிருந்து கழற்றிக் கொண்டுவந்த ஆட்கள், அதன் பின்னால் அப்பியிருந்த தூசியோடு கட்டிலின்மேல் வைத்தனர். பின்னர் செய்தித்தாளைக் கற்றையாகக் கொண்டுவந்து அவற்றைக் கட்டில் முழுவதும் பரவலாக விரித்து மூடினர். வேலை மும்முரமாகத் தொடங்கிவிட்டது. ஓவியத்தை மூடியிருந்த செய்தித்தாளை நான் அனக்கமின்றி விலக்கிவிட்டேன். விதானத்தில் அடிக்கப்பட்ட வெள்ளை எண்ணெய் டிஸ்டம்பரும் சுவற்றில் அடிக்கப்பட்ட நீல டிஸ்டம்பரும் புள்ளிகளாகவும் கோலங்களாகவும் சித்திரத்தில் விழுவதை, வர்ணம் படாதவாறு முக்காடிட்டிருந்த நான் கண்கூடாகப் பார்த்தேன். திருப்தியாக இருந்தது.

பூச்சு ஓரளவு காய்ந்துவிட்டாலும் அதன் மணம் ஓயாமல் சுற்றிச் சுற்றி வந்தது. ராத்திரி படுப்பதற்காகக் கட்டிலைக் காலிசெய்த அண்ணன், குதிரை ஓவியத்தின் நிலையைப் பார்த்து அதிரவில்லை.

“ஏய், ஒன் வேலதான?” என்று மட்டும் கேட்டான்.

இந்தப் புரிதல்தான் ரத்தபந்தம் என்பது.

“சீ சீ!”, நான் மறுக்கவேண்டிய கட்டாயத்திலிருந்தேன்.

அம்மாவும் அப்பாவும் கவனக் குறைவிற்காக என்னைப் பாடிய வசையை முழு மனதுடன் ஏற்றேன். அதன்பிறகு அது எப்படி நடந்திருக்கலாம் என்பதை அவர்கள் நள்ளிரவு வரை பல்வேறு கோணங்களில் ஊகித்தார்கள்.

முத்தாய்ப்பாக, ‘இந்த ஆளுங்களே இப்புடித்தான்.’

மறுநாள் மண்ணெண்ணெய், பெட்ரோல் தொட்டுத் துடைத்துப் பார்த்ததில் ஓவியமும் கூடவே கரைந்து வந்தது. வேறு வழியின்றி, ஒரு வரலாற்றின் சான்றாக அது பரண்மேல் பத்திரப்படுத்தப்பட்டது.

கையளவு சித்திரம் முதல் ஆளுயர சித்திரம் வரையாகப் பரவிக் கிடந்த நிறங்கள் என்னைப் புதுப்பித்தன. சில சிற்பங்களும் புடைச் சிற்பங்களும் கூட இருந்தன. நிறமற்ற கரிக்கோட்டு ஓவியங்கள் தனித்துவமாகத் தெரிந்தன. பல ஓவியர்களுக்குப் பெண்ணே வரைபொருளாக இருந்தாள். கருணை சொட்டும் தேவி, கையில் சூலாயுதத்தோடு ரௌத்திரம் பழகும் காளி, விரகத்தில் வாடும் தமயந்தி, பழுத்த தாய், ஒற்றைநாடி நவீனப்பெண் -யாராக இருப்பினும் அவர்களுடைய தனங்கள் பெரிதாகப் பூரித்திருந்தன. முலைகள் மட்டுமே ஒரு பெண்ணின் அடையாளமாகப் படிந்திருக்கிறது. அந்த வகையான கவர்ச்சி என்னிடம் அபரிமிதமாக இல்லாததால், ஆண்கள் கூட்டத்தில் நான் எளிதாகக் கலந்துவிடுவேன். என்னால் அவர்கள் அதிகம் பாதிக்கப் படுவதில்லை. புதையல் தேடும் அரிதான சமயங்களில் மட்டும் அதன் போதாமையை உணர்வதுண்டு. அப்போதைக்கு நெஞ்சை நிமிர்த்தி மூச்சை முழுதாய் உள்ளிழுத்து சமாளித்து விடுவேன். மற்ற சமயங்களில் பாரமற்று சவுகரியமாக இருக்கும்.

கர்னாடகத்தில் காளைமாடு ஒரு படிமமாக இருக்கிறது. சிவனை முழுமுதற் கடவுளாகக் கொண்ட லிங்காயத்துகள் ஆண்ட இம்மாநிலத்தில் சிவனின் வாகனமான நந்தியின் வடிவமாக காளை மதிக்கப் படுகிறது. இம்மாநிலத்தின் சின்னமே நந்தி தானே. இப்போதும் பூம்பூம் மாட்டுக்காரன் தன் உயரமான தொத்தல் மாட்டுடன் சிறு நாயனம் போன்றதொரு கருவியை இசைத்தபடி அவ்வப்போது வீட்டு வாயில்களுக்கு வருவதுண்டு. அந்த இசையோடு மாடுகள் நடக்கும் சலங்கை ஒலி கேட்டால் நான் போட்டது போட்டபடி பத்து ரூபாய்த்தாளை எடுத்து விரைந்து, அவன் கையில் கொடுப்பேன். மாட்டின் முதுகில் போர்த்தியிருக்கும் முரட்டுத்துணி, வெவ்வேறு துணித் துண்டுகளை ஒட்டுக் கொடுத்து தைக்கப் பட்டிருக்கும். பல்வேறு வண்ணங்களிலும் டிசைன்களிலும் ஆன அந்தத் துணிகள் இணைக்கப்பட்ட விதத்தில் ஏதோவொரு ஒத்திசைவு இருக்கும். எல்லா மாடுகளின் நெற்றிமேலும் கையளவு பித்தளை வட்டத்திற்குள் ஆஞ்சநேயர் உருவம் கட்டப்பட்டிருக்கும். கோர்த்த சிறிய பித்தளை சலங்கைகள் கொம்பைச் சுற்றி இறுக்கமாகப் பிணைந்திருக்கும். துணிமேல் தைக்கப்பட்ட நீண்ட சோழிப் பட்டையானது கழுத்திலிருந்து

நடுமுதுகு வரை வலமும் இடமுமாக வளைந்து தொங்கும். கழுத்தில் நீர்முத்து வடிவ பித்தளை சலங்கைகளின் ஆரமும் அதன் மத்தியில் சிறிய மணியும் தொங்கும். நீளமான கொம்பின் முனைகளில் துணிக்கொப்பிகள் வண்ணம் சேர்க்கும். அதன் மேலாக சிறிய பித்தளைக் கொப்பிகள் கூராய்ப் பளபளக்கும். டிசைனர் ஐடியாக்களை நான் படித்துக்கொண்டு இருக்கையிலேயே, சலங்கைமணி ஒலிக்க மாடு அடுத்த வீட்டிற்கு நடந்துவிடும்.

கொம்புகள் மோதப் புழுதிகிளப்பி சண்டைபோடும், குன்றுபோல் திமில்பெருத்த காளைகள், உழும், வண்டியிழுக்கும் வாளிப்பான காளைகள், அமர்ந்து அசைபோடும், நின்று யோசிக்கும் காளைகள் என அவை வீரத்தின், உழைப்பின், ஆண்மையின், கட்டறுத்தலின் குறியீடுகளாக வரையப் பட்டிருந்தன. காளைகளின் பெரிய வடிவான கண்களில் பாவங்கள் சொட்டுகின்றன. நீர்கோர்த்த அந்தக் கண்களோரம் மூக்கணாங்கயிற்றின் வலி. அவற்றின் உடல் மடிப்புகள், குளம்புகளின் நுட்பங்கள், வீசிய வால்... எல்லாமே தத்ரூபமாக.

நீளக் கண்களால் பார்க்கும் நீலக் கண்ணன், வேணுவை நினைவுபடுத்தினான். அடர்வனத்தில் மான்களும் ஆடு, கன்றுக்குட்டிகளும் மயங்கப் பசுவின்மேல் சாய்ந்து குழலூதியபடி; கிளிகள் பறக்கும் மரத்தடியில் கோபிகளோடும் மயில்களோடும் நடனமாடியபடி; மாளிகை ஊஞ்சலில் ருக்மிணியுடன் மணக்கோலத்தில்; குருட்ஷேத்திரத்தில் அர்ஜுனனுக்குக் கீதையை உபதேசித்தபடி; நிலவெரிக்கும் யமுனைக் கரையில் ராதையுடன் மெய்ம்மறந்தபடி... நான் தாகத்திற்கு ஒரு குச்சி ஐஸை வாங்கிச் சப்புகிறேன்.

ஆளுயரக் கதவு ஓவியம் ஒன்றை என்னால் கடக்கமுடியவில்லை. ஒரு சிற்றூரின் குறுகிய தெருவிலிருக்கும் பாழடைந்த வீட்டின் கதவு அது. அந்த ஒற்றைக் கதவின் பச்சைநீல வர்ணம் வெளுத்திருந்தது. அதன் தாழ்ப்பாளும் அதில் மாட்டித் தொங்கிய பெரிய திண்டுக்கல் பூட்டும் துருவேறி இறுகிக் கிடந்தன. கதவில் செல்லரித்த குறுந்துளைகள். கதவின் கீழ்ப்பக்க மூலையொன்று அரிக்கப்பட்டு இடுக்கு விழுந்திருந்தது.

இந்த வீட்டில் யார் வசித்திருப்பார்கள்? அவர்கள் எதற்காகப் புலம் பெயரவேண்டும்? வீட்டை விற்றுப் பணம் பண்ணக்கூட முடியாமல் அவர்களெல்லோரும் என்ன ஆனார்கள்? ஒருவேளை அவர்களில் யாராவது ஒருவர் திரும்பிவரும் உத்தேசத்தில் இருப்பாரோ? கதவிற்குப்பின் இப்போது என்னவெல்லாம் இருக்கும்? எண்ணற்ற

கேள்விகளை உள்ளடக்கிய அந்த ஓவியத்தின் மேல் மூலையில் sold என்று எழுதப் பட்டிருந்தது. ஆவல் மேலிட்ட நான், எவ்வளவிற்கு என ஓவியத்தோடு இருந்தவனைக் கேட்டேன். புன்னகையினூடே 1.8 லட்சம் என்றான்! தகும். ஒரு மலிவான டீசர்ட்டிலும் ஜீன்ஸிலும் சாமானியமாக நிற்கும் அந்த மனிதன்தான் அதை வரைந்ததா என்று கேட்டிருக்கலாம். அதற்குள் என் கால்கள் தூரம் தாண்டிவிட்டன. கேட்காமல் விடுபட்ட இந்தக் கேள்வியானது என்னைக் குடைந்துகொண்டே இருக்கப் போகிறது. திரும்பிப் போய்க் கேட்கலாமென்றால் நெரிசல் பெருகி நகரும் நிலைக்கு வந்துவிட, காவல் ஜீப்புகள் 'திருடர் ஜாக்கிரதை' அறிவித்தபடி வலம் வந்தன. நான் வீடு திரும்பினேன். திறந்த என் கதவு கிறீச்சிடுகிறது.

வேணுவின் பேனா, சாவி, வாட்ச், சார்ஜர்... இப்படி ஏதாவது தென்படுகிறதா? துழாவிய கண்கள், தரையைக் கூடத் தடவிப் பார்த்துத் தவித்தன. எதையுமே அவன் விட்டுப் போகவில்லை. சிவப்புத் தரையில் மறைந்திருக்கும் அவன் கால்தடங்களை ஸ்பரிசிக்க வேண்டி வெறும் பாதத்தில் நடந்து, கலைந்து கிடந்த மெத்தையில் உடைந்த பொம்மையைப்போல வீழ்ந்தேன். அவன் ஒரே தலையணையில் படுக்கவில்லை. எனவே இரண்டு தலையணைகளையும் இரண்டு பக்கமும் இறுக்கமாகக் கட்டிக்கொண்டேன். பேசவிரும்பிய, பேசவிடுத்த சொற்றொடர்கள் கைக்கெட்டா உயரத்தில் விதானத்திலிருந்து தொங்கிக் கொண்டிருந்தன. என்னை ஒற்றைக் காலணியாய் உணர்ந்தேன்.

திங்கட்கிழமை, வழக்கத்திற்கு மாறாகப் பார்த்துப் பார்த்து உடுத்திப் போனேன். ஆனால் வேணு, அவன் இருக்கையில் இல்லை. மதியம் வெளியே கடந்து செல்லும்போதும் காலியாகக் கிடந்த அவனது இருக்கை என்னைப் பார்த்து நகைப்பதாக... நான் அவனை மறக்கவேண்டி வர்த்தகத்தில் ஆழ இறங்கி விரலைத் தாண்டிக் கையை சுட்டுக்கொண்டேன். ஜாடை மாடையாக ஏவலாள் நாகராஜனை விசாரித்ததில், வேணு தன் சொந்த ஊருக்குப் போயிருப்பதாகத் தகவல் கிடைத்தது.

இரவு ஜெயநகரில் அவனோடு சென்ற அதே விடுதிக்கு அதே நேரத்தில் சென்றேன். வாயிலோரம் காட்டு மந்தாரைப் பூக்கள் எடுப்பாரின்றி வீழ்ந்து கிடந்தன. நான் சென்று முந்தாநாள் வேணு அமர்ந்திருந்த இருக்கையில் அமர்ந்தேன். பக்கத்தில் நானிருந்த இருக்கை காலியாக... ஸ்மோக்கி ஆரஞ்சு காக்டெயிலை உறிஞ்சினேன். அதில் கசப்பு தூக்கலாக இருந்தது. எதிர் சுவற்று

மர்லின் மன்றோவின் சிரிப்பில் சோகம் ஒளிந்திருந்தது தெரிந்தது. சுடராக அந்த சோகம், அவளது சிரிப்பிற்கு ஒளிசேர்த்தது. சே! கைபேசி எண்ணைப் பரிமாறிக் கொள்ளக்கூடத் தோணவில்லை. ஒருவேளை அவனுக்கு என்னுடைய எண் தேவைப்படாமல் இருந்திருக்கலாம். எஸ்டாபிளிஷ்மென்ட்டில் கேட்டால் அவனது எண் கிடைத்துவிடும். எதற்காகவென்று கேட்பது? அப்படியே கிடைத்தாலும் அவனிடம் என்னவென்று வழிவது? ஐ கான்ட் ஃபோர்ஸ் மைசெல்ஃப் இன்டு எனிபடி. இந்தப் பதைப்பும் காத்திருத்தலும் எனக்கு ஒருவிதமான பரவசத்தைத் தருகின்றன.

பரவசம் நோவாக மாற, வேணுவின் இருப்பிடத்தைத் தேடிக்கொண்டு போனேன். இருளில் ரம்மியமாகத் தெரிந்த இடங்கள், வெளிச்சத்தில் வெகு சாதாரணமாகத் தெரிந்தன. அந்த குடியிருப்புப் பகுதியில் ஒரு தெருவிற்கும் மற்றொன்றிற்கும் பெரிய வித்தியாசமில்லை. அன்று இருளில் அடுக்ககத்தின் பூச்சு வண்ணம் தெரியவில்லை. ஒவ்வொரு திருப்பமாகத் திரும்பித் திரும்பி, அன்றிரவு திருப்பத்தில் கமழ்ந்த மனோரஞ்சிதப் பூவின் பழவாசனையைத் தேடினேன். கிடைத்துவிட்டது! அரிதாய்க் காணக் கிடைக்கும் சிட்டுக் குருவிகள், தெருவோரக் குற்றுச் செடிகளின் மேலாகக் கிரீச்சிட்டு ஒன்றை ஒன்று துரத்தின. தெருவின் இருமருங்கும் கண்ணால் துழாவியபடி கரிக்குருவியை மெல்லச் செலுத்தினேன். இந்த அடுக்ககமாக இருக்கலாம். அறுதியிட்டுச் சொல்ல முடியவில்லை.

குருவியை நிறுத்திக் காலூன்றி, மாடியில் வேணு தென்படுகிறானா எனப் பார்த்தேன். சாளரக் கம்பிகளினூடாகக் கோடியில் கிடக்கும் நீலச்சட்டை தெரிந்தது. அன்று அவன் அணிந்திருந்த அதே முழுக்கை சட்டை. காற்று அறைய, என்னை நோக்கிக் கையசைக்கிறது நீலச்சட்டை. கழுத்து வலிக்கும்வரை அண்ணாந்து பார்த்தேன். உள்ளே ஆளரவமில்லை. கரிக்குருவியின் குதிரையை அழுத்த, அது சண்டித்தனம் செய்தது. ஒளிமங்கும் இந்தத் தெருவில் குருவியின் பாகம் ஏதாவது உதிர்ந்து வீழ்ந்துவிட்டதா? இல்லை; என்னுடைய பாகம்? யார் கண்ணிலும் படுமுன் இந்த இடத்தைவிட்டு இக்கணமே அகன்றாக வேண்டும். என் மன அவசத்தைப் புரிந்துகொண்ட குருவி விசையாய்ப் பறந்தது.

வேணுவையொத்த உடல்வாகு கொண்ட இளைஞர்கள் தென்பட்ட போதெல்லாம் ‘அவனோ... அவனோ...’ என்று தொடர்ந்து சென்று லஜ்ஜையின்றி அவர்களது முகம் பார்த்து கண்ணடி பட்டேன். என்னையே எனக்குப் பிடிக்காமல் போனது. நிலைகொள்ளாத பின்மாலைகளில் எங்கும் போகாது, நெட்டுக்குத்தாயிருக்கும் சாளரக்

கம்பிகளைப் பிடித்தபடி கால்கடுக்க நின்று தெருவை வெறிப்பது வழக்கமாயிற்று. அறிவின் கண்டிப்புக்கு மனம் செவிடாய் இருந்தது. உறுதியான சாளரக் கம்பிகளுக்குத் தெரியும்-யாருக்காகக் காத்திருப்பென்று. பிரக்ஞைக்கு சிக்காத அந்த காலத் துகள்களை அசைபோட முயன்று தோற்றேன். நிசப்தத்தின் பாரங்கூடிய இரவுகள், விழித்திருக்கும் என்மேல் இரக்கமின்றி வீழ்கின்றன. கொஞ்சம் தூங்கவேண்டும்தான். அதற்குமுன் அவனது நினைவுகளை எங்கே, எப்படி பத்திரமாக இறக்கிவைப்பது?

திங்களன்று கிஷோர் இல்லாத நேரம், வேணு அறைக்குள் நுழைந்தான்.

நான் வியந்து, ‘சொல்லாமல் ஓடிவிட்டாயே. ஏதும் பிரச்சினையா?’

‘ஆமாம். எனக்குக் கலியாணம் நிச்சயம் செஞ்சிருக்குறாங்க.’

சிரித்து, ‘இந்த சின்னப் பையனுக்கா?’

கோபமாக, ‘நீ என்ன ஒருபோதும் சீரியஸா எடுத்துக்க மாட்ட. நம்புனா நம்பு; இல்லாட்டா போ!’

பண மதிப்பிழப்பு தின சந்தையைப்போல் என் ரத்தமெல்லாம் நிமிடத்திலிறங்கியது.

சக்தி கூட்டி, ‘அதுக்காக ரகசியமா... சொன்னா நா கெடுத்துடுவேனா என்ன?’ சிரிக்க முயன்றேன்.

‘அப்பா சன்டே அவசரமா வரச் சொன்னார். வசதியான எடம். அவுங்களே என்ன அமெரிக்காவுக்கு அனுப்பிப் படிக்க வைக்குறாங்களாம். அடுத்தமாசம் பதினாறாந்தேதி பெள்ளிக்கு நாள் குறிச்சாச்சு.’

கூடிப்பிரிந்து அலைக்கழித்த மேகங்கள், வெளியே மௌனமாகத் தூற ஆரம்பிக்கின்றன.

நான் இதை ஒருவிதத்தில் எதிர்பார்த்திருந்தேன் என்றாலும் இவ்வளவு சீக்கிரமாக இதற்கு நான் தயாராகவில்லை.

‘கங்கிராட்ஸ். அத சந்தோஷமாத்தான் சொல்லேன்.’

“ஐ ஹேட் யூ.”

“பட் ஐ லவ் யூ”

“பை தி வே, இதில் உனக்கும் சம்மதமுண்டு. என்னால் உன்னை உணரமுடியும்.”

‘ராட்சசி நீ! அப்ப நா ஜஸ்ட் அனதர் மேன்; அவ்ளோதான?’

‘உனக்கு வேணுமானா நா ஜஸ்ட் அனதர் வுமனா இருக்கலாம். நா ஒன்ன எவ்ளோ நேசிக்குறேன்னு சொன்னா நீ தூங்கமாட்ட.’

வேணு எழுந்து போய்விட்டான். சன்னலோரம் போய் நின்றேன். ஜாகரந்தா மரத்தில், தலைகவிழ்ந்த நீலமலர்களின் முன்பு மின்கம்பியில் மழைத்துளிகள் தத்தளித்துக் கொண்டிருக்கின்றன.

இந்தப் பித்தம் தெளிய ஏதாவது செய்தாக வேண்டும். அணிந்தணிந்து அவன் வாசமிழந்து அழுக்கேறிப்போன அந்த டிசர்ட்டைத் துவைக்கப் போட்டேன். பங்குகளின் சார்ட் ரீடிங் குறித்த இரண்டுநாள் பயிற்சிப் பட்டறைக்கு பனிரெண்டாயிரம் கட்டி வாரயிறுதியில் ஆஜரானேன். வகுப்பு சுவாரசியமாக இருந்தது. மனிதனாய்ப் பிறந்ததன் பயனே கற்பதுதான் என்று மனுதர்மம் சொல்கிறதாம். நான் குறிப்புகள் எடுத்துக் கொண்டேன். ஒரு பங்கின் குறுகியகால செயல்பாடானது, அதன் அடிப்படையைவிட டெக்னிகலையே அதிகம் சார்ந்திருக்கும். ஒரு பங்கின் டெக்னிகல் வரைகோடானது, அது வர்த்தகமாகும் அளவு, அதன் விலை அசைவுகள்... இவற்றைப் பொறுத்து அமையும். பங்குகளின் வருடக் கணக்கான திசைகள் முதல், மாதக் கணக்கான பயணங்கள், வாரக் கணக்கான அசைவுகள் மற்றும் குறிப்பிட்ட நாளில் அதன் நுணுக்கமான அனக்கங்கள் வரையாக வெவ்வேறு வரை கோடுகளுண்டு. அவற்றிற்குள் தோஜி, கேண்டில்ஸ்டிக், ஃபிபோனாக்கி... என பல வகைப்பாடுகளுண்டு.

நாட்குறிப்பிற்குள் வைக்கப்பட்ட காட்டு மந்தாரைப் பூ, வரிவரியாய்ப் பழுப்பேறித் தட்டையாக வழவழத்தது. அதில் வாசம் இன்னும் மிச்சமிருக்கிறது. அந்த சிறிய நாட்குறிப்பில் எதுவுமே எழுதப் படாமல் வெள்ளைப் பக்கங்கள் வெற்றாக இருந்தன. மற்றோர் பெரிய நாட்குறிப்பில் அன்றன்றைய வர்த்தகங்களை எழுதி வைப்பதோடு சரி. கடந்துபோன நிகழ்வுகளை எழுதிவைத்துப் பின்னாளில் எடுத்துப் படிப்பது - நாய், தன் உணவைக் கக்கித் தின்பதுபோல உணர்வேன். ஒருவேளை அந்தரங்கமாக நாள்குறிப்பு எழுதினால் அதை மற்றவர்களிடமிருந்து மறைக்க வேண்டும். முக்கியமானவற்றை மனது குறித்துக் கொள்ளும்.

என்னுள் எஞ்சியிருக்கும் கற்பனைகளையெல்லாம் எரித்து ஒளி கண்டேன். என் முழுக் கவனத்தையும் திறமையையும் பங்குச் சந்தையில் குவித்தேன். எதுவும் நம் விருப்பப்படி நடப்பதில்லை எனும் நிதர்சனத்தை ரத்தமும் சதையுமாக அனுபவித்த நான், இப்போதெல்லாம் உணர்ச்சி வயப்படாமல் கட்டுப்பாட்டோடு

செயல்படுகிறேன். நான் முன்னேறி வருவதை என் வர்த்தக நாள்குறிப்பு காட்டியது. சர்வ வல்லமை பொருந்திய பணமானது, பல நோய்களுக்கு மருந்து வாங்கவல்லது. நான் வரும் பணத்தில் மேலும் சில பங்குகளை வாங்கிச் சேர்த்தேன்.

கண்ணாடிப் பரப்புகளில் முகம் தெரியும்போது, வேணு சிலாகித்த வடிவான புருவங்களை விரல் நீவியது. பல் விளக்குகையில், அவன் கேலிசெய்த சிங்கப்பல்லைக் கண்ணாடியில் பார்த்துக்கொண்டே நின்றேன். என் இடையைக் கைகளால் பிடித்துப் பார்த்தேன். முறம்போன்ற அந்தப் பெரிய கைகளுக்கு ஈடாகவேயில்லை. வேணு வேலையை ராஜினாமா செய்து போய் நான்கைந்து மாதமாயிருக்கும். அவனிடமிருந்து தொடர்பேதுமில்லை. ஒருவேளை அவன் வெளிநாடு சென்றிருக்கலாம். தலையணை மீது விரிந்துகிடக்கும் கூந்தல் சுருள்களில் ஆள்காட்டி விரலை விட்டு சுருட்டி சுருட்டி எடுக்கிறேன். என்னில் அவனுக்கு ஆகப் பிடித்தது இதுதான் என்பான். நம்மைப் பாதிக்கும் எல்லா நிகழ்வுகளுமே தம்முடைய சுவடுகளை நம் மேல் அழுத்திப் பதித்து விட்டுத்தான் கடந்து செல்கின்றன. கழுவமுடியாத சுவடுகளின் கறை படித்தவர்கள்தான் நாம்.

21

இப்போது எல்லாவற்றையும் முறைப்படுத்திக் கொண்டுவிட்டேன். ஒரு தாய், தன் பிள்ளைகளின் நடவடிக்கைகளைப் புரிந்திருப்பது போல முக்கியமான பங்குகளின் போக்கை நான் ஊன்றிக் கவனித்து அறிந்தேன். அண்மையில் பயின்ற சார்ட்டுகளைப் பற்றிய அறிவும் கைகொடுத்தது. எனக்குத் தெரியாத எந்தப் பங்கையும் நான் தொடுவதில்லை. வர்த்தக ஆலோசனைகள் எங்கிருந்து வந்தாலும் நான் திருப்தியடைந்தால் மட்டுமே அதை அமுல்படுத்துவேன். இவற்றால் நிலைமை கட்டுக்குள் இருக்கிறது.

கண்ட கழுதை சொல்வதையெல்லாம் கேட்டுக் கேட்டுப் பங்குகள் வாங்கிய காலமுண்டு. ஒருநாள் என் கைபேசிக்கு அனாமத்து அழைப்பொன்று வந்தது. இந்தூரிலிருந்து ஓர் இளைஞன் நாட்டுப்புற ஹிந்தியில் நமஸ்தே சொல்லி தம்முடைய பங்குவர்த்தக ஆலோசனை நிறுவனத்தின் பெயரைச் சொன்னான். தன் நிறுவனம், இந்திய துணைக்கண்டத்தில் ஆகச்சிறந்த ஆலோசனைகளைத் தருவதென்றான். உதாரணத்திற்கு TCI-டூரிசம் கார்ப்பரேஷன் ஆஃப் இந்தியா என்கிற அரசு நிறுவனப் பங்கைப் பரிந்துரைத்தது தாங்கள்தான் என்றான். அது கடந்த மூன்று மாதங்களில் 70 ரூபாயிலிருந்து 140 ரூபாயானதை நானறிவேன்.

இப்படியாகப் புதைந்துகிடக்கும் வைரங்களைத் தோண்டிக் காண்பிப்பதே அவர்கள் வேலையாம். தென்படும் வைரங்களை நாம் எடுத்துக் கொள்ளலாமாம். எதற்காக இந்த இலவச சேவை எனக் குழம்பினேன்.

என் குழப்பத்தை இந்தூரிலிருந்தே கண்டதுபோல, 'நாங்கள் குறிப்பிடும் பங்கு இரட்டிப்பானதும் நீங்கள் அதை விற்றபிறகு கிடைக்கும் லாபத்தில் இருபது சதவீதம் அனுப்பினால் போதும் மேடம்ஜீ."

என்னுடைய பணத்தை நான் பணயம் வைப்பதற்கு இருபது விழுக்காடு கமிஷன் அதிகமாகப்பட்டது.

அவன் 'ஸ்டீல்-எக்ஸ்சேன்ஜ்' என்கிற ஒரு தனியார் பங்கைக் குறிப்பிட்டான். நான் அதைக் கேள்விப் பட்டதில்லை.

"இந்த வருடத் துவக்கத்தில் 120 ரூபாயாக இருந்த ஸ்டீல்-X இப்போது 65 ரூபாயில் இருக்கிறது மேடம்ஜீ. மேடம்ஜீ, அது 60 ரூபாய்க்கு வரும்போது நாங்கள் குறுஞ்செய்தி அனுப்புவோம். அப்போது வாங்கினால் போதும் மேடம்ஜீ. விலை அதிகம் கொடுத்து வாங்கவேண்டாம் மேடம்ஜீ", என்றது அக்மார்க் முத்திரை போட்டது போலானது.

அவன் வாக்கியத்திற்கு வாக்கியம் போட்ட மேடம்ஜீ என் சிந்தனையை உறைய வைத்துவிட்டது. ஆங்கிலம் தெரியாதவனெல்லாம் அப்பாவியென்று நான் எண்ணிக் கொண்டிருந்த காலமது.

குறைந்தபட்சம் 25000 ரூபாய்க்கு அவர்கள் பரிந்துரைக்கும் புதையலை வாங்கவேண்டுமாம். நான் எத்தனை ரூபாய்க்கு ஸ்டீல்-X வாங்கப் போகிறேனென்று கேட்டான். நான் சாமர்த்தியமாக 25000 மட்டும் எனச் சொன்னேன். 25000ரூ லாபம் கிடைத்ததாகச் சொல்லி, அதில் 20 சதவிகிதமான 5000ரூ கொடுத்தால் போதும். இதைச் சொல்லும்போதே 50000-க்கு வாங்குவதாக மனதில் முடிவு செய்துவிட்டேன். அசலோடு மொத்தமாக 1 லட்சம் கிடைக்குமே. அதில் 5000 கமிஷனுக்குப் போய்விடும். பரவாயில்லை.

அவன் நன்றி நவின்று வைத்ததும் எனக்கு ஒரு மின்னஞ்சல் வந்தது. அதில் ஸ்டீல்-எக்ஸ்சேஞ்ச் நிறுவனத்தின் வரலாற்றுச் சிறப்புகள், இரும்பு சம்பந்தமான அதன் பல்வேறுபட்ட வியாபாரங்கள், அதன் ஈட்டுதல், அது இந்த வருடம் இரட்டிப்பாவதற்கான வாய்ப்புகள்... என்று முழ நீளத்தில் விபரங்கள் வந்தது. எனக்குத் தலைசுற்ற, பாதியோடு படிப்பதை நிறுத்திவிட்டேன்.

வலைத்தளத்தில் ஸ்டீல்-X -இன் விலை அசைவை சோதனை செய்தேன். அவர்கள் கூறியது சரியாக இருந்தது. அது B பிரிவைச் சேர்ந்த ஸ்மால்கேப் பங்கு என்கிற உண்மை எனக்குள் ஆரம்பகால கேன்சர் கட்டியைப்போல உறுத்தியது. அதை ஆசைத்தீ கொண்டு தீய்த்து அழித்தேன்.

மறுநாளே 50000-த்தை என் கணக்கிற்கு மாற்றித் தயார்நிலையில் வைத்தேன். மூன்று நாட்களில் ஸ்டீல்-X கொஞ்சம் கொஞ்சமாக இறங்கி 60-க்கு வந்த சுருக்கில் குறுஞ்செய்தி வந்தது- அதை வாங்கச் சொல்லி நான் 800 பங்குகளை வாங்கினேன். தரகுத் தொகையோடு சேர்த்து 50000-க்குள்ளேயே இருக்கட்டும் என்ற கட்டுப்பாட்டுடன்.

அது சந்தையின் இறங்குமுகக் காலம். ஆனால் ஸ்டீல்-X மட்டும் விதிவிலக்காக ஏற ஆரம்பித்தது. எனக்கு அதே எண்ணிலிருந்து குறுஞ்செய்தி- பார்த்தீர்களா, விழும் சந்தையிலும் ஏறும் ஒரே ஒரே பங்கு ஸ்டீல்-X என்று. அதைப் படித்ததும் நான், வேறொரு சரியில்லாத பங்கை நஷ்டத்திற்கு விற்று மேலும் 100 ஸ்டீல்-X -ஐ வாங்கினேன். இவ்வளவிற்கும் நான் விற்ற பங்கு, அரசாங்கத்தின் நவரத்தின நிறுவனம் ஒன்றினுடையதாகும். இப்படியே மற்ற பங்குகளையும் கொஞ்சம் கொஞ்சமாகக் காவு கொடுத்து தினம் 50, 100, 200 என்று ஸ்டீல்-X -ஐ வாங்கிச் சேர்த்தேன். எந்நேரம் பார்த்தாலும் அதை வாங்குபவர்கள், விற்பவர்களைவிட அதிகமாக இருந்ததால் எனக்கு நம்பிக்கை அதிகரித்தது. சிறுகச் சிறுக, என் ஸ்டீல்-X கையிருப்பு ஒரு மாதத்தில் ஒரு லட்ச ரூபாயை எட்டியது. அவற்றின் சராசரி விலை இப்போது 82. அதனாலென்ன? இன்றும் அதன் விலையானது 91 ரூபாய்க்கு அடக்கவிலையைவிட அதிகமாகத்தான் இருந்தது. அந்தப் பங்குகள் கூடிய விரைவில் 120-ஐத் தொடும்போது கறாராக விற்றுவிட வேண்டும். அப்போது 1200 X 38 -கிட்டத்தட்ட அரை லட்சம் கிடைக்கும். ஒரு லட்சத்திற்கு அரை லட்சம்! அதுவும் இரண்டே மாதத்தில் என்று கணக்குப் போட்டேன்.

ஸ்டீல்- X வாங்கியபிறகு நான் நிமிடா நிமிடம் என் கைபேசியில் சிற்றெறும்பு அளவில் மாறிக்கொண்டிருக்கும் பல்வேறு பங்கு விலைகளைப் பார்த்துப் பார்த்துக் கண் நோவதில்லை. மணிக்கொருதரம் ஸ்டீல் -X -ஐ மட்டும் பார்த்தால் போதும். ஓய்வை அனுபவித்தேன்.

மறுநாள் என் கைபேசி வலைத்தளத்தைக் கிரஹிக்கவில்லை. அதை அருகிலிருக்கும் கடையில் பழுது பார்க்கக் கொடுத்தேன். ஸ்டீல்-X ஒன்றுதான் சமீபத்தில் வாங்கிய பங்காகும். சந்தை என்னவானால் என்ன? ஸ்டீல்-X ஒன்றிரண்டு ரூபாய் கூடி 93-ஐத் தாண்டியிருக்கும். நம்பிக்கையுடன் நான் அலுவலகத்தில் இருந்தேன்.

சரிசெய்யப்பட்டிருந்த என் செல்பேசியை மதியம் வாங்கி செல்ஃபி எனும் என் பங்கிருப்பைத் திறந்து பார்த்தால்... எப்போதும் பச்சையில் ஒளிரும் ஸ்டீல்-X, ஆபத்தான சிகப்பில் இருண்டிருந்தது! வெய்யிலில் கண் கூசுவதால் தப்பாகத் தெரிகிறதோ? கண்களைக் கசக்கி மீளமீளப் பார்த்தேன். அதன் விலை 40 ரூபாய்க்கு பாதாளத்தில் இறங்கியிருந்தது. என் வயிறு கலங்க, கழிவறை தேடி அலுவலகத்திற்கு விரைந்தேன். ICI-யின் பங்குவர்த்தகப் பிரிவிற்குத் தொலைபேசியில் தொடர்புகொண்டு கேட்டால், அவர்கள் ஆய்வுப் பிரிவின் எண்ணைக் கொடுத்து அங்கு விசாரிக்கும்படி

சொன்னார்கள். அந்த என்னிலிருந்து பதிவு செய்யப்பட பதிலே கிடைத்தது. இதற்குள் எனது நா வறண்டு போயிருந்தது. சக்தியைத் திரட்டி மின்னஞ்சலில் என் அவலத்தை விவரித்து ஆலோசனை கேட்டேன். உடன் பதில் வந்தது - நாளை பதில் கிடைக்குமென்று. நாளை பதில் வந்தது-ஸ்டீல்-எக்ஸ்சேன்ஜ் தங்கள் பரிசீலனைக்கு உட்படாத பங்கென்பதால் அதைப்பற்றித் தெரியாதென்று.

பிறகு எனக்குப் பங்குச் சந்தையை அறிமுகப்படுத்திய குருவான சந்தோஷ் சாரிடம் வெட்கத்தை விட்டு நடந்த முட்டாள்தனத்தை செல்பேசியில் விளக்கியதும், "படித்தவள்தானே நீ?", கடிந்தார். இதுபோலப் பல போலி நிறுவனங்கள் இயங்கி வருகின்றனவாம். அவர்களுடைய வேலையானது- குறிப்பிட்ட நிறுவனத்தின் முதலாளிகளிடமோ, அந்தப் பங்கை அதிகப்படியாக வைத்துக்கொண்டு விற்கமுடியாமல் தவிப்பவர்களிடமோ கமிஷன் வாங்கிக்கொண்டு, எதற்கும் பொறாத அந்தப் பங்குகளின் விலையை ஏற்றுவதுதானாம். அவர்களே அதிக எண்ணிக்கையில் பை ஆணைகளைப் போட்டு, அந்தப் பங்கிற்கு கிராக்கி அதிகம் இருப்பதாகக் காண்பிப்பார்களாம். இதற்கு என்னைப்போன்ற சிறு முதலீட்டாளர்களை அவர்கள் பலிகடாவாகப் பயன்படுத்துவார்களாம்.

யார் மனதையும் புண்படுத்தாத சந்தோஷ், 'இது அப்படியொண்ணும் மோசமான பங்கில்ல. எல்லா இரும்பு கம்பெனியும் ஒருகாலத்துல வெலையேறத்தான் போவுது. ஏன்னா வருங்காலத்துல இரும்புக்கான தேவ கூடுமேயில்லாம கொறையாது.' நம்பிக்கைவாதியான சந்தோஷ், ஷாட் செய்வது குறைவு. எந்த மூன்று இலக்கப் பங்கை வாங்கினாலும் 1000, 2000, 3000 என்ற அளவில்தான் வாங்குவார். அவை நாளுக்குநாள் விலை இறங்கினாலும், ஏறும் என்கிற நம்பிக்கையோடு காத்திருப்பார். கடைசியாகக் கணக்கு பற்றில் இருக்கிறதென்று தரகு நிறுவனம் கழுத்தைப் பிடிக்கையில்தான் வேறு வழியின்றி அவற்றை நஷ்டத்திற்கு விற்பார்.

சந்தோஷிடமிருந்து கடன் வாங்கிய நம்பிக்கையில் சிலநாள் ஓட்டினேன். ஆனால் ஸ்டீல்-X வாங்குவாரின்றி தினம் 5 விழுக்காடு இறங்கியபடி இருந்தது. என் நம்பிக்கை கரைய, தினந்தோறும் சந்தை துவங்குவதற்கு முன்பே 9. 07 மணிக்குள் ஸ்டீல்-X -ஐ விற்பதற்கான ப்ரீ மார்க்கெட் ஆடர் போடுவது எனக்கு அனிச்சையாகி விட்டது. ஆனால் அதை வாங்குபவர் ஒருவர்கூட இல்லை. மாதக் கடைசியில் பங்கு 30-இல் வந்து நின்றது. அடுத்த மாதம் ஸ்டீல்-X -ஐ வாங்குபவர்கள் வர, என் 100 பங்கு விற்பனையாகிவிட்டது! சந்தோஷின் வாக்கு அசரீரியாகப்

பின்புலத்தில் ஒலித்தது. நான் விற்பனைக்கான ஆணை போடுவதை நிறுத்தினேன். அணு அணுவாக 15 நாட்களில் 35-ஐத் தொட்டு மீண்டும் லோயர் ஃப்ரீசில் ஸ்டீல்-X. கடைசியில் அடித்துப் பிடித்துக்கொண்டு மொத்தத்தையும் 20ரூபாய்க்கு விற்றேன். என் ஒரு லட்சம் 2 மாதத்தில் 25000 ஆனது. அதாவது கிடைத்ததே என ஆறுதலடைந்தேன். இழப்பு பெரிதானால் அதற்கேற்ப தாங்குதிறனும் கூடும்போல.

சந்தோஷிற்கும் அப்படித்தான். ஒருமுறை இரண்டு மூன்று வெவ்வேறு பங்குகளை வாங்கிவிட்டார். அவை ஆகக்கூடி 10000 பங்குகள்! அந்த சமயம் பார்த்து திடீரென சந்தை விழ, நஷ்டமான தொகை, அவருடைய மொத்த வரவை விழுங்கியபிறகும் கணக்கு பற்றில் நின்றது. இது தவிர, சந்தையில் போடுவதற்காக வெளியில் வாங்கிய கடன்கள் வேறு வட்டியோடு மென்னியைப் பிடித்தன. 'பாரடைஸ் பில்டர்ஸ்' கொடுக்கும் சம்பளம் இதற்கெல்லாம் ஒரு சுற்று காணாது. எனவே சந்தோஷ் பஹ்ரினில் வேலைக்குப் போனார். அங்கிருந்தபடியே கடன்களை அடைத்தார். ஒரே மகளுக்கு மருத்துவப் படிப்பை கணிசத்திற்கு வாங்கிக் கொடுத்தார். அவள் படித்து முடிந்ததும் சிறப்பாகத் திருமணமும் செய்வித்தார். அண்மையில் பணிஓய்வு பெற்றுத் தன் சொந்த ஊரான மங்களூருக்குத் திரும்பியவர், அங்கு நல்லதோர் வீட்டையும் கட்டிவிட்டார். இப்போது சந்தோஷ், தன் எஞ்சிய வாழ்நாளையும் சேமிப்பையும் பங்குச் சந்தைக்கே செலவிட்டுக் கொண்டிருக்கிறார்.

அதை ஆட்சேபித்த மனைவியிடம், "ஸ்டாக் மார்க்கெட்டும் அதுனால வந்த கடனும் இல்லைன்னா நா முன்னேறாம உள்ளூர்லயே சிறுவாழ்வு வாழ்ந்திருப்பேன்", என்று வாயடைத்துவிட்டார் சந்தோஷ்.

இந்த விபத்திற்குப் பிறகு, தரகர்களோடு நேரடித் தொடர்பு கொள்ளும் வகையிலான சிறு நிறுவனமாக நான் தேட, லக்கிஸ்டாக்ஸ் கிடைத்தது. ICI-யில் இருந்த என் பங்குகளை லக்கிக்கு மாற்றினேன். இங்கு நிலமை பரவாயில்லை. எதுவானாலும் அவர்களிடம் நேரடியாக உடனடி ஆலோசனை கேட்கலாம். அவர்களும் குட்டி வணிகர்களாகவே இருப்பது கூடுதல் அனுகூலம். தம் பட்டறிவால் இதுபோன்ற பங்குகளைத் தொடவேண்டாம் என எச்சரிப்பார்கள்.

22

ஃபோக்ஸ்வாகன் கார் தனது சக்கரத்தைப் பெருக்கெடுத்த நீரில் ஒளித்து நீந்திக் கொண்டிருந்தது. ஒரு கனமழைக்கே பெங்களூரு நிரம்பித் ததும்பிவிடும். நாங்கள் மேண்டரின் விடுதியில் சந்திப்பு ஒன்றை முடித்துவிட்டுத் திரும்புகிறோம். கொட்டும் மழைத்தாரையைப் பொருட்படுத்தாது நான் செல்பேசியில் பங்கு விலையைப் பார்த்துக் கொண்டிருந்தேன்.

‘எந்நேரமும் பணந்தானா?’ காரை செலுத்திக் கொண்டிருந்த கிஷோர் அலுத்துக் கொண்டான்.

‘நீங்க காலைல கௌம்பி சைட்டுக்குப் போறதுலருந்து ராத்திரி கிளையன்ட் மீட்டிங் வரைக்கும் செய்யுற ஒவ்வொண்ணும் பணத்துக்கு இல்லாம வேறெதுக்கு?’

‘அது பிசினஸ். அந்த சுழல்ல மாட்டிக்கிட்டா சுத்தித்தான் ஆவணும்.’

‘அதுமாதிரி தான் -இது என்னோட பிசினஸ்.’

நான் லக்கிஸ்டாக்ஸை அழைத்து சந்தையின் போக்கையும் நான் பிடித்து வைத்திருக்கும் பங்குகளின் விபரத்தையும் கேட்டேன்.

‘சம்பளத்த கூட ஜாஸ்தி பண்ணிருக்கேன். பத்தாதா?’

‘அதாவது... என் தகுதிக்கு இது போதூங்குறீங்க. நீங்கமட்டும் புதுப்புது கார்லயே போவீங்க; வருவீங்க. நா லைஃப்லாங் ஸ்கூட்டர்லதான் போணூன்னு சட்டமா இருக்கு?’

‘தெரியாம சொல்லிட்டேன் தாயே, மன்னிச்சுடு.’

வாகன நெரிசலில் கார்வேறு நகராமல் நிற்க, கிஷோர் கடுப்பானான். மூன்றரை மணிக்கு என் அன்றைய வர்த்தகத்தை முடித்ததும் 2300ரூ லாபம் காட்டியது கைபேசி. கமிஷன் போக 1800 தேறும். வெறும் 180 ரூபாயானால் கூட, இவனிடம் தொண்டூழியம் செய்து கிடைக்கும் சம்பளத்தைவிட இதற்கு மதிப்பதிகம். ஏனெனில் இது என்னுடைய அறிவுக்கும் திறமைக்கும் கிடைத்த வெகுமதி. ஓரளவு

திருப்தியான நான், செல்பேசியைக் கைப்பையில் திணித்தேன். வெளியே கார்கள், கட்டிடங்கள், மரங்கள் எல்லாமே மழையில் குளித்து அடர்நிறத்தில் கனத்து நின்றன. முன் கண்ணாடியில் மோதி மோதி எதையோ சொல்லவந்து உடைந்து சிதறும் பெருந்துளிகளை வைப்பர் அசராது தள்ளிவிடுகிறது. உம்மென்று ஆகிவிட்ட கிஷோரிடம் அவனது வாரிசுகளைப் பற்றி விசாரித்து வெள்ளைக்கொடி பறக்கவிட்டேன். அவன் சகஜமானதும் கப்பன் பார்க் வழியாகப் போனால் வாகன நெரிசல் குறைவாக இருக்குமென ஆசை காட்டினேன்.

கார் கப்பன் பூங்காவில் நுழைந்ததும் மழை வலுக்க, ‘இங்கே தண்ணீர் தேங்காமல் வடிந்துவிடுகிறது பாருங்கள்’, என்றேன். சற்று நேரத்தில் முன்னும் பின்னுமாக வாகனங்கள் நெருக்க, கார் நகரமுடியாமல் எக்கச்சக்கமாக அகப்பட்டுக் கொண்டது. பக்கவாட்டிலும் நகரவியலாது போக, கிஷோர் என்னை முறைத்தான். நான் அதைக் கவனியாதுபோல் என் பக்கத்துக் கண்ணாடியைக் கீற்றாக இறக்கிவிட்டேன். மழையின் ‘சோ’வென்ற கானமும் சாரலும் இலைகளின் பச்சை வாசமும் உள்ளே பாய்ந்து குளிர்வித்தன. மூச்சை ஆழ இழுத்து, “ஹவ் லவ்லி?”, என்றேன்.

கிஷோர் பதிலிறுக்கவில்லை. உடன் போய் அலுவலகத்தில் அடங்கி எதைச் சாதிக்கப் போகிறோம்?

கிஷோர் எதையோ சொல்லவருவது அவனது முகபாவத்தில் தொனித்தது.

“வான்ட் டு ஸே சம்திங்?”

“நத்திங்”, தலையைத் திருப்பி வெளியே பார்த்தான்.

‘நான் திரும்பக் கேட்கமாட்டேன். சொல்லத் தோணினா நீங்களே அப்ப சொல்லுங்க.’

ஏக்கர்களில் பரவிக் கிடக்கும் பிரமாண்டமான பூங்காவில் மழை ஆனந்தக் கூத்தாடுகிறது.

கார் டேஷ்போர்டிலிருந்த சிறிய விஸ்கிக் குப்பியை எடுத்த கிஷோர், அப்படியே ஒரு மிடறு விழுங்கிக் கள்குடித்த குரங்காக முகஞ்சுளித்தான். கடிந்துகொண்டநான், அதைப் பிடுங்கி அதில் தண்ணீரை ஊற்றித் தந்தேன்.

தொண்டையைக் கனைத்த கிஷோர், “நீனா...”

நீனா அவன் மனைவி.

இடபம் | 155

“ஈஸ் ஷீ நாட் வெல்?”

“ஷீ ஈஸ் டூ வெல் வித் அன் அஃபெயர்”, கடகடவென சொல்லி முடித்தவன், போதுமா என்பதுபோல என்னைப் பார்த்தான்.

‘எப்படிச் சொல்கிறாய்?’

குதூகலம் உள்ளுக்குள் குதிக்கிறது.

கிஷோர் நீனாவுக்குத் தெரியாமல் அவளுடைய கைபேசியின் வாட்சப் சம்பாஷணைகளைப் படித்தானாம். செல்பேசியில் அவர்கள் பேசியதையும் ஒட்டுக் கேட்டானாம். இவ்வளவுதானா கிஷோர்?

அவன் மீதான அசூசையை மறைத்து, ‘அவர்கள் நண்பர்களாக இருக்கலாமல்லவா?’

அவர்களது உரையாடல்கள் பச்சையும் நீலமுமாக இருந்தனவாம். அந்த மூன்றாவது மனிதனும் குடும்பஸ்தன் தானாம். எனக்கு நீனா மீது இரக்கம் சுரந்தது.

‘ஒரு கணவனுக்கோ மனைவிக்கோ, தனக்கு மட்டுமேயான எந்தவொரு ரகசியமும் இருக்கவே கூடாதா என்ன? அவர்கள் எந்நேரமும் தம் மறுபாதியில் முன்னால் நிர்வாணமாகவே இருக்கவேண்டுமா?’

“தும் க்யா ஜான்தீ யே ஸப்,” கள்குடித்த குரங்கு கத்தியது.

‘நான் இந்த அமைப்பிற்குள்ளே வராமல் மேலே நின்று பார்ப்பதால்தான் அதன் ஓட்டைகள் தெளிவாகத் தெரிகின்றன. எங்கிருந்தோ ஒரு பெண்ணையும் யாரோ ஓர் ஆணையும் எதிரும் புதிருமாக நிற்கவைத்து, அவர்கள் இப்படி அப்படித் திரும்பமுடியாமல், கைகால்களை அசைக்கவியலாது தாலிக்கயிற்றால் இறுக்கக் கட்டி, ஒருவர் சுவாசத்தை மற்றொருவர் வாழ்நாளெல்லாம் சுவாசித்துக்கொண்டே இருக்கச் செய்வது தேவையற்ற காட்டுமிராண்டித் தனம் என்பேன். எனக்கு நீமட்டும்தான் என உணர்வுபூர்வமாகத் தோன்றவேண்டும். இருவருக்குமே அப்படித் தோன்றும் யோகம் வெகுசிலருக்கு மட்டுமே கிடைக்கும்.’

நீனா போனமாதம் தன் தோழிக்குப் பிறந்த குழந்தையைப் பார்க்க என்று சிங்கப்பூருக்குச் சென்றதே, அவர்கள் இருவரும் சேர்ந்திருக்கத் தானாம். அந்த மனிதன் சிங்கப்பூரைச் சேர்ந்தவனா என்றால் இதே பெங்களூரு தானாம்.

‘அவர்கள் இதற்காக இவ்வளவு தூரம் பயணிக்கிறார்கள் என்றால் திருமண உறவை மதிப்பதால்தானே. இந்த விஷயம் வெளியில் தெரிந்தால் தத்தம் குடும்பங்கள் ஆட்டங்காணலாம் என்கிற அக்கறையில்தானே.’

UB சிடிக்கு முன்னால் வழிந்து கொண்டிருந்த செயற்கை நீரூற்றில் மழைத் துளிகள் கலந்து வழிகின்றன.

‘அப்புடீன்னா அவுங்களுக்கு என்ன வெளக்கு புடிக்கச் சொல்றியா?’ கள்குடித்த குரங்கிற்கு வெறியேறியது.

‘அவர்களுடைய அந்தரங்கத்தில் நீ வெளிச்சம் போடாதே. உன்னுடைய லீலைகளெல்லாம் நீனாவுக்குத் தெரியாதென்று எண்ணாதே. தெரிந்தும் அவள் சும்மாயிருப்பதற்குக் காரணம் -நீனா உன்னை ஒருபோதும் தன்னுடைய ஆணாக நினைத்ததில்லை. நினைக்குமாறு நீ நடந்து கொண்டதில்லை.’

‘ஷட் அப்! நான் ஒரு கணவனாக அவளுக்கு என்ன குறை வைத்தேன்?’

‘லுக்! உணவு, உடை, உறைவிடத்திற்கெல்லாம் கணவனைச் சார்ந்திருக்க வேண்டிய பெண்ணில்லை நீனா. நீனாவின் உடல் பருமனைக் காரணமாக்கி நீ மனதளவில் அவளை நெருங்கவில்லை. அவள் இளைப்பதற்கான ஊக்கமோ தூண்டுதலோ தரவில்லை...’

‘இத்தனை வருஷம் இல்லாம இப்பதான் கொஞ்சம் இளைச்சிருக்கா -மகராசி,” குரங்கு இளித்தது.

‘பாத்தியா, இப்போதுதான் அவளுக்கு சுய ஈடுபாடே வந்திருக்கு. நீ கடமைக்கு இரண்டு புள்ளைங்களப் பெத்ததோட சரி.”

‘எல்லாரும் அதத்தான செய்றாங்க டாமிட்?’

‘அப்படியென்று ஜெனரலைஸ் பண்ணிவிட முடியாது. உன்னிடம் அர்ப்பணிப்பு கிடையாது. உன் ரத்தம் என்பதால் பிள்ளைகளின்மேல் மட்டும் வரிந்து வரிந்து அன்பு செலுத்துகிறாய். உன்னைத்தவிர வேறு யாரையும் நீ நேசிப்பதில்லை.’

‘நீ ரொம்ப ஒழுங்காக்கும்.’

‘அப்புடி நா சொல்லிக்கல. இன் ஃபாக்ட்... அதுனாலதான் நான் திருமணம் செஞ்சுக்கவே நா தயங்குறேன்.’

‘அப்புடி அவங்கிட்ட என்னதான் இருக்குது - எங்கிட்ட இல்லாதது?’ குப்பியை முடித்த குரங்கு ஆங்கரித்தது.

‘இப்ப புரியுது. இந்த ஈகோதான் ஒன்னோட பிரச்சின. இருக்கலாம் அவனிடம்-கொஞ்சம் நட்பும் அன்பும் நேரமும் புரிதலும் நீனாவால் மட்டுமே தணியக்கூடிய வேட்கையும். எல்லோருக்குமே பேம்ப்பரிங் தேவையாகத்தான் இருக்கிறது கிஷோர்.’

‘பின்ன என்னதான் செய்றது?’ குழம்பினான்.

‘எதுவும் செய்யவேண்டாம். இருப்பது ஒரே வாழ்க்கை. இதில் நீனா, தானே கண்டெடுத்துக் கொண்ட மகிழ்ச்சிய அனாவசியமா ஏன் தட்டிப் பறிக்குற?’

‘இவ்வளவும் தெரிஞ்சு எப்புடி சும்மா இருக்கமுடியும்?’

‘தெரியாத மாதிரியே இருந்துடு. நீ நீனாவின் கைபேசியைப் பரிசோதிச்சது அநாகரிகம். ஒவ்வொருவருடைய மனசுக்குள்ளயும் புகுந்து பாத்தா என்னென்னவோ அதிர்ச்சிங்க கெடைக்கும். அவுங்களோட உறவ உடலளவுல மட்டுமே ஒன்னால தடுக்க முடியும். பிறகு நீனா உன்ன சபிச்சுகிட்டே உன்னோடிருப்பா. அது எவ்வளவு கொடுமையா இருக்கும். எண்ணிப்பார்.’

CMH ரோடில் நுழைந்த கார், மெட்ரோவின் கீழே காய்ந்த சாலையில் சலசலப்பின்றி நகர்ந்தது. ஐந்து கிலோமீட்டர் தாண்டியதும் நின்று போவதும் பெய்வதும் பெங்களூரு மழையின் அலாதித்துவம்.

‘குழந்தைங்களுக்காகப் பொறுக்குறேன்.’

‘உன் அந்தஸ்திற்காகவும்னு சொல்லு. நீனாவோட அப்பா பார்ட்னர்ஷிப்புலருந்து வெலகுனா நம்ப கம்பெனியோட நெலமைய யோசி.’

கிஷோரின் பாதுஷா முகம் சாம்பல்கட்டியாக வெளிறியது.

‘கிஷோர், எந்த ஒப்பந்தத்தினாலும் நேசம் என்பதை அடையமுடியாது; அதைத் தடைசெய்யவும் முடியாது. புரிந்துகொள்,’ அவன் கைபிடித்து சொல்கிறேன்.

23

கணக்கிடலின் வருடக் கடைசியென்பதால் மியூச்சுவல் ஃபண்டுகள், விலையேறிய தங்களுடைய பங்குகளை விற்று லாபங்களை மூட்டை கட்டிக் கொண்டிருந்தன. அதனால் சில ப்ளூசிப் பங்குகள் கீழே விழ, அவற்றை சிறு முதலீட்டாளர்கள் பொறுக்கிக் கொண்டிருந்தார்கள். சந்தை ஒரு மார்க்கமாக இருந்தது. ஊறலெடுக்கும் தலையை சொரிந்துகொள்ளும் விதமாக நாங்கள் சிறிய அளவில் வாங்குவதும் விற்பதுமாக இருக்கிறோம். நாங்கள் தூங்கிவழிய, பிரதீப் வழக்கமான வாடிக்கையாளர் சிலரைப்போலவே மிமிக்ரி செய்து தூக்கத்தைக் கலைத்தான். அதில் சிலர், ஆலோசனை கேட்பதற்காக சிபியையும், வேறுசிலர் பிரதீப்பையும் குறிப்பாகக் கேட்பதுண்டு.

இந்த சோம்பல் தருணத்தில் தொலைபேசி சிணுங்க எண்ணைப் பார்த்த பிரதீப், "கரோடுபதி", என்றுவிட்டு ஸ்பீக்கர் மோடிலிருக்கும் தொலைபேசியை எடுத்து வினயமாக வணக்கம் சொன்னான். துபாயிலிருந்து பேசிய காரோடுபதி, பல்லாயிரம் மதிப்புள்ள கால்களையும் புட்களையும் வாங்கப் பணித்தார். அவை, அவர் வழக்கமாக வாங்கும் பங்குகள் சார்ந்தவையே. அவரது கணக்கில் எழுபத்தொன்பதாயிரத்து சொச்சம் லாபம் இருப்பதால், அந்த ஆப்ஷன்களை விற்று அதை புக் செய்யுமாறு எடுத்துரைத்தான். பங்குச் சந்தையில் விற்று பணம் பண்ணும்வரை லாபம் என்பது வெறும் எண்கணக்கே. ஆனால் கரோடுபதியோ, இருக்கட்டும் என்று தொடர்பைத் துண்டித்தார்.

'ஐயோ, என்ன அனுமதிச்சா நானாவது வித்து எடுத்துக்குவேனே...'சிபி மாய்ந்து போகிறான்.

காலாவதிக்கு சில தினங்களே இருப்பதால் ஆப்ஷன்களின் மதிப்பு பூஜ்ஜியமாகிவிடும். மாதக் கடைசியில்போய் இவ்வளவு ஆப்ஷன்களை வாங்குகிறாரே என நான் அதிசயித்தேன்.

'பணம் இருக்குது; ஏதாவது செய்யணுமில்லையா ?' பிரதீப்.

‘என்ன செய்றதுன்னு தெரீலன்னா ஏங்கிட்ட குடுக்கச் சொல்’, கேஷ் டெர்மினல் முன் கப்சிப்பென அமர்ந்திருக்கும் மத்தாய் சார் தன்னிருப்பைத் தெரிவித்தார். ஏரிமேல் மீன்கொத்தி, தன் நீலச்சிறகில் ஈரம் படாவண்ணம் நீரோடு, அதன் கவிச்சிக் குளுமையோடு தாழப் பறந்து கொண்டிருக்கும். மீன் தென்படுகையில் மட்டும் கண்ணாடியாய் நீர்சிதற, லபக்கென்று கொத்திக் கரைசேரும். அந்த மீன்கொத்தியைப் போன்றவர் மத்தாய் சார். எங்களைப்போலப் பங்குச் சந்தையில் ஊறி நாறிவிட மாட்டார். ஊன்றிக் கவனித்தபடி இருந்து வலுவானது மாட்டும்போது மட்டும் கொத்தியெடுத்துக் கொள்வார். அவருடைய அலகிலும் தவறுதலாக சிலசமயம் நீர்ப்பாம்பு வந்துவிடுவதுண்டு.

துபாயில் பெருவணிகரான கரோடுபதியுடைய குடும்பம் இங்குதான் இருக்கிறது. குறிப்பிட்ட பங்கின் விலை ஏறும்; இறங்கும் என்பதான தன்னுடைய ஊகம் பலிக்கிறதா என்பதை சோதிப்பதற்காகாவே அவர் ஆப்ஷன்களை வாங்குவார். அதன் மூலம் பொருளீட்டுவது அவரது நோக்கமல்ல. எனவே அவர், தான் வாங்கும் ஆப்ஷன்களை விற்பதேயில்லை. அவை தேய்ந்து தேய்ந்து மாத எக்ஸ்பைரியின்போது ஒன்றுமில்லாமல் போகும். ஒருநாளும் அவர் பங்குகளை வாங்கியதில்லை. பங்குகளின் ஆப்ஷன்களை மட்டுமே.

இப்போது மூத்த “ஹலோ.. ஓ..”

அவர் கூறியபடி “ஹண்ட்ரட் சன் டிவி ஷாட் சோல்ட் அட் 595. 90 சார்”, பிரதீப் உறுதிப்பாடு கொடுத்ததும்

“தாங்க் யூ... ஃபீல் ஃப்ரீ...” பெரியவர் முடித்தார்.

“ஓகே சார்,” தொலைபேசியைத் துண்டித்ததும்

“ஃபீல் ஃப்ரீ...” அவரைப் போலவே சொல்லிச் சிரித்தான்.

“ஃபீல் ஃப்ரீ...” சிபி, போலச்சொல்ல,

“ஃபீல் ஃப்ரீ...”சபாதியையும் தொற்றிக் கொண்டது.

‘அப்படியென்றால்?’ நான்,

‘ஃபீல் ஃப்ரீ என்றால் -நல்ல வர்த்தக ஆலோசனை ஏதாவது கிடைத்தால் தயங்காமல் சொல்லவேண்டும் என்று அர்த்தம்.’

15 நிமிடத்தில் சன் டிவி இறங்குமுகத்தில்.

“ஹீ ஈஸ் குட் யா.”

‘அவருக்கு எங்கருந்தோ டிப் கெடைக்குது மேடம். கேட்டா, திஸ் ஃபெல்லோஸ் யூ நோ, தே வில் சிம்ப்ளி சீட் என்று மழுப்பிவிடுவார்’, பிரதீப்.

‘ஆனா நம்ப டிப்பால நஷ்டம் வந்தாலும், பரவாயில்ல; நாளைக்குப் பாக்கலாம்னு சொல்ற ஒரே கிளையன்ட்,’ சிபி வக்காலத்து வாங்கினான்.

ஆண்டுக்கு 12 லட்சம் என்கிற சராசரியில் இழக்கும் கரோடுபதி முன்வைக்கும் நியாயமானது, ‘எனக்குப் புகை, குடி, சூதாட்டம், மாது என எந்தக் கெட்ட பழக்கமுமில்லை. இது ஒன்றுதானே’, என்பதாம்.

சந்தை ஏறுமுகமாக இருந்த காலத்தில் அவருக்குக் குவிந்த வருவாயைக் கட்டாயப்படுத்திப் பணம் செய்து 35லட்சத்திற்கு ப்ளூசிப் பங்குகளாக வாங்கிக் கொடுத்தார்களாம். அவற்றின் மதிப்பு உயர்ந்து அரை கோடியைத் தொட்டதாம். ஆப்ஷன்கள் வாங்குவதற்காக சிறிது சிறிதாக விற்கப்பட்டு எல்லாம் கரைந்துவிட்டதாம். அப்படிப்பட்ட கரோடுபதி, தனது கணக்கில் நூறோ, இருநூறோ கட்டணம் ஏதாவது பற்று செய்தால், தலைமையலுவலகத்திற்கு வெளிநாட்டு கால் செய்து குடைந்து விடுவாராம். மனித மனங்களின் விசித்திரங்களுக்கு எல்லையில்லை.

சில நாட்கள் கழித்து சிபி, தொலைபேசியில் யாரிடமோ, ‘ஆகாது சார், லிமிட் இல்லை,’ எனக் கடுமையாக சாதித்துக் கொண்டிருந்தான். கரோடுபதிதான் பத்தாயிரம் ரூபாய் லிமிட்டுக்காகக் கெஞ்சுவதாகக் கூறி நகைத்தான். பிறகு தலைமையலுவலகத்தில் பேசி அவரது லிமிட்டிற்கு ஆவன செய்தான். லிமிட் வாங்கிய நற்செய்தியை சிபி சொன்னதும், கரோடுபதி நன்றிகளை வாரியிறைக்கிறார். இந்தப் பங்குச் சந்தைதான் எத்தனை பேரை எவ்வளவு விதங்களாக மயக்கி ஆட்டுவித்துக் கொண்டே இருக்கிறது?

24

தீபாவளி வரப்போகிறது. இம்முறை அம்மாவின் அழைப்பைக் கண்டிப்பாக மறுத்துவிட வேண்டும். என்ன காரணம் சொல்வதென்று இப்போதிருந்தே யோசிக்கிறேன். நரகாசுரனின் கருமாதிக்குப் போகாவிட்டால்தான் என்ன? பண்டிகைகளை, சடங்குகளை வெறுப்பவள் நான். அர்த்தமற்ற இந்த செயல்பாடுகளால் அனாவசியமாக காலவிரயம்; பொருள்விரயம். அதுவுமன்றி தீபாவளி நெரிசலில் சென்னைக்குப் பயணிப்பதே தண்டனை. அதிலும் மழை பெய்தால், அது கழிவுநீரோடு கலந்து பெருக்கெடுத்து ஓடும். தொற்று வராமல் நம்மைக் காப்பாற்றிக் கொள்வதற்குள் போதும் போதும் என்றாகிவிடும்.

வீட்டில் செய்யும் பலகாரங்கள் போதாதென்று கண்ட கண்ட இனிப்பு, கார வகைகளை வேறு கடையிலிருந்து வாங்கிவந்து உடலைக் குப்பைத் தொட்டியாக்குவர். இந்த உயிர் தரித்திருக்கும் மேனியின் மேன்மை பலருக்குப் புரிவதில்லை. இவற்றிலிருந்து தப்பித்தாலும் தீபாவளிக்கு அனு செய்யும் கொடுமையான பிரியாணியை சாப்பிட்டே ஆகவேண்டும். அதைத் தவிர்த்தால் உறவில் விரிசல் காணும் அபாயமிருக்கிறது. வீட்டில் யாரும் பிரியாணி செய்யக் கூடாதென முதலில் சட்டம் போடவேண்டும். தங்களின் சமையல் திறனை நிரூபிக்கும் ஆயுதமாக இல்லத்தரசிகள் இந்தப் பிரியாணியைக் கையில் எடுத்துக்கொண்டு வதைக்கிறார்கள்.

சென்னைக்குப் போனவுடன் ஆடை வாங்குதல் என்கிற வீரவிளையாட்டு தொடங்கும். ஒரு கிலோமீட்டருக்கு முன்பே காரை நிறுத்திவிட்டுப் பார்த்தவிடமெல்லாம் மனிதத் தலையாகத் தெரியும் தி.நகரில் உடமைகளையெல்லாம் பாதுகாத்தபடி நகரவேண்டும். பிறகு மாபெரும் ஜவுளி சாம்ராஜ்ஜியங்களுக்குள் கூட்டத்திற்கிடையே ஆடைகளை எட்டி எட்டிப் பார்த்துக் கண்ணில் படுபவற்றில் ஒன்றை இலவசத்திற்கு கிடைப்பதுபோல தாவிக்கொண்டு பெரிய வரிசையில் பில் போட நிற்கவேண்டும். முந்தின முறை, அவர்கள் எனக்காக வாங்கிவைத்த கனமான

அடர்நிறத்துப் புடவை எனக்கு உவக்கவில்லை. அதனால் போனமுறை இந்தப் பழிவாங்கல். என்னை அழைத்துப்போய் மீட்டர் கணக்கில் துணியை உடலில் சுமத்தும் தொமா தொமா சல்வாரை வாங்கித் தந்தார்கள். புடவை, சல்வார் தவிர வேறேதும் தீபாவளிக்கு வாங்கக் கூடாதாம். அதிலும் கருப்பு கூடாதாம். நரகாசுரனுக்குப் பிடிக்காதோ?

போனமுறை அம்மா, "நீ இன்னும் குழந்தையில்லை. பசங்களுக்காவுது ஏதாவது துணி எடுத்து வா," அடிக்குரலில் தொலைபேசி ஆணையிட்டார்.

அதற்கிணங்க பிள்ளைகளுக்கு நான் வாங்கிப்போன உடைகளின் அளவு அவர்களுக்குப் பொருந்தவில்லை. அனுவுக்கு நானெடுத்த புடவையும் சோபிக்கவில்லை. அடுத்தவர்களுக்கு எது பிடிக்கும், பொருந்தும் எனத் தேர்வுசெய்வது எனக்கு மண்டையுடைப்பாக இருந்தது. அதற்காக நான் பாரமான தொகையையும் இரண்டு மாலைப் பொழுதுகளையும் இழக்கவேண்டி வந்தது. அதிலொன்று-பொன்னான விருந்தினர் மாளிகை பார்ட்டி. இதுபோன்ற மேல்தட்டு வர்க்கத்து விருந்துகளில் எனக்குப் பிடித்த அம்சம்-அங்கு யாரும் சம்பளம், விலை, வாடகை, பேருந்து, ரயில், ஆட்டோ, பணிமாற்றம், பணிஉயர்வு, கடன்கள், மதிப்பெண்... போன்ற சின்னத்தனமான விஷயங்களைப் பேசமாட்டார்கள். நாளைய வாழ்வு குறித்த பாதுகாப்பின்மை இல்லாத உல்லாசமான உலகமது. இந்தக் கூத்தெல்லாம் எதற்கு? சக்தியிருக்கையில் அவரவருக்குப் பொருந்தும் உடையை அவரவர்களே அணிந்துபார்த்து விருப்பமானதைத் தேர்வு செய்து கொள்ளலாம். தேவையானபோது மட்டும் வாங்கிக் கொள்ளலாம்.

அம்மா, அவருக்காக நான் வாங்கிவந்த பருத்திப் புடவையை தீபாவளியன்று கட்டாமல் அண்ணன் எடுத்திருந்த பட்டைக் கட்டிக்கொண்டு பீற்றினார். பாசம்கூட பணமதிப்பை வைத்தே அளவிடப் படுகிறது. இந்த வெறுப்பு போதும்- அம்மாவின் அழைப்பை மறுக்க. அண்ணன்கூட என் எளிமையால் என்னை ஒரு பொருட்டாக மதிக்காமல் சும்மா நடிக்கிறான். அனு, தன்னை ஒரு குடும்பக் குத்துவிளக்காக நிறுவிக் கொள்வதற்காகவே என்னை வருந்திக் கூப்பிடுவாள். இவர்கள் எல்லாரையுமே நான் வெறுக்கிறேன். அவர்களுடைய போலித்தனத்தை வெறுக்கிறேன். யார் அழைத்தாலும் மறுத்துவிட முடிவுசெய்தேன். அங்கு போனால் மூன்று நாட்களுக்கு என் வர்த்தகச் சங்கிலி அறுபடும். அந்தப் புறவுலகின் அதீதமான ஆரவாரம், என்னை உள்ளுக்குள் கலைத்துப்

இடபம் | 163

போடும். இங்கு திரும்பியதும் மீள என்னைக் கட்டமைத்துக்கொள்ள எனக்கு சில நாட்களாகும். இட்ஸ் நாட் வொர்த் இட்.

அங்கலாய்த்த அம்மா, குறைந்தபட்சம் பெங்களூரில் இருக்கும் சித்தி வீட்டிற்காவது தீபாவளியன்று போகச் சொன்னார். அது முடியாதென்றேன். சித்தப்பா என்னை ஒரு கிளப்பில் நேரங்கெட்ட நேரத்தில், அதுவும் கூட ஓர் ஆணுடன் பார்த்ததாகப் புகார் செய்ததிலிருந்து அவர்கள் வீட்டிற்குப் போவதை நிறுத்திவிட்டேன். சித்தப்பா சொன்னதெல்லாம் உண்மையா என அப்பா கண்டித்துக் கேட்டபோது எதையும் நான் மறுக்கவில்லை. தலைக்கவசத்தைக் கழற்றிய ஆசுவாசம் கிட்டியது. அப்பா, என்னுடைய மறுப்பை எதிர்பார்த்திருக்கக் கூடும். சித்தப்பா மூலமாக அவர் சேகரித்திருந்த எனக்கெதிரான சாட்சியங்களெல்லாம் வீணாயின. வழக்கில்லாத ஓர் வக்கீலாய் அவர் சோர்ந்தார்.

தீபாவளியன்று காலை அம்மா படையலுக்கு முன்பாகவே சுடச்சுடக் கையில் கொடுக்கும் சுளியன் நினைவுக்கு வந்தது. வடநாட்டவருக்கும் கர்நாடகத்தவருக்கும் நாளைதான் தீபாவளி என்பதால் இங்கு நாளைதான் விடுமுறை. நான் வழக்கப்படி புறப்பட்டேன். லக்கிஸ்டாக்ஸை நெருங்க நெருங்க என்னுடலில் சுறுசுறுப்பு கூடுகிறது.

25

ஒரு மந்தமான பின்மதியம். பளிச்சிடும் எண், செல்பேசிக்குப் பரிச்சயமில்லாதது. ஆனால் ஒலிக்கும் குரல், இதயத்திற்குப் பரிச்சயமானது தான். நம்பிக்கைகள் எப்போதாவது பலிக்கத்தான் செய்கின்றன. அது வேணுதான்! அலுவலகத்திருந்து என் எண்ணை வாங்கியிருக்கிறான். அடுத்தவாரம் மேல்படிப்புக்கு அமெரிக்கா போகப் போகிறானாம். பரீட்சை எழுத, கொள்ள என்று அறையை இன்னும் காலி செய்யவில்லையாம். இப்போது அதற்காக வந்தவன், போவதற்கு முன்பாக என்னைப் பார்த்து விடைபெற வேண்டுமாம். இன்றிரவே ஊர் திரும்பவேண்டி இருப்பதால் என்னை உடனடியாக எம்.ஜி. ரோடின் துவக்கத்திலிருக்கும் 1MG மாலுக்கு வரச் சொன்னான். ஐயோ... ஐயோ... நான் பிரதீப்பிடம் என்னுடைய வர்த்தகங்களைப் பார்த்து முடித்துவிடும்படி ஒப்படைத்து எழுந்தேன். கிஷோரிடம், எதிர்பாராதவொரு சாவிற்குப் போவதால், காலையில் சீக்கிரம் வந்து வேலையை முடித்துக் கொடுப்பதாகக் கூறி ஸ்டார்ட் செய்தேன். நான்கைந்து கி. மீ. தொலைவுதான். ஆனால் என் மனவேகத்திற்கு அடையமுடியாமல் திண்டாடினேன்.

கரிக்குருவியை நிறுத்திக் கைபேசியைப் பார்க்க, அவன் மீள அழைத்திருந்தது தெரிந்தது. அதை ஒற்ற, மேல்தளத்திலிருக்கும் 'தாவோ' என்னும் தாய்லாந்து உணவகத்திற்கு வரச் சொன்னான். காக்டெயில் மட்டும் அருந்தும் வேணு, பக்கார்டி குடித்துக் கொண்டிருந்தான். அவனுக்கு நேரெதிராகப் போய் நின்று தலைமுதல் கால்வரை பார்த்தேன். அணிந்திருந்த டிசர்ட்டில் நவீனமாகத் தெரிந்தான். வருங்கால NRI ஆயிற்றே. இரண்டுநாள் மழிக்காத கருமை மேலுதட்டிலும் தாடையிலும் பூத்திருந்தது.

"யூ லுக் ஸெக்ஸி யார்!" கையைப் பிடித்துக் குலுக்கினேன். முறம்; முறம்.

அந்த அமைதியான சூழலில், புத்தர் சிலையின் முன்னிலையில் என் குரல் தனித்துக் கேட்டதால் தணிந்து, "ஐ வான்ட் டு ஸ்மோக்."

மேல்தளத்திற்கு ஏறுகையில் “யூ ஆர் தி ஸேம்,” கண்ணாலும் சிரிக்கிறான்.

“எனக்கென்ன கல்யாணமா ஆயிருக்கு - மார்றதுக்கு? ஹோப் எவ்ரிதிங் ஈஸ் ஃபைன்?”

அசிரத்தையாக, “ஓகே”, என்றான்.

தன்னுடைய பழைய துள்ளலை ஏறிமிதித்து மெச்சூர்டாக நடந்துகொள்ள முயல்கிறான். கனவான் வேடம் பூண்ட சிறுவனைப்போல கியூட்டாகத் தெரிந்தான். கிள்ளிக் கொஞ்சத் தூண்டியது. கட்டுப்படுத்தி எதிர் இருக்கையில் அமர்ந்து சிகரெட்டைப் பற்றவைத்துப் புகையை மூக்கால் விட்டேன். நான் நினைத்தபடி அவன் கண்கள் மெல்ல விரிந்தன. பக்கார்டியையே அருந்த ஆரம்பித்த நான், தட்டிலிருந்த சிக்கன் சாட்டேக்களைக் காலி செய்தேன். சோழி சோழியாய் முழித்தபடி கிளாஸைப் பிடித்துக் கொண்டிருக்கும் இளஞ்சிவப்பு நகங்களை உதட்டிடையே இழுத்துவைத்து நசுக்கவேண்டும். முகந்தெரியாத அந்தத் தெலுங்குப் பெண்மேல் பொறாமை வந்தது.

காலி மேசையை அடுத்து அமர்ந்திருக்கும் மூன்று இளம்பெண்கள் அவ்வப்போது வேணுவை நோக்கியபடி தமக்குள் ஏதோ பேசிக் கொண்டிருந்தார்கள். அது அவனைப் பற்றித்தான். அவர்கள் புதிதாய் வேலையில் சேர்ந்தவர்களாக இருக்கலாம். வேணு, ஓரக்கண்ணால் அதை அறிந்திருந்தாலும் அலட்சியமாக இருந்தான்.

நான் மிக்க பெருந்தன்மையோடு, ‘அதிலும் அந்த பேபி பிங்க் டாப்ஸ்... உன்னைக் கண்டதும் காதலாகிவிட்டது போல, வைத்த கண் வாங்காது பார்க்கிறாள்.’

‘பாசாங்குகளை நான் வெறுக்கிறேன்.’

‘உண்மைகள் கசப்பானவை. இதுபோன்ற பாசாங்குகள் சர்க்கரை போன்றவை. அவை சேர்ந்தால்தான் வாழ்க்கையின் கசப்பை விழுங்கமுடியும்.’

‘என்னால் அப்படியே விழுங்கமுடியும்.’

‘முழுங்கிட்டுப் பிறகு முகம் சுளிப்பாய். யார் பாக்குறது?’

‘ஆமாம்; என் முகம் அசிங்கமானதுதான்.’

தன் அழகை நான் புகழவேண்டும் என்று எதிர்பார்த்தான். போனமுறையே அளவிற்கதிகமாக புகழ்ந்து தள்ளிவிட்டேன். இம்முறை அதைச் செய்யாது பேச்சை மாற்றினேன்.

‘ஏங்கிட்ட என்ன இருக்குதுன்னு தேடி வந்திருக்க?’ கேட்ட நான் புகையை ஆழ இழுத்து வளையமாக விட்டேன். இப்போது கேட்காவிட்டால் பிறகெப்போதும் அவன் வாயால் பதில் கேட்கமுடியாது.

‘ஒங்கிட்ட புகை வளையங்கள செய்யும் நேர்த்தியிருக்கு. அதுக்காக.’ அழுத்தக்காரன்.

பெண்களின் பின்னால் அலையும் நேரமும் பொறுமையும் இவனிடமில்லை. இன்னும் சில தினங்களில் பிழைப்பிற்காக ஆயிரக்கணக்கான மைல்களைக் கடந்து பறக்கவேண்டிய வலசைப் பறவை இவன். அவனிடமிருந்து எதிர்வினை ஏதும் இல்லாததால் பொறுமையிழந்த பிங்க் டாப்ஸ், தன் சகாக்களோடு எழுந்து போய்விட்டது.

குடித்து முடித்த வேணு, ‘சரி வா, போகலாம்.’

‘எங்க?’

‘உன் வீட்டுக்குத்தான்.’

‘இவ்ளோ சீக்கிரமா என் வீட்டுக்குப் போனால் மாட்டிக்குவோம்; அதுனால முடியாது...’ இழுத்தேன்.

கடனை உடனை வாங்கியாவது வயது நகர்வதற்குள் ஒரு சிற்றில் வாங்கவேண்டும். எத்தனை அரிய வாய்ப்புகள் நழுவிப் போகின்றன... இவனுக்கென்ன, எல்லாம் முடித்துக்கொண்டு அமேரிக்கா பறந்துவிடுவான். அவ்வளவு குறைந்த வாடகைக்கு ஊர் நடுவில் வீடு கிடைக்காது. சில ஆயிரம் அதிகங்கொடுத்துக் கிடைத்தாலும், அது புறாக்கூண்டு போன்றதோர் அடுக்ககமாகத் தானிருக்கும். இப்போதிருப்பதுபோலப் பரந்த ஆகாயத்தோடு கிடைக்குமாக்கும்.

‘அப்படியென்றால் என் ஃபிளாட்டுக்குப் போகலாம்.’

‘ஒன் அறைவாசி?’

‘அவன் அப்பவே காலிபண்ணிட்டான். ஹைதராபாத் ட்ரான்ஸ்ஃபர்.’

மின்தூக்கியிருந்து வெளிப்பட்டபோது எதிர்ப்பட்ட சம்யுக்தா, தன்னோடு இருந்த பென்சில் போன்ற புதுத் தோழனை அறிமுகப்படுத்தினாள். நான் வேணுவை சக பணியாளன் என அறிமுகப்படுத்தினேன். நின்ற நிலையில் சம்யுக்தா பென்சிலின் அறிவாற்றலை, திறமையை... இன்னும் எதையெதையோ பட்டியலிட்டாள். காத்திருந்த வேணு, பென்சில் துவக்கிய

உரையாடலில் சிக்கிக் கொண்டான். அவன் உக்கிரமடைவதை நான் உணர்ந்தேயிருந்தேன். இருக்கட்டும்; இத்தனை நாளாக என்னை லட்சியம் செய்யாதவன், இப்போது வந்த இடத்தில் தன் பொழுதை இன்பமாகக் கழிக்க என்னை அழைத்துப் பயன்படுத்திக் கொள்ளுகிறான். அவ்வளவே. இதற்காக அவன் கூப்பிட்ட நொடியே போட்டது போட்டபடி நான் மானங்கெட்டு ஓடி வந்திருக்கக் கூடாது. இவன் மட்டும் காக்கமாட்டானோ... அங்கிருந்த வழவழப்பான கருங்கல் பென்ச்சில் அமர்ந்து சம்யுக்தா, பென்சிலை சந்தித்த வரலாறு முதல் யாவற்றையும் விலாவாரியாகக் கேட்டேன். பென்சிலுக்கு ஐந்திலக்க சம்பளமாம். அது அவர்கள் கைகளில் காகிதப் பைகளாய்த் தொங்கியது.

வேணு, 'அப்ப நான் கிளம்பவா?' என நான் அறுத்துக்கொண்டு அவன்பின் விரைந்தேன்.

'அம் ஹை. ஒன்னால ஓட்ட முடியுமில்ல?' அடர்ந்த கூட்டுப் புருவத்தை அதீதமாக உயர்த்திக் கேட்டான்.

'அஃப்கோர்ஸ். இப்பதான் சரிய்யா ஓட்டமுடியும். அளவ்வா குடிச்சிருக்கேன்.'

கரிக்குருவியின் பின்னாலமர்ந்த வேணுவின் நீண்ட கல்தொடைகள் என் தொடைகளுக்குக் கிடுக்கிப்பிடி போட, குருவி அனிச்சையாகப் பறந்தது.

அந்தப் பக்கமாகப் போகும்போதும் வரும்போதும் அவனது அடுக்ககத்தின் வழியாகவே செல்லும் குருவி, இப்போதெல்லாம் மூடிய சாளரத்தின்முன் நிற்பதில்லை. வேணு, எனக்குப் பழகிய வழியை அவ்வப்போது சொல்லிக்கொண்டு வந்தான். பருவத்திற்கு முன்பே ஜாவா கேஷியா மரத்தின் கொப்புநெடுக வெவ்வேறு ரோஸ் நிறங்களில் பூக்கள்.

'ஆமா, கல்யாணமானா எல்லாரும் வெயிட் போடுவாங்க. நீ அப்புடியே இருக்க?' கத்திக் கேட்டேன்.

"ஷட் அப்!'

தன்னுடைய சிறிய அடுக்ககக் கதவைத் தாழிடுமுன்பே இறுக்கினான். ஆறேழு மாதங்களாக உறங்கிக் கிடந்த என் புலன்கள் அனைத்தும் கணத்தில் விழித்து சிலுப்பின.

'இதென்ன கல்யாணமாகியும் இப்புடி அலச்சல்?'

'ஐயோ... உணர்ச்சியே கெடையாது. ஏதோ எனக்காக சகிச்சுக்குறதப்போல' முகம் வாடியது.

மகிழ்ச்சியை மறைத்த நான், 'வர்ஜின் கேளும் வேணும்; எல்லாம் தெரிஞ்சும் இருக்கணூன்னா எப்புடி?' பிளேடால் கீற, எனக்கு வலித்தது.

கேளாததுபோல் வேணு தண்ணீர் எடுக்க உள்ளே போனான். கைப்பையிலிருந்த ஈர திசுத்தாளையெடுத்து என் காது மடல்களைத் துடைத்தெடுத்தேன். மயில்தோகையாய் காது வருட ரகசியம் பேசும் மாயக் கண்ணனுக்காக.

'நீ எடுத்த எடுப்புலயே ஒரேடியா பமுறுத்திருப்ப. மீ கசிய சின்னப்பொண்ணு தாங்கமாட்டா', சிரித்தேன்.

வீடு காலியாக இருந்தது. மூலையில் இரண்டு பெட்டிகள் மட்டும். கூடத்து செராமிக் டைல்களின் அழுக்கானது முதுகுகளில் அப்புமாறு உருண்டு புரண்டோம். சீற்றங்களும் அரற்றல்களும் மூச்சிரைப்புக்களும் அந்த வெற்றிடத்தில் எதிரொலித்தன. அந்த வெளி முழுவதையும் நிரப்பியபடி ரத்தநாளங்கள் புடைத்த ஆணுடலும் பெண்ணுடலும் விஸ்வரூபம் எடுக்கின்றன.

சொற்களைக் கொட்டிய என் வாயின் மீதான பழியை, வேணு என் உடல்மீது தீர்த்துக் கொண்டான். காத்ரீனா புயலாக அவன் தாக்க, நான் பிதற்றிக் கொண்டாடினேன். இரண்டாவது சுற்றில் அதுவே சாண்டி புயலாக வலுப்பெற, திண்டாடித்தான் போனேன். கடுமையாக நடந்து கொண்டவனில்லை அவன்.

"எவரு மீத இந்த்த கோவம்?"

"நா மீதே." பதில் கிடைத்தது.

ஆனது ஆகட்டுமென என்னை முழுதாக ஒப்புக் கொடுத்தேன். என்னைத் துண்டாடிப் பறக்கவிட்ட பின்பே புயல் கரையைக் கடக்கிறது.

மாலை எரிந்தணைந்து இரவு புகைய ஆரம்பிக்க, வேணு எழுந்து விளக்கைப் போட்டான். வியர்வை பிசுபிசுத்த உடல்களை ஷவரின்கீழ் ஒன்றாகக் கழுவியபோதும் என் நெஞ்சின் சிகப்பு மாறவில்லை. அங்கு துவாலை ஏதுமில்லை. உடல்கள் காயும்வரை இமைபிதுங்க ஒரு மச்சம் விடாது, கேச இழைவிடாது ஈரக் கண்களில் நிறைத்துக்கொள்ளப் பிரயாசைப் பட்டோம். இனிவரும் ஆண்டுகளுக்கெல்லாம் சேர்த்து நிறைத்துக் கொள்வதைப்போல நாங்கள் அப்படியே சிலைகளாய் நின்றோம். தரையில் ஆடைகள் சீந்துவாரின்றி சிதறிக் கிடந்தன. வண்ணம் தீட்டாத நிர்மல் ஓவியம், என் நெஞ்சில் அழியாத டாட்டூவாய் வலிக்க வலிக்கப் பதிந்தது.

26

இன்று புது வருடத்திற்காக அலுவலகம் விடுமுறை; உலகின் மற்ற எல்லா பங்குச் சந்தைகளுக்கும் விடுமுறை. இந்திய பங்குச்சந்தை மட்டும் இயங்கும். இதுபோன்ற கவைக்குதவாத செயல்களால் நம் தனித்துவத்தை நிரூபிப்பது எளிதாயிற்றே. இன்று வர்த்தக அளவு குறைவாக இருக்கும். அதனாலென்ன? இன்று முழுவதும் லக்கிஸ்டாக்சிலேயே தொடர்ந்து இருக்கலாம். உற்சாகமாக விழித்தேன். இரவு புதுவருட விருந்தில் குடித்துப்பார்த்த ஜின், என்னை இன்னும் அழுத்திக் கொண்டிருந்தது. என் உடலோடு கலந்துபோகாத ஜின்னை மட்டும் இனி தொடக்கூடாது. இதுவே என் புதுவருடத் தீர்மானம்.

பிராணயாமம் செய்ததும் சற்று லேசாக உணர்ந்தேன். குனிந்தால் கொண்டு அடித்தது. எனவே சைக்கிளை மிதித்துக்கொண்டு பூமரங்கள் குலுங்கும் தெருக்களூடாக வலம் வந்தேன். வீடுகளின் முன் வெள்ளை, மெஜந்தா, ஆரஞ்சு மற்றும் பழுப்பு மஞ்சள் போகன் வில்லாக்கள்... சுற்றுச் சுவர்களின்மேல் கம்பிகளில் சுற்றியபடி பெயர்தெரியாத நீல மலர்கள்... கூரைகளில் விரிந்து சிரிக்கும் கையகல மஞ்சள், வெள்ளை அலமண்டாக்கள்... இன்னும் அற்புதமான மலர்கள்... பெங்களூருவாசிகள் சொர்க்கத்துக்காக ஏங்குவதில்லை. குறுக்கமறுக்கத் தாழப் பறக்கும் காகங்களோடு நானும் உடல்பாரமிழந்து காற்றில் மிதந்து செல்வதாய் உணர்ந்தேன்.

வெந்நீரில் குளித்ததும் எல்லாம் சரியாயிற்று. விலைப் பட்டியலைக் கத்தரித்து ப்லாட்ஸோ செட்டை அணிந்ததும், ஒருபோதும் அலுக்காத புதியதின் வாசம் என்னைப் புதுப்பித்தது.

லக்கிஸ்டாக்சில் தரையை மெழுகிக் கொண்டிருந்த பணிப்பெண் வாய்நிறைய சிரித்து, "ஹேப்பீ நியூ இயர் மேடம்!"

இந்த மீச்சிறு வாழ்வில் இவ்வளவு ஹேப்பீ எப்படி சாத்தியம்? புரியவில்லை. ஒரு நூறு ரூபாய்த் தாளோடு அவர் கையைப் பிடித்து பதிலுக்கு வாழ்த்தினேன். சிபி கேரளா போயிருந்ததால் பிரதீப்

விளக்கேற்றுவதில் முனைந்திருந்தான். துக்கவீட்டு ஊதுவத்திமணம் இன்று பிடித்திருக்கிறது.

சந்தை திறந்தபின்னும், மற்ற யாரும் வரவில்லை. அவரவர்கள் குடும்பத்தோடு கழிக்கலாம். நல்லதாகப் போயிற்று. நான் காலியாகக் கிடந்த கேஷ் டெர்மினல் முன்பு வசதியாக சாய்ந்து அமர்ந்து கொண்டேன். தொலைபேசி அழைப்புக்களும் அதிகம் வரவில்லை. சந்தை நேராகப் படுத்திருந்தது. சோம்பல் முறித்த நான் எழுந்து வாசலுக்கு வந்து தெருவைப் பார்த்தேன். அடுக்ககங்களே இல்லாத இந்தத் தெரு அம்சமானதுதான். அலுவலகங்களும் இல்லங்களுமாகக் கச்சிதமான கட்டிடங்கள் வானை மறைக்காது நிற்கின்றன. அவை மரங்களில் பாதி மறைந்து, குரோட்டன்ஸை உடுத்தி, பூக்களை அணிந்து சோபையாகத் தெரிந்தன. தாரை மிச்சப்படுத்தி புதியதாய் சமைக்கப்பட்ட தெருவில் பொடி ஜல்லிகள் வெயில்பட்டு மினுங்கின. கவிதையாய்த் தெரிந்த தெருவை மீளமீள வாசித்தபடி நின்றுகொண்டிருந்தேன்.

டீ பையன் கொடுத்த டீயைப்பருகி, பாக்கெட்டிலிருந்து சிகரெட்டை எடுத்துக் புகைத்து முடித்தேன். உள்ளே சென்றால் ஆடிய காலும் பாடிய வாயும் சும்மா இருக்குமா? நான் பெயருக்கொரு பங்கை ஷாட்செல் செய்து ஒன்றிரண்டு ரூபாய் லாபத்தில் வாங்கிவிட்டேன். வருடத்தின் முதல் தினமே நஷ்டம் வேண்டாமென்பதில் கவனமாக இருந்தேன். புதுவருடத்தன்றும் அலுவலகம் வரநேர்ந்த கடுப்பில், இன்று விடுமுறை விடாத மத்திய அரசை பிரதீப் சாட, நான் ஆமோதித்தேன். அது முடிந்ததும் தொலைக்காட்சியில் வரும் செய்தி வாசிப்பாளர்களையும் பங்கு ஆய்வாளர்களையும் நாங்கள் பகடி செய்தோம். இதற்குமேல் உன்னைக் கேலிக்கை செய்யமுடியாது என்பதாய் பிரதீப் தன் நண்பர்களையும் உறவினர்களையும் அழைத்துப் புத்தாண்டு வாழ்த்து பரிமாறிக் கொண்டிருந்தான். என் இருப்பையே அவன் மறந்துவிட்டது போலிருந்தது. இது எனக்கு சவுகரியமாக இருந்தது. நான் சுருதிமாறாது ஓடும் பங்கு விலைப் பட்டியலில் லயித்திருக்கிறேன்.

சப்பென்ற வார்த்தைகளை மென்று துப்பிக் கொண்டிருந்த அறிவிப்பாளர்கள் தீக்காயம் போட்டதுபோல் திடீரென்று கத்தினர். இன்ஃபிடெக் எனும் மென்பொருள் பங்கு விலை மளமளவென சரிகிறது. தூண்டப்பட்ட நான் வாங்கலாமா என்று கேட்க, பிரதீப் பொறுக்கச் சொன்னான். இவ்வளவு வீழ்ந்தது- இன்னுமெப்படி?

நான் யோசித்துக் கொண்டிருக்கும்போதே அது இன்னும் சரிந்தது. காலை மூன்றிலக்க 180ரூபாயில் திறந்த பங்கு இப்போது

இடபம் | 171

இரண்டிலக்க 90-இல். இன்ஃபிடெக்கின் அமெரிக்கக் கிளையானது அமெரிக்காவின் கம்பெனி சட்டத்தை மீறியதாகவும் அதற்காக அமெரிக்காவில் இன்ஃபிடெக் மீது குற்றப் பத்திரிகை தாக்கல் செய்யப் பட்டிருப்பதாகவும் தொலைக்காட்சியில் கொட்டை எழுத்தில் தகவல் பளிச்சிடுகிறது. இந்திய நிறுவனமான இன்ஃபிடெக்குக்கு அமெரிக்காவிலிருக்கும் சொந்தக் கட்டிடமே மில்லியன்கள் பொருமானதென்று நான் எங்கோ படித்தது மின்னலடிக்க, என் போர்ட்ஃபோலியோவில் பாதியாக இருந்த தண்டப் பங்குகளை விற்று இன்ஃபிடெக்கை வாங்கினேன். அதிகம் வெளியே தெரியாத இன்ஃபிடெக், பல்லாண்டுகளாக நடக்கும் தரமான நிறுவனம் என்பதை நானறிவேன்.

இன்ஃபிடெக் 95 ஆனது.

பிரதீப், "கொட்பிடாணா?" என, நான், "வெய்ட்" சொல்லி முடிப்பதற்குள் 70-க்கு குதித்தது.

"ஐ டோல்ட் யூ ன?"

"ப்ராப்பர்டி வொர்த் இருக்கு பிரதீப்", சற்று பலவீனமாக ஒலித்தேன்.

"அதெல்லா யாரு நோடோதில்ல மேடம்", நேற்று முளைத்த காளான் கருணையின்றி கூறியது.

நிறுவனத்திற்கு விதிக்கக்கூடிய அபராதத்தொகை எத்தனை மில்லியன் இருக்கலாம் என்கிற ஊகத்தைத் தொலைக்காட்சி முன்வைத்ததே காரணம்.

இப்போது இன்ஃபிடெக் 62 ரூபாயில். உள்ளுணர்வு வாங்கச்சொல்ல, எஞ்சிய பாதிப் பங்குகளையும் விற்று இன்ஃபிடெக் வாங்கப் பணித்தேன். பிரதீப் நன்கு யோசித்துக் கொள்ளும்படி எச்சரித்தான். எத்தனையோ முறை, உள்ளிருந்து எழும்பும் குரலை உதாசீனம் செய்துவிட்டுப் பின்வருத்தம் கொண்டிருக்கிறேன். இந்த முறை அது வேண்டாம்.

நான் துணிந்து, "இட்ஸ் ஓகே. செல் அண்ட் பை," ஆணையிடுகிறேன்.

இந்த வருடம் 10 விழுக்காடு பங்காதாயம் கொடுத்த நிறுவனம் இதைவிடக் குறைய வாய்ப்பில்லை.

இப்போது விற்றவை எல்லாம் முத்தான பங்குகள். நகை வாங்கும் பணத்தில் டைட்டன் பங்கும் உயர்தர ஆடை வாங்கும் காசில் ரேமண்ட் பங்கும் பிராண்டட் செருப்பு வாங்கும் தொகையில் பாட்டா பங்குகளும் அடிக்கடி ஃபேஷியல் செய்யாது மிச்சப்படுத்தி

ட்ரென்ட் பங்குகளும் சுற்றுலா போவதற்கு பதில் தாமஸ் குக் பங்குமாக வாங்கிச் சேர்த்தவை. இன் ஃபிடெக் போல கிராஷ் ஆகும் பங்குகளைக் கடனில் வாங்கவோ ஃபியூச்சர்சில் வாங்கவோ சிஸ்டம் அனுமதிக்காது. எனவேதான் விற்க வேண்டியிருக்கிறது. இந்தப் பங்குகள் எங்கும் ஓடிப் போய்விடாது. பிறகு திரும்ப வாங்கிக் கொள்ளலாம்.

இப்போது மொத்த இன்ஃபிடெக்கின் அடக்கவிலை 60 ஆகிறது. 65-ஐத் தொட்டாலும் விற்றுவிடலாமா என குழப்பிக் கொண்டிருக்கையில் அது 55-ஐயும் உடைக்க ஆரம்பித்தது. பிரதீப் என்னைப் பார்க்கும் பார்வையில் நிஜமான பச்சாதாபம். அதைப் பொறுக்கவியலாத நான் எழுந்தேன்.

‘65-க்கு விற்கப் போட்டுவைக்கவா?’ அவநம்பிக்கையோடுதான் கேட்டான். நான் சம்மதித்துவிட்டுக் கிளம்பினேன்.

கேபில் வந்திறங்க, ICI வங்கியில் கூட்டமில்லை. செலானை நிரப்பி பான் அட்டையின் பிரதியுடன் பணத்தைக் கட்டினேன். பணம் எண்ணி முடிக்கப்பட்டு 40லட்சம் என் கணக்கில் வரவாகிவிட்டது. என் வங்கிப் புத்தகத்தின் பதிவை மீளமீளப் பார்க்கிறேன். இத்தனை லட்சங்கள் அந்தப் புத்தகத்தில் ஏறியிருப்பது இதுவே முதல்முறை. இப்போது இன்ஃபிடெக்கின் விலை 57.50 என்று கைபேசி காட்டியது.

வீட்டிற்கு விரைந்து, கட்டிய தொகையை அதே வங்கியிலிருக்கும் என்னுடைய டிமேட் கணக்கிற்கு மாற்றினேன். வங்கிக் கணக்கில் பற்றுவைத்த செய்தி வந்ததே ஒழிய டிமேட் கணக்கில் வரவுவைத்த செய்தி இன்னும் வரவில்லை. ICI-யின் பங்குவர்த்தகப் பிரிவில் இத்தனை பெரிய தொகையை விசாரிக்கத் தயக்கம். நேரத்தோடு என் ரத்த அழுத்தமும் ஏறியது. இதற்கிடையில் இன்ஃபிடெக்கானது 55-க்கும் 65-க்கும் இடையே ஊசலாடிக் கொண்டிருப்பது தொலைக்காட்சியில் தெரிந்தது. அவ்வப்போது என் இயங்கலை வர்த்தகத் திரையான ICI செல்ஃபியில் வரவு ஏறியிருக்கிறதா எனக் கைபேசியில் சோதித்துப் படபடத்தேன். தொலை பேசியாகத்தான் வேண்டும் போலிருக்கிறது.

அதற்கு அவசியமின்றி ICI-வர்த்தகப் பிரிவிலிருந்து 40லட்ச வரவிற்கான குறுஞ்செய்தி வந்தேவிட்டது. நான் முதலில் 60ரூ விலையில் 10 லட்சத்திற்கு இன்ஃபிடெக் வாங்கினேன். பங்கு இறங்கி 55-ஐத் தொட, மேலும் 10லட்சத்திற்கு வாங்கினேன். இரண்டரை மணிக்குப் பங்கு 53. 50-ஐத் தொட, நான் 50-க்கு வரட்டுமெனக் காத்திருந்தேன். அதுவோ, போக்குக்காட்டி மேலே

இடபம் | 173

உயர்ந்தது. 54-க்குப் போட்டுவைத்திருந்த ஆணையில் 5லட்சத்திற்கு மட்டும் கிடைத்தது. இன்னுமோர் 5லட்சத்திற்கு, 54. 50-குக் கஷ்டப்பட்டு வாங்கினேன். கடைசி 10லட்சத்தை, சந்தை மூடும் இறுதித் தருவாயில் வாங்குவதற்கென ஒதுக்கி வைத்திருந்தேன். நான் கண்ணைப் பெயர்க்காமல், முட்டும் சிறுநீரை அடக்கியபடி தொலைக்காட்சி முன்பு ஒட்டிக் கொண்டிருக்கிறேன். சந்தை மூடுகையில் 58-க்கும் 59-க்குமாகக் கிடைத்தது.

நான் வாங்கிய சராசரி விலைக்கும் இன்ஃபிடெக்கின் இறுதி விலையான 58. 45-க்கும் பெரிய வித்தியாசமில்லை. வலைத்தளத்தில் இன்ஃபிடெக் குறித்து கிடைத்த விபரங்களைப் படித்தேன். பசி காதை அடைக்க, ஒரு ஆப்பிளைத் தின்று படுத்தேன். அசதியாக இருந்தாலும் ஆழ்ந்த தூக்கம் பிடிக்கவில்லை. என் உறக்கநிலையை அம்மாவின் அழைப்பு கலைத்தது. ஊரில் பெரிய பெரியப்பா இறந்துவிட்டாராம்.

வயதைத் தாண்டி நோய்ப் படுக்கையிலியிலிருந்த பெரியப்பா இறந்ததற்கு இவ்வளவு பதட்டம் தகுமா? உயிர் காப்பீடு மற்றும் உயில் இத்யாதி மூலமாக மரணம் என்பது தினந்தினம் எதிர்பார்க்கும் ஒன்றாக இருப்பினும் அதன் வரவைத் தள்ளிப்போட ஆனமட்டும் முயற்சிக்கிறோம். இதனாலேயே மனிதக்கழிவை மனிதன் ஏந்தும் அவலத்திற்கு உட்படுகிறோம். மற்ற உயிர்களெல்லாம் வாழும் திறன் அற்றுப் போகையில் மரணத்தைக் கண்டு பயப்படாமல் ஏற்கின்றன. நாம் மட்டும் மரணம் நேரில் வரும்போது பயப்படும் கோழைகளாக...

அவர்கள் மன்னார்குடிக்குக் காரில் கிளம்பிக் கொண்டிருக்கிறார்களாம். என் பயண விவரத்தைக் கேட்ட அம்மாவிடம் நான் வரவில்லை என்றதும், "என்ன சொன்ன?", தன் காதுகளையே நம்பமுடியாது கேட்டவர், அப்பாவிடம் கொடுத்துவிட்டார்.

இந்த சமயத்தில் மூட்டை இன்ஃபிடெக்கை எப்படி விட்டகல முடியும்? அலுவலகத்தில் ஆடிட் இருப்பதாக நான் பொருந்தச் சொல்லியும், "சாவுக்குக்கூட லீவு குடுக்காம அப்புடி என்ன ஆஃபீஸ்? கேக்குறவுங்களுக்கு என்ன பதில் சொல்றது?" அப்பா வெடித்தார்.

"பெரியப்பா கேக்கமாட்டாருல்ல? நா கருமாதிக்கு வரேன்." துண்டிக்கிறேன்.

கைக்கோர் உறவுக்காரக் குழந்தையாக ஒரே சமயத்தில் இரண்டு குழந்தைகளைத் தூக்கி நடக்கும் திடகாத்திரமான பெரியப்பா; வெயில் உரைக்க நான் தூங்குகையில், “புள்ள தூங்கட்டும்”, என சத்தம் புகாதவாறு கனமான மரக்கதவை அழுந்த சாத்திப் போகும் அன்பான பெரியப்பா; மொரமொரக்கும் வெள்ளை சட்டை, வேட்டியுடுத்தி, சுருட்டை முடியும் கன்னத்து மருவுமாகக் குடும்பத் தேவைகளில் சக்கரங்கட்டி ஓடும் பெரியப்பா; வழுக்கை விழுந்து பல் விழுந்து கூன் விழுந்து கடைசியாகப் படுக்கையில் விழுந்து தன் அடையாளங்கள் அற்றுப் போனார். அரிதாக அவரைக் காணப் போகையில் இனங்காண்பதே அவருக்கு அரிதாகப் போயிற்று. ஆயுள் என்பதே சாபமாக... பெரியப்பா சலிப்படித்துப் போனார்.

முகத்தைக் கழுவியபின்னும் சோர்வு குறையவில்லை. 100அடி சாலையில் காலாற நடந்தேன். அடர்ந்திருந்த மரங்கள், தெருவிளக்கின் ஒளியை வடிகட்டிக் கசியவிட்டுக் கொண்டிருந்தன. சாலையின் மிதமான ஒளி... இல்லை... மிதமான இருள் -இதமாக இருந்தது. அந்தச் சாலையில் இல்லாத பன்னாட்டு உணவகம் கிடையாது. எங்கு சாப்பிடுவது? சிறிய மஞ்சள்நிறப் பெருங்கொன்றைப் பூக்கள் சில, அவல்போன்ற இதழ்களைத் தட்டையாகப் பரப்பியபடி வழியில் கிடந்தன. அண்ணாந்து பார்க்க, பீட்ஸா பேக்கரியின் பெயர்ப்பலகை தெரிந்தது. பிட்ஸா எனக்கு விருப்ப உணவு கிடையாது. ஆனால் பிட்சா பேக்கரியின் பால்கனியில் தலைநீட்டிக் கொண்டு பூக்க ஆரம்பிக்கும் பெருங்கொன்றைக் கொப்புகள் விருப்பம். உள்ளே இரும்புப் படியேறி விசாலமான உணவுக்கூடத்தைக் கடந்து திறந்து கிடக்கும் பால்கனியில் போய் அமர்ந்தேன்.

மழைநீர் கூட நனைக்காதவாறு வேர்களின்மேல் சிமெண்ட்டும் தாருமாய் மெழுகப்பட்டிருந்தாலும் போராடித் தன் வளமையைத் தக்கவைத்துக் கொண்டு பளபளத்தது மரம். கேஷுவரினாவைவிடக் கெட்டியான இலைகள். ஆனால் கொத்தின் நீளம் அதில் பாதிதான் இருக்கும். தலைவிரித்த கரும்பச்சைக் கொத்துகள் தயக்கமின்றி காற்றுக்கு ஆடிக் களித்தன. தெருவிளக்குகளின் இளந்தீ வெளிச்சத்தில், கொப்புநுனிப் பூக்கள் தங்கக் கட்டிகளாய் ஒளிர்கின்றன.

அரைமணி முடிந்தும் பீட்ஸா வருவதற்கான அறிகுறியில்லை. நான் எழுந்து படியிறங்கினேன்.

‘உங்களது பீட்ஸா தயாராகிக் கொண்டிருக்கிறது மேடம்’, என் ஆடரை எடுத்தவள் கீழே நின்றுகொண்டிருந்த வெள்ளைக்

குகைபோன்ற ஓவனை நோக்கி இரு கைகளையும் நீட்டிக் காண்பித்தாள்.

'இந்த ஜங்க்கை உண்பதற்காக இத்தனை மணிநேரம் காத்திருக்க நான் விரும்பவில்லை.'

சுற்றியிருந்தவர்கள் திரும்பிப் பார்த்தனர்.

பிரியாணி வரவழைத்து வோட்காவோடு சாப்பிட்டுத் தூங்கினேன். பட்டப் பகலில் ஒரு முச்சந்தி நடுவே நான் நிர்வாணமாக கூசிக் குறுகி நின்று கொண்டிருக்கிறேன். என் வெற்றுடம்பு முழுவதும் கண்கள்... கண்கள்... கண்கள். எள்ளலாடும் கண்கள், கழுகுக் கண்கள், கசப்பை உமிழும் கண்கள், நெருப்பைக் கக்கும் கண்கள்... என் அவயங்களைக் கைகளால் மூடத் தவிக்கும் எனக்கு எவருமே ஒரு துண்டுத் துணிகூட கொடுக்கவில்லை. அவமானத்தின் உச்சத்தில் கண்விழித்தேன். நைட்டி என்னைக் கதகதப்பாக அணைத்துக் கொண்டிருந்தது. வீதியில் சிதறிக் கிடந்த அந்த உடல் ரத்தக்களரியாக மனக்கண் முன்... கடன் தள்ளிவிட... அடுக்கு மாடியிலிருந்து விழுந்த பங்குத் தரகரின் உடல்... இனி உறங்க முடியாது.

CNBC அலைவரிசையில் இன்ஃபிடெக் பற்றிய செய்தி கீழே வரிகளாக ஓடிக் கொண்டிருந்தது! உண்மையில்- புகாரானது இன்ஃபிபீம் என்கிற ஓர் அமெரிக்க நிறுவனத்தின் மீதுதானாம். இன்ஃபிடெக்கின் மேல் எதுவும் கிடையாதாம். காலையில் வந்த செய்தியானது, ஒரு தகவல் தொடர்புப் பிசகாம். இப்போதுதான் அமெரிக்காவிலிருந்து தெளிவாக்கம் கிடைத்ததாம். நம்முடைய பகல், அவர்களுக்கு இரவல்லவா? தவறான தகவல்களைப் பரப்பியவர்களைக் கண்டுபிடித்து செபி தக்க நடவடிக்கை எடுக்கவேண்டும் என்று இன்ஃபிடெக்கின் எம்.டி. கேட்டுக் கொண்டிருந்தார். எனக்குள் முளைத்த நம்பிக்கை துளிர்விட்டுக் கிளைவிட்டு வேக வேகமாக வளர்கிறது. பொழுது விடிய, அதோர் மரமாகி இன்பமாக உறுத்தியது.

அலுவலகத்திற்கு இரண்டு நாள் விடுப்பு சொன்னேன். குளித்து ஒன்பது மணிக்கு முன்பிருந்தே தொலைகாட்சி முன் ஆஜராகிவிட்டேன். ப்ரீ மார்க்கெட்டில் இன்ஃபிபீம் ராக்கெட்டாக உயர்ந்து 100-ஐத் தொட்டது! அதைவிட வேகமாக உயர்ந்த என் நம்பிக்கை, ஆசையானது. இம்முறை நான் யார் பேச்சையும் கேட்டு அவசரப்படக் கூடாதென்று பலப்பல முறை எனக்குள் உறுதிமொழி எடுத்துக் கொண்டேன்.

ஆனால் நிஜ சந்தை துவங்கியபோது இன்ஃபிபீம் சிறிதுதான் நகர்ந்து கொடுத்தது.

9.16-க்கு பிரதீப், "மேடம், இன்ஃபிபீம் 65 ரூபீஸ். ஷல் ஐ புக் ப்ராஃபிட்?"

லட்சங்களைக் குறிவைத்தால் அல்பமாக ஆயிரங்களைச் சொல்கிறான்.

"ஐல் வெய்ட். அம் அப்சர்விங்" மேலே பேச இடம் கொடுக்காது துண்டிக்கிறேன்.

எல்லா வர்த்தக அலைவரிசைகளிலும் இன்ஃபிடெக் எம்.டி.-யின் அமுல்பேபி முகமே க்ளோஸப்பில். அவர் வட்ட முகத்தில் எங்கெங்கு எத்தனை சுருக்கமிருக்கிறது என்பதை என்னால் இப்போது கூறமுடியும். அவர் தன்னுடைய நிறுவனத்தின் வலிமையை, திறமையை, இதுவரையிலான நேர்மையான வழித்தடத்தை... எடுத்து விளக்க விளக்க இன்ஃபிடெக்கின் விலை படிப்படியாக உயர ஆரம்பிக்கிறது.

இப்போது என் லாபம் லட்சங்களில்; அணு அணுவிலும் புளகாங்கிதம்! அதனால்தானா எல்லோரும் பணத்தை நோக்கி? "கடவுளே... கடவுளே.." மாய்ந்தேன். கைபேசியில் மீண்டும் லக்கி ஸ்டாக்ஸ். எடுக்காமல் இருந்துவிடலாமா? என்னதான் சொல்கிறான் கேட்போமே.

இம்முறை சிபி, "வாட் யா, பம்ப்பர்! இட்ஸ் இன் பீக் நவ்."

பீக்கைத் தீர்மானிக்க நீ யாரடா?

'நான் தொடர்ந்து பார்த்துக்கொண்டு தான் இருக்கிறேன் யா.'

'திரும்ப வீழ்ந்தால்...' இழுத்தான்.

நான் சபலத்தையும் அவநம்பிக்கையையும் அமுக்கி, "ஐல் டேக் கேர்", சற்று காட்டமாகவே சொன்னேன்.

இனி கூப்பிட்டுத் தூண்டமாட்டான்.

27

ஐந்து ரூபாய் விலைகுறைந்த இன்ஃபிடெக், பத்து ரூபாய் ஏறியது. எனக்குள் பேராசையும் பயமும் புணர்ந்து திளைக்கின்றன. இந்த இரண்டு உணர்வுகள்தானே பங்குச் சந்தையைச் செலுத்தும் எரிபொருள்கள். அழைப்புமணி அலறியது. யாராக இருக்கும்? திறந்தால் பியூன் நாகராஜ். பாஸ் என்னைக் கையோடு கூட்டிவரச் சொன்னாராம். புதுவருடக் கொண்டாட்டத்திற்காக வெளிநாடு போன கிஷோர், இன்று திரும்பி வந்துவிட்டானாம். குபுக் குபுக்கெனப் பாயும் ரத்தத்தின் விசையைத் தாளாத நெஞ்சு லேசாக வலித்தது. கீழே ஆட்டோ காத்திருக்கிறதாம். நான் உடைமாற்றி நாகராஜோடு போனேன். ஆட்டோவில் அமர்ந்தபடியே படிப்படியாக ஏறும் இன்ஃபிடெக்கைக் கைபேசியில் பார்த்துக்கொண்டே இருந்தேன். அலுவலகம் நெருங்கியதும் 40லட்சம் பொருமான பங்குகளை 140ரூ வீதம் கைபேசியின் ஒரு பட்டன் அழுத்தலில் விற்றுவிட்டேன்.

கிஷோர் கலவரத்திலிருந்தான்.

நான் நுழைந்தவுடன், 'லாக்கரிலிருந்த பணம் எங்கே போனது? இரண்டாவது சாவி உன்னிடம் மட்டுமே இருக்கிறது', படபடத்தான்.

நான் நேற்று எடுத்ததை ஒத்துக் கொண்டேன். அவன் முகம் கோவைப் பழமானது.

"ஹௌ டேர்!" சாவியை என்னிடமிருந்து பிடுங்கிக்கொண்டு, 'பணத்தை என்ன செய்தாய்?'

இத்தனை வருடத் தோழமையை அவன் முற்றிலுமாக உதிர்த்திருந்தான். என் தொண்டையில் குரலெழும்பவில்லை. நான் பங்கு வாங்கியதைத் திக்கித் திணறிச் சொல்கிறேன்.

வேற்று மனிதனாக என்முன் நிற்கும் கிஷோர், 'எங்கிட்ட சொல்லாம! எவ்ளோ டென்ஷானாயிட்டேன் தெரியுமா? எனக்கேதாவது ஆகியிருந்தால்?' இரைச்சலிடும் அவன் முகச்சதைகள் தொங்கி பத்து வயது கூடுதலாகத் தெரிந்தான்.

‘ஷேர் வாங்கன்னு சொன்னா நீங்க நிச்சயம் அனுமதிக்க மாட்டீங்கன்னு...’ இழுத்தேன்.

என்னை நெருங்கும் அவன் அறைந்துவிடுவானோ என அஞ்சுகிறேன்.

‘இப்ப பணம் எங்க?’ கிஷோர் தன்னைக் கட்டுப்படுத்தி வெளிறிய முகத்தோடு கேட்டான்.

பங்கை விற்ற என் ICI டீமேட் கணக்கிலிருக்கும் வரவைக் கைபேசியில் காண்பித்தேன். உடன் அதிலிருந்து வங்கிக் கணக்கிற்கு செல்பேசி மூலமாக பே-அவுட் விண்ணப்பித்தேன். இன்றே தொகை எனது ICI வங்கிக் கணக்கிற்கு வந்துவிடும்.

‘க்ரெடிட் வந்ததும் கம்பெனி கணக்குக்கு மாத்திடவா?’ அப்பாவியாகக் கேட்டேன்.

‘பணமா வாங்குன அட்வான்சக் கணக்குல ஏத்த முடியுமா?’ என்னை எரிப்பதுபோல் பார்த்துக் கேட்டான்.

அவனுக்கு இப்போதே பணம் வேண்டுமாம். சில பேமென்ட்ஸ் கொடுக்க வேண்டியிருக்கிறதாம்.

அறைக்குள் இங்குமங்குமாக நடந்துகொண்டிருந்த கிஷோர், என் கணக்கிற்குப் பணம் வந்ததா, வந்ததா என 10 நிமிடத்திற்கு ஒருதரம் கேட்டுக்கொண்டே இருந்தான். நான் ICI-யின் டீமேட் பிரிவிற்கு ஃபோன் செய்து, அவசரத் தேவையிருப்பதால், விற்ற தொகையை விரைந்து வரவு வைக்குமாறு கேட்டுக் கொண்டேன். இதற்குள் எஞ்சிய இன்ஃபிடெக்கை 155, 160, 165, 170, 175 என கொஞ்சம் கொஞ்சமாக விற்றேன். அவற்றிற்கான பே அவுட் இப்போது தேவையில்லை. ஸ்டாப்லாஸ் போட்டால் அதைத் தொட்டு மீண்டும் ஏறலாம் என்பதால் கண் பூக்கப்பூக்கப் பார்த்துக்கொண்டே இருப்பதில் என் நெற்றி நரம்புகள் புடைத்து தெறிக்க, கண்ணும் வலிக்கிறது. தூங்காத கண்களில் எரிச்சல் வேறு. அதையெல்லாம் பார்த்தால் முடியுமா?

கணக்கிற்குப் பணம் மாறியதும் என்னைக் காரின் முன்னிருக்கையில் வந்து அமரச் சொன்ன கிஷோர், நீதிமன்றத்திற்கு அழைத்துப்போகும் கைதியைப் போல என்னைக் கண்காணித்தபடி காரை ஓட்டினான். போகும் வழியில் காசோலையை எடுத்துக் கொண்டேனா எனக் கேட்டான். வணிகன், வணிகன் தான். வங்கியில் பத்து, பத்து லட்சமாக நான்கு காசோலை எழுதித் தருமாறு கிஷோர் அறிவுறுத்த, அதன்படி நான்கு காசோலைகள் எழுதிக் கொடுத்தேன். வங்கியில் இருபது லட்சம் மட்டுமே பணம் இருப்பதாகவும், மீதி இரண்டு காசோலைகளுக்கு நாளை பணம் தருவித்துத் தருவதாகவும் தெரிவித்தனர்.

இடபம் | 179

“இப்போது தருவிக்க முடியாதா?” கிஷோர் கேட்க, கேஷ் மூடுவதற்கு ஒருமணி நேரமே இருப்பதால் இயலாதெனக் கைவிரித்தனர்.

நான் வாங்கிய இருபது லட்சத்தைக் காரில் கிஷோருக்குக் கைமாற்றினேன். பல்லைக் கடித்துக்கொண்டே வாங்கிக் கொண்டான். பத்து, பத்து லட்சத்திற்கான இரண்டு காசோலைகளையும் சேர்த்தே கொடுத்துவிட்டுப் பின்னிருக்கையில் அமர்ந்தேன். ஓர் உணவகத்தின்முன் நிறுத்திய கிஷோர், சாப்பிட அழைத்தான். இவனுக்கு அதற்குள் கோபம் போய்விட்டதா? உணவருந்தும்போது தன் ஆணையைச் சொன்னான். அதன்படி நான் இன்று அலுவலகத்திலேயே தங்கவேண்டுமாம்.

‘நா பணத்த எடுத்துக்கிட்டு ஓடிடுவேன்னு பயப்படறியா?’

‘இவ்வளவு செஞ்சவ அதையும் செய்யமாட்டன்னு என்ன நிச்சயம்?’

அசிங்கத்தை உதறித் தள்ளு. இவன் கொடுக்கும் மெடலை வாங்கிக் குத்திக் கொள்வதால் பயனென்ன? லைஃப் ஈஸ் டூ மிஸ்டீரியஸ் டு டேக் டூ சீரியஸ்.

அலுவலகத்திற்குப் போன கிஷோர், ஒன்றிரண்டு பணக் கட்டுகளை மட்டும் எடுத்துக் கூலி கொடுப்பதற்காக சைட்டுக்குக் கொடுத்தனுப்பினான். மிச்ச பணத்தைத் தானே எண்ணிப் பெட்டகத்தில் வைத்துப் பூட்டி சாவியைத் தன் பாக்கெட்டில் போட்டுக் கொண்டான். ஸோ வாட்? இப்போது நானொரு கோடீஸ்வரி! ஹைய்யா, ஹைய்யா! உரத்துக் கத்தவேண்டுமாய், குதிக்கவேண்டுமாய் இருக்கிறது. பீறிட்ட உவகையை அழுத்தி வைத்தேன். நாங்கள் பாராமுகமாக இருக்கிறோம். ஊழியர்கள் ஒவ்வொருவராகக் கிளம்பிவிட, நகராஜூ மட்டுமே எஞ்சியிருந்தார்.

அறையிலிருந்த குட்டி ஃப்ரிஜ்ஜிலிருந்து பிராந்தியை எடுத்துக் கொஞ்சூண்டு ஊற்றிக் கலந்த கிஷோர், தான் மட்டும் குடித்தான். நான் அறையைவிட்டு வெளியே போய் நாகராஜூடன் சும்மா பேசிக் கொண்டிருந்தேன். வெளியே எட்டிப்பார்த்த கிஷோர், தலையை இழுத்துக் கொண்டான். நான் நழுவிப் போய்விட்டேனோ என சந்தேகித்திருக்கலாம்.

மீண்டும் நான் உள்ளே போனேன். இப்போது ரிலாக்ஸ்ட் ஆகத் தெரிந்தான்.

‘அப்பாடா. தல தின்னுடுச்சு’, புன்சிரிக்க நான் பிரதிபலித்தேன்.

‘ஆமா, கடைசீல எவ்ளோதான் பணம் பண்ண?’ என்னைக் கிளறினான்.

அவனுடைய அசலை ஒரே நாளில் இரண்டரை மடங்காக்கி விட்டேனென்றால் பங்கு கேட்பான்- சேட்டு.

“நியர்லி ஃபைவ்”, என்றேன்.

அதற்கே வயிறெரிந்தவன், ‘என் பணத்திற்கான கமிஷன்?’

நான் கூலாக, ‘10% ஆக ஐம்பதாயிரம் கொடுக்கிறேன்- பிறகு.’

அதனால் எனக்கும் ஒரு கிளாசில் பிராந்தி ஊற்றிக் கொடுத்தான். தான் நிதானமிழந்தால் நான் கம்பிநீட்டக் கூடும் என்கிற ஐயத்தில் கிஷோர் வழக்கத்தைவிடக் குறைவாகவே அருந்தினான். நாங்கள் எங்களது சிகரெட்டுகளை எடுத்துப் பற்றவைத்துக் கொள்கிறோம்.

‘என்ன துணிச்சல்ல அப்புடி எடுத்த?’

‘திரும்பக் குடுத்துடலாங்குற நம்பிக்கைலதான்.’

‘ஒருவேள நா போலீஸ்ல புகார் குடுத்திருந்தா?’

‘உங்களால் அது முடியாது. ஏன்னா கணக்குல வராத பணமும் அதுல சேந்திருக்கு.’

‘வொயிட்டுக்கு மட்டும் புகார் கொடுத்தா?’

‘நாந்தான் திரும்பக் குடுத்துடப் போறேனே. பிறகென்ன? இங்கு தவறுகள் தண்டிக்கப்படுவதில்லை; தவறுகளின் விளைவுகளே.’

‘புகார் கொடுக்காட்டியும் நா சும்மா விட்டுவிடுவேன்னு நெனச்சியா?’

‘ம்ஹூம். அடியாளை அனுப்புவாய்.’

‘இப்பகூட என்னால வேறவிதமாகப் புகார் கொடுத்து ஒன்ன உள்ள தள்ளமுடியும்...’

‘ஐ நோ. வேணும்னா செய்துகொள். ஜெயிலையும் ஒருமுறை பார்த்தால் போச்சு.’

கிஷோர் வியப்படைந்தான்.

‘ஒருவேளை நீ வாங்கிய பங்கு எறங்கியிருந்தா எப்புடி பணத்தைத் திருப்பிக் கொடுத்திருப்ப?’

‘ஏற்கெனவே அடிமட்டத்திற்குப் போயிட்ட இந்தப் பங்கு இனியும் எறங்காதுன்னு எனக்குத் தெரியும். அப்புடியே கொஞ்சம் எறங்குனா

இடபம் | 181

நஷ்டத்திற்கு வித்து, பத்தாததற்கு என் சொந்தப் பங்குகளையும் பணமாக்கி ஈடுகட்டியிருப்பேன்.'

"ம்..." கையைப் பிடித்தான்.

நான் உருவிக் கொண்டேன்.

'ரொம்ப ஒழுங்குமாதிரி நடிக்காத.'

'நா அப்புடி சொல்லல.'

'நா வேண்டாம்; என் பணம் மட்டும் வேணுமோ', என்னை அணைக்க வந்தான்.

விலகிய நான், 'உன் பாதி பணத்தைக் குடுத்துட்டேன். மீதியையும் நாளைக்கு குடுக்கத்தான் போறேன்.'

நான் கூடத்திற்குச் சென்று உட்கார்ந்து கொண்டேன். உண்மையில் எனக்கு கிஷோரின் மீது வெறுப்பேதுமில்லை. வேறு யார் மீதும் கூட எனக்கு அதீத விருப்போ வெறுப்போ கிடையாது. பட் ஹீ கான்ட் டேக் மீ ஃபார் கிரான்ட்டட். அதற்காகத்தான் அவனைத் தவிர்க்கிறேன்.

கிஷோரின் ஒருகாலத்தைய மென்மையான சுயத்தை உணர்ந்தவள் நான். அதை விடுத்து முதலாளிப் பாத்திரத்தில் கூடு பாய்ந்ததால் இப்படி மலினமாகி விட்டான். எல்லோருமே கிடைத்த பாத்திரத்தை சிறப்புற நிறைவேற்றும் பேரவாவில் தம்மை மறந்து, தாம் வகிக்கும் பாத்திரங்களாகவே மாறி விடுகிறார்கள். காலம் கடந்தபின் தொலைந்துபோன சுயத்தைத் தேடிக் களைக்கிறார்கள். பாத்திரங்கள் விருப்பு வெறுப்பிற்கானவை அல்ல.

ஒருகாலத்தில் இதே கிஷோரின் சட்டைநுனி பட்டாலே எவ்வளவு கிளர்ந்திருக்கிறேன்... பலம் பொருந்திய காலச் சக்கரமானது எதன்மீது வேண்டுமானாலும் கருணையின்றி ஏறிச் சதைக்கும். அது எதைவேண்டுமானாலும் புரட்டிப்போட்டுக் கைதட்டும். இந்த அறுதியின்மை தான் காலத்தின் சுவாரசியம்.

'நாகராஜ் எங்கே?' கிஷோர் கூடத்திலும் தொடர்ந்தான்.

'தெரீல."

'அவன் இருக்கணும்மா. இல்லன்னா வீட்ல வம்பாயிடும்.'

"யூ மீன்... நீனா?"

"யெஸ்."

'ஒன்ன ஃபாலோ பண்ண நீனாக்கு நேரமிருக்கா என்ன?'

"தே ப்ரோக்"

"வொய்?"

'அவன் பொண்டாட்டிக்குத் தெரிஞ்சதும் பையன் ஜகா வாங்கிட்டான்.'

"சோ... சேட்."

'அந்த எரிச்சல்ல என்ன டார்ச்சர் பண்றா.'

போட்டி போட்டுக்கொண்டு ஒருத்தரின் மகிழ்ச்சியை மற்றவர் கெடுக்கும் வாழ்க்கைத் துணைமையை எண்ணிச் சிரித்தேன்.

அந்த சிரிப்பை என் சம்மதமாக எடுத்துக்கொண்டு நெருங்கி உரசுகிறான் காய்ந்த கிஷோர்.

'எதிரிகளான நாமிருவரும் கலந்தால், அது மயக்கமருந்து கொடுக்காமல் அறுவை சிகிச்சை செய்வதுபோல வலிக்கும்', முறைத்தேன்.

"அ'ம் ஐ எ ரேப்பிஸ்ட் டாமிட்?"

கிஷோர் விலகவும் நாகராஜ் நுழையவும் சரியாக இருந்தது.

பியர் குடித்துக் குடித்து புடைத்திருந்த கிஷோரின் கன்னமேடுகள் பளபளவென்று கடிக்கத் தூண்டியதுதான். ஆனால் முடிந்த கதையைப் பாத்திரம் மாற்றித் தொடர்வதில் எனக்கு விருப்பமில்லை. அதுவுமல்லாது, நான் அவனால் வஞ்சிக்கப் பட்டவள் என்கிற பாதுகாப்பான சால்வையிலிருந்து வெளிவர நான் விரும்பவில்லை. என்பால் அவனுக்கு மிச்சமிருக்கும் குற்றவுணர்ச்சியே என் துருப்புச் சீட்டு. அதைக்கொண்டு சில விதிமீறல்களை நான் அலுவலகத்தில் அனுபவித்தேன். நான் அவனுக்கு இணங்கினால் அவனது குற்றவுணர்வு நீர்த்துப் போகலாம். மேலும், என் மறுப்பு ஒன்றே கிஷோரின் பணத்திமிரைத் தட்டிவைக்கும் ஆயுதம்.

நாகராஜ் வாங்கிவந்த இரண்டு போர்வைகளில் ஒன்றைப் போர்த்திக்கொண்டு நான் கூடத்தில் படுத்தேன். கிஷோர் தன் அறையிலும் நாகராஜ் வாசலிலும். காலை கிஷோருக்கு மட்டும் வீட்டிலிருந்து மாற்று உடை வந்தது. இன்ஃபிடெக் 185-இல் திறந்தது. நான் செல்பேசியில் BTVI அலைவரிசை வைத்து ஹெட்ஃபோனில் கேட்டேன். இன்ஃபிடெக்கின் குறிப்பிட்ட அளவு பங்குகளை 200 ரூபாய்க்கு அந்த நிறுவனமே திரும்ப வாங்கலாம் என்கிற செய்தி பரவ ஆரம்பித்ததே விலையேற்றத்திற்குக் காரணம். 'இழந்த

முதலீட்டாளர்களின் நம்பிக்கையைப் பாதுகாக்கும் நடவடிக்கை இது,' என அந்தச் செய்தியாளி முழங்கிக் கொண்டிருந்தாள்.

பத்துமணிக்கு கிஷோரின் ஆணைப்படி ICI வங்கிக்குத் தொடர்புகொண்டு இருபது லட்சம் பணம் தயாரா என விசாரித்தேன். பணிரெண்டு மணிக்கு வரச்சொல்லி மறுமுனையிலிருந்து தகவல் வர, அதுவரை சிறு அலுவல்களைச் செய்தேன். இப்போது 190-ஐத் தொட்ட இன்ஃபிடெக், 180-க்கு இறங்குகிறது. நாளையே பை பேக் செய்திக்கு மறுப்பு வந்தால் மீண்டும் பங்கு 150-ஐத் தொடும். இப்போது 182. 50. நான் லக்கி ஸ்டாக்ஸை அழைத்து மொத்தப் பங்குகளுக்கும் 185-இல் விற்பனை ஆடரும் 180-இல் ஸ்டாப்லாஸும் போடச் சொன்னேன். சில நிமிடங்களிலேயே 185-க்கு விற்கப் பட்டுவிட்டதாக உறுதிப்பாடு வர, பத்தரை மணிக்கு நான் சாந்தியடைந்தேன்.

நாங்கள் பதினோரு மணிக்கு வங்கிக்குப் புறப்பட்டோம். நான் வெளியே வேடிக்கை பார்ப்பதிலும் கிஷோர் காரோட்டுவதிலும் அதீதமாக லயித்திருப்பதாகக் காண்பித்துக் கொண்டோம். போகும் வழியில் அடுக்குமாடிக் கட்டிடத்தின் முன்னால் அதைவிட உயரமாக நெட்டுக்குத்தாய் நின்ற கிறிஸ்துமஸ் மரம் என்னை வியக்கவைத்தது. கூனலில்லாத அதன் கம்பீரம், கிளை, கொப்பு எனப் பிசிறேதுமில்லாமல் ஒரே ஒழுங்கில் கீழே பெரிதாகத் தொடங்கி மேலே சிறியதாக முடியும் அதன் வட்ட வட்ட இலையடுக்குகள் கோபுரம் போல, அடுக்குவிளக்கு போல. பூ பூக்காவிட்டாலென்ன? காய் காய்க்காவிட்டால் என்ன? தன் இடுக்குகளில் காற்றையும் கதிரையும் அளையவிட்டபடி கரும்பச்சையில் மிளிரும் கிறிஸ்துமஸ் மரங்கள் அலாதியானவை. இதோ, அடுத்தத்தெரு வீட்டில் குட்டி கிறிஸ்துமஸ் மரம். ஆசுபத்திரி முன்பு நடுத்தரமான இன்னொன்று.

பத்து இரண்டாயிரம் ரூபாய் கட்டுகளையும் யந்திரம் எண்ணுவதை கிஷோர் பார்த்துக்கொண்டே நின்றான்.

பண்டலை வாங்கி அவன் கையில் தந்ததும், 'என் ஐம்பதாயிரம்?' கண்சிமிட்டி சிரித்தான்.

பணத்தை மதிப்பதால்தான் இவனிடம் பணம் தங்கியிருக்கிறது.

"பிற்பாடு" சிரித்து மழுப்பினேன்.

திரும்பும் வழியில் கிஷோர், 'இவ்வளவு நடந்தபின் எதைவைத்து உன்னை வேலையில் வைத்துக்கொள்வேன் என நினைக்கிறாய்?' சாலையைப் பார்த்தபடி கேட்டான்.

‘அப்படி நான் நினைக்கவில்லை. நான் வழியில் இறங்கிக் கொள்கிறேன்,’ கிஷோரின் அடர்ந்த சென்ட் மணம் விலக, இலகுவானேன்.

லக்கிஸ்டாக்சில் இறங்கி நுழையும் என்னைக் கூவி வரவேற்றனர். என்னுடைய இருப்பான பதினைந்து லட்சம், ஏறக்குறைய ஐம்பது லட்சம் ஆன செய்தி அங்கிருந்த எல்லோருக்கும் தெரிந்திருந்தது. நான் அதிலிருந்து இருபது லட்சம் பே அவுட் கேட்டேன். அதை வங்கியில் வைப்பாகப் போட்டால் மாதச் செலவிற்கு வட்டி கிடைக்கும். ஒவ்வொருவராக என் தைரியத்தை, அறிவை, அதிர்ஷ்டத்தைப் பாராட்டி இறுக்கமாகக் கைகுலுக்கினர்.

மத்தாய் சார் கைகுலுக்கியபோது, “நீங்கள் மட்டும் அன்று அறிவுறுத்தவில்லையென்றால் நான் அப்போதே ஒரு சுழலில் மாட்டிக் காணாது போயிருப்பேன். நன்றி.” பல நாட்களாக என் தொண்டையில் சிக்கிக் கிடந்ததுதான் அந்த வாக்கியம்.

அவர்களுடைய கண்களில் நம்பிக்கை புதிதாக சுடர்கிறது. பார்ட்டி எப்போதென்று கேட்டனர். நான் இன்றே என்றேன்.

முந்தாநாள் நான் விற்ற ப்ளூசிப் பங்குகளை மட்டும் அதே அளவிற்குத் திரும்ப வாங்கச் சொன்னேன். பக்கத்திலிருந்து ஒவ்வொன்றாக அவற்றை சரிபார்த்தேன். எதுவும் விட்டுப் போகவில்லை. மற்றபடி இன்று நான் மருந்துக்கும் வர்த்தகம் செய்யவில்லை. கடந்த இரண்டு நாட்களாகப் பட்ட மன அழுத்தம் ஆயுசுக்கும் போதும். ஆனால் என்னைப் போன்ற ஓர் ஊழியை தன் பணிக்காலம் முழுவதும் சேர்க்க முடியாத தொகையை இரண்டே நாட்களில் ஈட்டி முடித்துவிட்டேனே! எனவே இந்த மன அழுத்தம் தகும்தான். ஓய்வு வேண்டி என் ஆன்மா கெஞ்சுகிறது. அதுவும் சரிதான்.

அவர்கள் கேட்ட கராவலி என்னும் நட்சத்திர ஓட்டலிலேயே மாலை கூடினோம். அங்கு கிடைக்காத கடலுணவு இல்லை. மதுவோடு சேர்ந்து எல்லாம் நிறைவாக இருந்தது. சந்தையில்லாத நேரமென்பதால் எல்லோரும் மன அழுத்தமின்றி ஜோக் அடித்தனர். சிரித்து சிரித்து வயிறு வலிக்கிறது.

வீட்டில் வந்து படுத்ததும் உறங்கிவிட்டேன். காலையில் விழிக்கத் தாமதமாகி விட்டது. இவ்வளவு ஆழ்ந்து தூங்கி எத்தனை நாளாயிற்று... அலுவலகமும் இல்லை. எதற்காக எழவேண்டும்? நான் மெத்தையிலேயே அப்படியும் இப்படியுமாகப் புரண்டு புரண்டு படுக்கிறேன். யாருக்கும் இனி நான் பதில்கூறத் தேவையில்லை. சுதந்திரம் என்பது இதுதான்.

இடபம் | 185

28

வெயில் உரைக்க ஆரம்பிக்குமுன் சோமேஸ்வரன் கோயிலுக்குப் போனேன். படியைத் தாண்டி நுழையும்போதே பிரகாரத்திலிருந்த புறாக்களைக் கண்டதும் கோயில் வாசலிலிருந்த கடைக்குச் சென்று தானியம் வாங்கிவந்து கருங்கல் தரையில் இறைத்தேன். கோபுர இடுக்குகளில் இத்தனை புறாக்கள் இருந்தனவா? சிறகுகளைப் படபடத்தபடி ஸ்டைலாக இறங்கிவந்து டொக் டொக்கெனக் கொத்தின. தீனி தீர்ந்த சுருக்கில் அவை எழும்பி மாயமாகின. செப்புத் தகடுகளாய்த் துளிர் விட்டிருந்த அரசமரம் காற்றுக்குப் புரண்டுகொடுத்து வெயிலுக்கு தகதகக்கிறது. மரத்தின் காலைச் சுற்றியிருந்த மண்தரையில் மும்மூன்று கோடுகளாக புறாப்படையின் கால்தடங்கள். அவற்றிடையே உதிர்ந்து கிடந்த இறகுகளில் சலம்பாமலிருந்த இரண்டு பெரிய இறகுகளை எடுத்துக் கைப்பையின் தனியறையில் பத்திரப் படுத்தினேன். இறகுகள்தான் என் புக்மார்க். வெளிப் பிரகாரத்தில் முழங்கிய ஓம்... ஓமிற்கு ஊடே சில கிளிகள் கீச்சிட்டுப் பறந்து சென்றன. உள்பிரகாரத்தில் தண்ணென்ற இருள் அணைத்துக் கொண்டது. சந்நிதியில் கூட்டமில்லை. மூல லிங்கத்தைக் கும்பிட்டு முடித்து உள்பிரகாரத்தில் தாண்டவமாடும் உற்சவ மூர்த்தியைத் தேடி அகல அகலமாய் எட்டெடுத்து வைத்தேன்.

அந்த நடராஜரின் அலட்சியமான கால்வீச்சின் நளினத்திலும் முகத்தில் ஒளிர்ந்த தேஜஸிலும் வழிந்தோடும் ஆனந்தப் புன்னகையிலும் எனையிழந்து ஸ்தம்பித்து நின்றேன். இடுப்பில் சுற்றியிருந்த பாம்பு ஒருபுறமும் ஆடை மறுபுறமுமாகத் தலைதூக்கி நின்றன. செய்த ஸ்தபதி பெருங்கலைஞன். தூக்கிய கூட்டுப்புருவமும் இதழோர மென்சுழிப்பும் "போதுமா?" எனக் கேட்க, என்னுடல் சிலிர்த்தடங்கியது. சுவாமியின் எம்பி மூடிய இமைக்குள் குறும்பு கொப்பளித்தது! கூர்மையான நாசி, தோள்களின் மேலாக அந்தரத்தில் நெளிந்து விசிறிக்கிடக்கும் சடாமுடி, முத்திரை பிடித்த கைகளின் அழகு... அந்த முகத்தில் கம்பீரமும் காருண்யமும் ஒன்றாய்ச் சேர்ந்த அற்புதம்... கண்களில் ஏனோ கண்ணீர் கசிகிறது. நீ

மட்டுந்தான் காலைத்தூக்கி ஆடுவாயோ? நானும் கூடத்தான். நேரம் நகர்ந்தது தெரியவில்லை. பூஜை செய்ய குருக்கள் வந்ததும்தான் பிரக்ஞை திரும்பியது.

கோயிலிலிருந்து வெளிவந்ததும் ஹலசூரிலிருக்கும் சில வீட்டுத் தரகர்களை சந்தித்தேன். தையல் கடை, பெட்டிக்கடை, ரீசார்ஜ் கடை, ஜெராக்ஸ் கடை... என எல்லா கடைகளின் பெயர்ப் பலகைகளிலும் ரியல் எஸ்டேட் ஒட்டிக் கொண்டிருந்தது. ஆனால் ஒன்றுகூட உருப்படியில்லை. ஏரிப்பக்கமாய் வரும் வழியில் கட்டுமானப் பணி நடந்துகொண்டிருந்த ஒன்றிரண்டு புதிய அடுக்ககங்களை விசாரித்தேன். அவை மூன்று அறைகள் கொண்ட பெரிய அடுக்ககங்களுக்கானவை. அவற்றின் விலை கோடிகளில். என் கோடீஸ்வரி உவகை வடிந்து போனது. ஆனாலும் நான் நம்பிக்கை இழக்கவில்லை. இன்ஃபிடெக் வரலாற்றிற்குப் பிறகு என்னுடைய நம்பிக்கையளவு கூடித்தான் போயிருந்தது. நினைத்துப் பார்க்காத அளவிற்கு ஏதேதோ நடக்கிறது. நான் வழியிலிருந்த பிறிதொரு தரகனை அணுகி, ஹலசூரு ஏரியை நோக்கியபடி அடுக்ககம் வாங்கவேண்டும் என்றேன். அவன் அருகாமையிலிருக்கும் ஏதேதோ கச்சடா இடங்களைச் சொல்ல,

நான், 'வட்டாரம் கண்ணியமாக இருக்கவேண்டும்.'

அப்படியானால் அது பரவாயில்லை; இது சரியாக இருக்குமென எங்கெங்கோ தொலைவில் சம்பந்தமில்லாது சொன்னார்.

சுள்ளென்று ஏற, 'நீங்கள் சொல்லுமிடத்திலெல்லாம் வீடு வாங்கவேண்டிய அவசியம் எனக்கில்லை.'

'தங்களின் பட்ஜெட்டுக்கு ஏரியைச் சுற்றிக் கிடைக்காது.'

'நேரத்தை வீணடிக்காமல் அதை முன்பே சொல்லி இருக்கலாமல்லவா?'

வீடு திரும்பியதும் மடிக் கணினியைத் திறந்தேன். மேஜிக் பிரிக்ஸ் மற்றும் ப்ராப்மார்ட் வலைத் தளங்களில் என்னுடைய தேவையையும் பட்ஜெட்டையும் போட்டுத் தேடினேன். நான் குறிப்பிட்ட இடத்தில் விற்பவர்களே இல்லை. நீர்தளும்பும் ஏரியைப் பார்த்தபடி சில்காற்று வாங்கி வசிக்கும் இடத்தை விட்டுப்போக யாருக்குத்தான் மனம் வரும்? ஏரிக்கரையோரம் கோடையிலும் தண்ணீர் கஷ்டம் வராது. ஏரி விருப்பமென்றால் ஹெப்பால் ஏரிப்பக்கம் சில சிறிய ப்ராஜெக்டுகள் இருக்கின்றனவாம். அங்கே விலையும் இவ்வளவு கிடையாதாம். நான் இந்த நகரத்தின் இதயத்திலேயே இருக்க விழைகிறேன்.

அதன் கையிலோ காலிலோ அல்ல. மிகுந்த தேடுதலுக்குப்பின் ஒரு பழைய இரண்டு அறைகொண்ட அடுக்ககம் விற்பனைக்கிருப்பது தெரிய வந்தது. தொலைபேசி விசாரணையில் கோடிக்கும் மேலாக விலை சொன்னார்கள். சோர்வாக இருந்தது. எனக்கு ஓர் அறையே போதுமானது. காத்திருக்கலாம். அதுவரை அந்தப் பணத்தில் கைவைத்து விடுவேனோ என பயமாக இருக்கிறது. ICI பாஸ் புத்தகத்தையும் செக் புத்தகத்தையும் கண்மறைவாக இழுப்பறைக்குள் வைத்து மூடினேன். அதனாலேயே லக்கி ஸ்டாக்ஸ் பக்கம் போவதைத் தவிர்த்தேன்.

ஆனால் பணத்தை வைத்துக்கொண்டு சும்மா எப்படி இருக்கமுடியும்? நான் அந்தப் பெரிய வணிக வளாகத்திற்குப் போனேன். கூட்டமற்ற வளாகம், வாரப் பகலில் அமைதியாக இருந்தது. ஆளற்ற கடைகளில் ராஜ உபசாரம் கிடைத்தது. சற்று நேரத்தில் கூடுதல் கவனிப்பு உறுத்தத் தொடங்கியது. அதற்காக நுழையும் கடைகளிலெல்லாம், அரும்பாடுபட்டு அடைந்த செல்வத்தை வீணடிக்க முடியுமா? விற்பனையாளர்களை அசட்டை செய்த நான், பொறுமையாகப் பார்த்துப் பார்த்து எஸ்பிரிட் கைக்கடிகாரமும் லாவீ கைப்பையும் ஹஷ் பப்பீஸ் காலணியும் வாங்கி என் தரத்தை உயர்த்திக் கொண்டேன்.

கரிக்குருவியில் ஏறியமர, கலகலத்தது. அதை நேராக ஷோரூமுக்கு செலுத்தினேன். அங்கு போட்ட மதிப்பிற்கு அதைத் தாரைவார்த்துக் கொடுத்துவிட்டு மீண்டும் கருப்பு நிறத்தில் அதே ஹீரோ ஸ்டைலை வாங்கினேன். பணிமனைக்குள் சென்று பழைய குருவியை ஒருமுறை கடைசியாகப் பார்க்கத் தோணியது. ஆனால் பின்னோக்கிப் பார்த்துக் கொண்டேயிருந்தால் முன்னேற இயலாது;மோதி விழவும் வாய்ப்புண்டு.

தினம் ஒருமுறை ஹலசூரு ஏரியைச் சுற்றி வலம் வந்தாலும் எந்த பழைய அடுக்ககத்தின் முன்பும் ஃபார் சேல் போர்டே தென்படவில்லை. நாளையிலிருந்து லக்கி ஸ்டாக்ஸ் போகலாமா?

"வர்ற சம்பளத்தையெல்லாம் வீணா ஷேர்ல போடாம ஒரு ஃபிளாட் வாங்கி ஈ. எம். ஐ. கட்ற வழியப் பாரு. காக்கா குருவிகூட சொந்தமா கூடு கட்டுது" அம்மா போனமாதம் அறிவுறுத்தியபோதுகூட "காக்கா குருவிக்கெல்லாம் வாடகைக்கு கூடு கெடைக்காதில்ல. அதுனால அதுங்க கட்டியே ஆகணும்," இடக்காக பதிலிறுத்தேன். அதற்கான வாய்ப்பு இவ்வளவு சீக்கிரம் வருமென்று அப்போது எதிர்பார்க்கவில்லை.

அட, ஃபார் சேல் போர்ட்! அந்த சிறிய அட்டையின்மேல் கணினிப் பிரதியில், 1BHK ஃபார் சேல் என்று எழுதப்பட்டு கீழே செல்பேசி எண் கொடுக்கப்பட்டிருந்தது. நான் புதிய கரிக்குருவியை விட்டிறங்காமல் அந்த எண்ணை ஒற்றினேன். குருவி மேலிருக்கும்போது எனக்கு பலம் சற்று கூடித்தான்போகிறது. தொடர்பில் வந்த பெண், அந்த 15 வருடத்திய அடுக்ககத்தின் சாவி காவலாளியிடம் இருப்பதாகவும் திறந்து பார்த்துக் கொள்ளும்படியும் பகன்றாள்.

குறிப்பிட்ட அடுக்ககமானது இரண்டாம் தளத்தில் இருந்தது. அந்த சிறிய வளாகத்தின் மொத்த அடுக்கே நான்கு தான். அரையடியே உயரம் கொண்ட அகன்ற படிகள், ஏறுவதற்கு எளிதாக இருந்தன. மின்தூக்கியும் உண்டு. பொதுவழி இருட்டாக இருந்தாலும் வீட்டைத் திறந்ததும் வெளிச்சம் அள்ளியது. நீளக் கூடமானது, தெருவை நோக்கிய பால்கனியில் முடிந்ததே காரணம். கூடத்தின் பக்கவாட்டில் அடுப்படி; அதையடுத்துக் குளியலறை, அடுத்து படுக்கையறை என நேர்கோட்டில் அமைந்திருந்தன. வாயில் கதவுக்குப் பின் செருப்பு அலமாரி முதல், படுக்கையறையில் உடுப்பு அலமாரி வரை எல்லாமே நேர்த்தியாக வடிவமைக்கப் பட்டிருந்தன. பால்கனியில் போய் நிற்க, கைகளை விரித்து அழைக்கும் காற்று ஏரியிலிருந்து மோதுகிறது. எனக்குப் பிடித்துப் போனது.

என் ஈடுபாட்டைத் தெரிவித்து விலையைக் கேட்டேன். 650 சதுர அடிக்கு 65 லட்சமாம். அது அதிகம் என நான் வாதிட, நாளை மாலை சந்தித்துப் பேச்சுவார்த்தை நடத்தலாம் என்றார். அவர் ஒரு பிரபலமான மென்பொருள் நிறுவனத்தின் மனிதவளத் துறை நிர்வாகியாம். நாளை ஆறு மணிக்கு பொம்மனஹள்ளி காஃபி டேயில் சந்திப்பை நிர்ணயம் செய்தார். பெங்களூரில் காஃபி ஹவுஸ் இல்லாத இடம் கிடையாது. பொம்மனஹள்ளி, நான் வசிக்கும் இந்திராநகருக்கும் அவர் பணிபுரியும் எலெக்ட்ரானிக் சிட்டிக்கும் நடுவில் இருப்பதால், ஒருத்தடைய நேரம் மட்டுமே பயணத்தில் அதிகம் செலவாக வேண்டிய அவசியமில்லை என்றார். அவருடைய துல்லியமான கணக்கிடல் என்னை அச்சுறுத்தியது. நேரத்திற்கு மதிப்பளிப்பவர்கள் மட்டுமே முன்னேற முடியும்.

நான் பதினைந்து நிமிடம் முன்பாகவே காஃபி டே-க்கு சென்றேன். உள்ளே காப்பிமணத்தை மீறி மரணத்தின் வாடையை உணர்ந்தேன். அதன் நிறுவனரின் சமீபத்திய தற்கொலையானது, அந்த வெளியில் குளிர்ந்த சோகத்தைக் கலந்திருந்தது. மற்ற காப்பித் தோட்ட முதலாளிகளைப் போல இன்ப வாழ்வு வாழாது சித்தார்த்தைத் தூண்டி அலைக்கழித்த உள்நெருப்பு எது? அதுவே

அவருடைய பெயரை உலகிற்கு வெளிச்சமிட்டுக் காட்டியிருக்கிறது. பெங்களூருவாசிகளைப் பதைக்கச் செய்திருக்கிறது. சாலை தெரியுமாறு வெளிப்புறக் கண்ணாடிச் சுவற்றையொட்டி அமர்ந்தேன். பெங்களூரின் வாகன நெரிசலில் அந்தப் பெண்மணி வரத் தாமதமாகலாம். நடுநாயகமாக இருந்த நீண்ட மர மேசை, வயர்களின் காடாக இருந்தது. அதைச் சுற்றியிருந்த அரைவட்ட நாற்காலிகளில் மாணவர் கும்பல். அவர்கள் எல்லார் முன்பும் மடிக் கணினிகளும் செல்பேசிகளும். பால் பேதமின்றி அவர்கள் ஒருவரை ஒருவர் தட்டி சிரிப்பதும் பேசுவதும் கணினியை உபயோகிப்பதுமாக இருந்தனர். அங்கு கூட்டுப் படிப்பு களைகட்டிக் கொண்டிருந்தது. யாருடைய இன்மையும் இயக்கத்தைத் தடுக்காது போலும். அந்தக் கும்பலில் ஆண்கள் எல்லோருமே மீசையற்ற மழுமழு முகத்தில். இளமையின்பால் சென்ற என் விழிகளில் ஒரு கல்லூரி ஆசிரியையின் முதிர்ச்சியை மையெழுதி, பார்வையாளினியாக அவர்களைப் பார்த்துக் கொண்டிருந்தேன். நுனிநாக்கில் ஆங்கிலம் பேசிடும் அவர்களில் பெரும்பாலானவர்கள் இன்னும் சில ஆண்டுகளில் இந்தியாவிலிருக்க மாட்டார்கள். அமெரிக்காவுக்குள் இரண்டாம் குடிமக்களாக நுழையவே அவர்கள் தடித்த கண்ணாடியோடு தம்மை ஆயத்தப் படுத்திக் கொண்டிருந்தனர். ஹூம்... பொருள் வலியது. எல்லையில்லாத கல்வியையே, தனக்கான கருவியாக சுருக்கிவிட்டதே.

என்னை ஒருவரும் கவனித்ததாய் இல்லை. இதுதான் இந்த இடத்தின் அனுகூலம். எத்தனை மணிநேரம் சும்மா அமர்ந்து பொழுது கழித்தாலும் கேட்க நாதியிராது.

ஓரத்து வட்ட மேசைமுன் ஒருத்தி மடிக் கணினிக்குள் தலையை நுழைத்தபடி இருந்தாள். குனிந்தவாக்கில் இருந்த அவளது சிகை மட்டுமே தெரிந்தது. இருக்கையில் பதிந்திருக்கும் அவள் மதியமே இங்கு வந்திருக்க வேண்டும். அவள் தன் வேலையை முடிக்கும் தருவாயில் இருக்கலாம். ஒரு காஃபியும் டோஸ்ட்டும் வரவழைத்துவிட்டு, நாள்முழுவதும் ஏ. ஸி-யில் இங்கிருக்கும் வைஃபையை உபயோகித்துக் கொள்ளலாம்.

எதிர் கண்ணாடிச் சுவற்றிற்கு அருகிலிருந்த சதுர மேசையைச் சுற்றி மூன்று ஆண்கள் தீவிரமாக எதையோ விவாதித்துக் கொண்டிருந்தார்கள். பிசினஸ் பேச்சுவார்த்தையாகத் தோன்றியது. அவர்கள் முன்னால் காபிக் கோப்பைகள். அவர்களது ஆங்கில உரையாடலுக்கிடையில் அவ்வப்போது கன்னடம் அலையாய் எழும்பியது. என்னை நோக்கியவாகில் அமர்ந்திருந்தவன் கோபமாக எழ, தளர உட்செருகப்பட்ட வெள்ளை சட்டைக்குக் கீழ், ஐஸ்ப்ளூ

டெனிமிற்குள் நீண்ட கால்கள் உறுதியாகத் தெரிந்தன. ஆறடிக்குக் குறையாமல் தெரிந்த அவன், கூடைப்பந்து வீரனாக இருக்கலாம். கோபக்கார இளைஞனை அடுத்து அமர்ந்திருந்த இருவரும் நடுவயதினர். அதில் தரகர் போல் தெரிந்தவர் எழுந்து ஆங்க்ரி யங் மேனை இருக்கையில் அழுத்தி செயற்கை சிரிப்புடன் சமாதானப் படுத்தினார். ஆங்க்ரி யங் மேன் வைத்திருந்த ஃப்ரென்ச் தாடி, அவனுக்கு சிறப்பாகப் பொருந்தியது. அவனோர் யங் டர்க்காக இருக்கலாம். தன்னுடைய அரிய தொழில் கண்டுபிடிப்பை, எதிரிலிருக்கும் கொழுத்த வென்ச்சர் கேபிடலிஸ்டுக்கு அடிமாட்டு விலையில் அவன் விற்கத் தயாரில்லை. எனக்கு அவனுடைய கோபம் பிடித்திருந்தது. நான் கவனிப்பதை உணர்ந்த அவன் தணிந்து, இருக்கையில் சாய்ந்து அமர்கிறான்.

சரியாக ஆறு மணிக்கு வந்து செல்பேசியிலழைத்த அந்த குள்ளமான பெண், நான் கற்பனை செய்திருந்ததைவிட இளையவளாக இருந்தாள். எனக்கெதிரில் அமர்ந்து அவள் நீட்டிய நீட்டோலை, அவளது உயர்பதவியை உறுதிப் படுத்தியது. பதிலுக்கு நீட்ட என்னிடம் ஏதுமில்லை. என்னைப்பற்றி... எதுவும் செய்யாமல் யாருமே இருக்கக் கூடாது. நல்லதோ அல்லதோ, உயர்ந்ததோ தாழ்ந்ததோ, லாபமோ நஷ்டமோ -எதையாவது செய்துகொண்டுதான் இருக்கவேண்டும்.

“அம் எ ஷேர் ட்ரேடர்,” வாயிலிருந்து தானாக நழுவி விழுகிறது என் சுய அறிமுகம்.

“குட்” நாங்கள் கைகுலுக்கிக் கொண்டோம்.

சீருடை அணிந்த பளிங்குச் சிலையாய் இருந்த பரிசராகி, இரண்டு காப்புச்சினோவைக் கொண்டுவந்து வைத்தாள்.

நானும் ஃபிரென்ச் தாடியும் பார்வைகளைப் பரிமாறிக்கொள்ள, அடுக்கக உடமைக்காரி ஒரு கல்லூரிப் பெண்ணைப் பார்ப்பதுபோல என்னைத் துச்சமாகப் பார்த்தாள். நான் பார்த்த அடுக்கம்தான் அவள் வாங்கிய முதல் சொத்தாம். அப்படியானால் இப்போது அவளிடம் வேறுசில சொத்துகளும் இருக்கவேண்டும். ஃப்ரென்ச் தாடிக்கு அந்த அடர்நிற வரம்புள்ள மூக்குக் கண்ணாடி எவ்வளவு ஸ்டைலாக இருக்கிறது? அது கறுப்பல்ல; கருநீலமாக இருக்கலாம். ராசியானது தன் அடுக்கமென்று சிலாகித்தாள். நான் ஃப்ரேமையும் அதற்குள்ளிருக்கும் அவன் கண்களையும் வெளிப்படையாகக் கவனித்தேன். 15 வருடக் கட்டிடத்திற்கு அந்த விலை அதிகம் என்றேன். ஆனால் சிறப்பாகப் பராமரிக்கப்பட்டிருக்கிறதாம்.

அவளுக்கு ஃப்ரென்ச் தாடி தன்னைப் பொருட்படுத்தாததில் ஆதங்கம். முகத்தை இப்படிக் கண்டிப்பாக வைத்துக் கொண்டால் யார்தான் நெருங்குவார்? நான் என் முகத்தை மேலும் இளக்கி மலர்த்திக் கொள்கிறேன். பின் சளைக்காது அடுக்கக வளாகத்தின் படி, வராண்டாவின் இருட்டைக் கோடிட்டேன். அதற்கு பதிலிறுக்காது, உள்ளே அலமாரிகள் ஒவ்வொன்றும் பார்த்துப் பார்த்து வடிவமைக்கப்பட்டவை என்றாள். ஆனால் என் தேவைக்கு அவற்றை மாற்றத்தான் வேண்டுமென்றேன். இப்போது ஃப்ரென்ச் தாடியிடம் ஓரழைப்பு தொக்கி நிற்கிறது. அவள், அடுக்ககம் நகர் நடுவில் இருக்கிறது என, நான் மொசைக் தரை-பழைய மோஸ்தர் என்றேன். ஒரு கீற்றாய்ப் புன்னகைக்கும் ஆங்க்ரி யங் மேனுக்கு இரண்டு கீற்று புன்னகையை ரிட்டர்ன் கிஃப்டாகக் கொடுக்கிறேன். ஊரைச் சுற்றி சொத்து வைத்திருந்தால் எல்லாம் திகைத்துவிடுமாக்கும். அதற்கெல்லாம் ஒரு கிளாமர் வேண்டும் லேண்ட்லார்ட் மேடம்.

ஆங்க்ரி யங் மேனால் வெறுப்பேறிய அவள், ‘லெட்ஸ் நாட் வேஸ்ட் டைம். என்ன விலை உனக்கு சம்மதம்?’

தனக்கு ஏதோ அவசர வேலையிருப்பதாக பாவனை செய்தாள்.

நான், ‘50லட்சம்தான் என்னால் புரட்டமுடியும். ஏனெனில் மேற்கொண்டு பதிவுச்செலவு, கட்டிடத்திற்குள் திருத்தங்களுக்கான செலவு எல்லாம் இருக்கின்றன.’

இப்போது தம் உரையாடலுக்குள் பெரிதாக சிரிக்கிறான் அவன். இது உனக்குப் பொருந்தவில்லை ஆங்க்ரி யங் மேன். நான் முகத்தை எதிர்புறமாகத் திருப்பிக் கொண்டேன்.

‘இது மிகக் குறைவு’ உதட்டைப் பிதுக்கியவளிடம் உடனடியாகப் பணம் தருவதாக ஆசை காட்டியதும், இழுத்துப் பிடித்து 55-க்கு ஒத்துக் கொண்டாள்.

ஹே அறிவாளி, உனக்கு இப்போது அவசியம் ரிலாக்சேஷன் தேவை; எனக்கும்தான். அச்சமூட்டும் பாம்புக் கனவுகளிலிருந்து நாம் ஒருவரை ஒருவர் விடுவித்துக் கொள்ளலாம்.

‘நான் பத்திரங்களை வக்கீலிடம்...’ முடிக்குமுன் உறையிலிட்ட கற்றைக் காகிதத்தை நீட்டி என் வியப்பை ரசித்தாள்.

இந்தச் சிறிய வயதில் இத்தனை பெரிய பதவிக்கு இவள் அருகதை தான்.

நீளக்கால் கூடைப்பந்து வீரன் தன் ஃப்ரென்ச் தாடியை வருடிக் கொள்ளும் அருங்காட்சி, எனக்கு நேரெதிர் இருக்கையில் இருக்கும் அவளது பார்வைக்குள்ளும் நிச்சயம் வந்திருக்கும். ஆனால் அவள் எதையுமே பாராததாக முகத்தை இயல்பாக உறையவைத்து நடித்தாள். திட்டமிடலும் உழைப்பும் பதவியைத் தேடித் தரலாம் எக்சிகியூட்டிவ் மேடம்; ஆனால் இதற்கெல்லாம் லாவகமும் ஸ்டைலும் தேவை மேடம். என் விலாசத்தைக் கேட்டு எழுதிக்கொண்டு பாஸ்கெட்பால் பக்கமே திரும்பாமல் கிளம்பினாள். நானும் எழுந்து அவளுக்குக் கைகொடுத்ததைக் கண்ட வீரன் கலவரம் அடைந்ததை அவனது உடல்மொழி காட்டிக் கொடுத்தது.

மீள இருக்கையில் அமர்ந்த நான், ஹிந்துஸ்தான் யூனிலீவர் பங்குபோல முன்பின் நகராது கைபேசியை வதைத்துக் கொண்டிருந்தேன். விளையாட்டு வீரனை எப்படி விட்டுப்போக முடியும்? இதற்காக அவன் பெருமிதம் அடைந்திருப்பான். தனித்தனியே பார்த்தால் அவனுடைய அவயங்கள் எதுவுமே சிறப்பென்று சொல்லமுடியாது. ஆனால் மொத்தத்தில் ஸ்டைலாக இருந்தான். நான் வந்தபோதே உச்சத்திலிருந்த அவனுடைய பேச்சுவார்த்தையைக் கூடிய விரைவில் முடித்துவிடுவான். கடல்நீல ப்ளூஸ்பார்க்கிள் உயரமான கிளாஸில் வந்தது. உன் குதிரைச் சக்தியை என்னிடம் காட்டு வீரனே. ஐஸ் கட்டிகள் கரைவது தெரியாமல் கரைய, நான் பொதுப்படையாகப் பார்வையை மிதக்க விட்டபடி மெல்ல மெல்ல உறிஞ்சுகிறேன்

29

எனக்குத் தெரிந்த வக்கீலிடம் பத்திரங்களைக் காண்பித்தேன். பேரடைஸ் பில்டர்ஸுக்கு அவருமொரு வக்கீல். அவற்றைப் பரிசீலித்த அவர், எல்லாம் சரியாக இருப்பதாகத் தெரிவித்தார். அந்த இடத்தின் அரசாங்க விலை, பதிவுத்தொகை முதலானவற்றையும் தெரியப்படுத்திய அவர், அடுக்ககத்திற்கு நான் பேசிய விலை நியாயமானது என்கிறார். என் ICI கணக்கில் வந்திருக்கும் பேஅவுட், யாவற்றிருக்கும் சரியாக இருக்கும். அந்த வக்கீலிடம் உடன்படிக்கை எழுதி வாங்கி அவர் முன்னிலையிலேயே முன்பணமும் கொடுத்தேன். ஆனால் முழுத்தொகை கொடுத்துப் பத்திரப் பதிவு செய்யும்போது நம்பகமானவர்கள் கூட வேண்டும்.

நான் அப்பாவைக் கூப்பிட்டு விஷயத்தைச் சொல்கிறேன். தன்னிடம் முதலில் எதுவும் சொல்லாதது குறித்து வருந்திய அவர், எந்த வங்கியில் கடன் என்று கேட்டார். நான், கடனின்றி ரொக்கம் கொடுத்து வாங்கப் போகிறேன் என்றதும் எப்படி என்று அதிர்ந்தார். பங்குச் சந்தையில் ஈட்டியதாகச் சொன்னதும் அவருடைய கோபமெல்லாம் போயே போச்சு. குறிப்பாக எந்த இடத்தில் அடுக்ககம் எனக்கேட்டவர், அம்மாவைக் கூவியழைத்து விஷயத்தைச் சொன்னார். கைபேசியைப் பிடுங்கிய அம்மா, இப்போதாவது சொல்லத் தோன்றியதே என்று பெயருக்கு இடித்துவிட்டு, அடுக்ககம் பற்றிய விவரணைகளை அணு அணுவாகக் கேட்டார். கடைசியாக, அண்ணனிடம் ஒரு வார்த்தை சொல்லிவிடு எனப் பணித்தார். அண்ணனது செல்பேசியில் மீண்டுமொரு முறை எல்லாவற்றையும் தெரிவிக்க, அவன் வாழ்த்து சொன்னான். நான் பதிவிற்காக அப்பாவை வரச் சொன்னேன். கூடிய விரைவில் வருவதாக அம்மாவும் அப்பாவும் கூறினர். வந்து பார்க்கட்டும்- தம் படித்த மகன் கடனில் வாங்கியதை நான் ரொக்கம் கொடுத்து வாங்கப் போவதை. சிறியதாக இருந்தாலும் எனக்குப் போதுமானதே.

மறுநாள் வெயிலோடு அம்மாவும் அப்பாவும் வந்துவிட்டார்கள். பின்னாலேயே அண்ணனும் சிரித்துக்கொண்டு! விடியல் உடையுமுன்பே சென்னையிலிருந்து காரை ஓட்டிக்கொண்டு வந்திருக்கிறார்கள்.

“சீக்கிரம் காட்டு உன் வீட்டை.” அன்றே திரும்பிப் போகவேண்டிய அண்ணன் அவசரப்படுத்த, ஹலசூரு சென்று திறந்து காண்பித்தேன். உள்ளே தூசியைத் தவிர அதிக அழுக்கில்லை. இத்தனை லட்சத்திற்கு சிறிய அடுக்கமென்று அப்பா குறைப்பட்டுக் கொண்டார். அம்மா, வாஸ்து சரியில்லை என்றார். அண்ணன்தான் அவளுக்குப் பிடித்திருந்தால் சரி என்கிறான்.

திடீரென ஞாபகம் வந்தவராக அப்பா, “ஆஃபீஸ் லீவா?”

நான் வேலையை விட்டுவிட்டதாகச் சொன்னதும், “வேற வேல கெடைச்சிருக்கா?” அம்மா.

“இல்ல, ட்ரேடிங் பண்ணப் போறேன்” என்றதும்,

“முடியுமா?” அப்பாவின் நெற்றியில் கவலை ரேகைகள் அடர்ந்தன.

“நான் நிரூபிச்சிருக்கேன்.” அழுத்தமாகச் சொன்னேன்.

நிர்வாணமான உண்மை நம்பப்படுவதில்லை. எல்லாமே நிரூபிக்கப் படவேண்டும்.

“ஆனா வேறொருத்தரோட நஷ்டந்தான பங்குச்சந்தைல லாபமா… அடுத்தவுங்கள ஏமாத்தி சம்பாதிப்பது பாவமில்லையா?” அப்பா தயங்கித் தயங்கிக் கேட்டார்.

“இங்க ஒளிவுமறைவு எதுவுமே இல்ல. அப்புடீங்குறப்ப எப்புடி ஏமாத்துறான்னு சொல்லமுடியும்? பங்குகளப் பத்திய அறிவும், மனக் கட்டுப்பாடும் இல்லாதவுங்க தோக்குறாங்க. அது அவுங்களோட போதாமை; தவறு. உங்களுக்குத் தெரியுமா? கேரள வெள்ள நிவாரணத்துக்காக மும்பையின் ட்ரடேர் ஒருத்தர் கொடுத்த தன்னுடைய ஒருநாள் வருமானம் -18, 33, 757 ரூபா! உலகின் முதல் பணக்காரராக 2008-இல் திகழ்ந்த அமெரிக்காவின் வாரென் பஃபெட் ஈட்டியது பங்கு முதலீட்டில்தான். 2018-இல் அவர் கொடையளித்திருப்பது 3.4 பில்லியன் டாலர்! இது அவருடைய மொத்த சொத்துமதிப்பில் பாதியாகும். புள்ளி விபரங்களை நான் கொடுத்ததும் அப்பா வாயடைத்துப் போனார். வாழ்க்கை விளையாட்டில் பணமே ஸ்கோர்.

சில நாட்களில் பதிவு செய்து முடித்ததும் அடுக்ககத்தைப் புதுப்பிக்கும் வேலையில் இறங்கினோம். நான் அனாவசியமான

அலமாரிகளைக் கழற்றச் சொல்ல, அம்மா வேண்டாமென... வழக்கப்படி உரசல்கள். பூச்சடிக்கப்பட்டு, மொசைக் தரை மெழுகூட்டப்பட்டு அடுக்ககம் புதிதாகத் தெரிகிறது.

கிரகப்பிரவேசம் செய்யாது குடியேறக் கூடாதென்று பெற்றோர் வற்புறுத்தினர். வெளியாட்கள் யாரையும் அழைக்க வேண்டாம் என்கிற நிபந்தனையோடு நான் இசைந்தேன். தம்பதிதான் பூஜையில் அமரவேண்டும் என ஐயர் சொல்லிவிட்டார். ஒற்றையாக இருப்பவர்களுக்கு வீடு தேவைப்படாதாக்கும். அம்மாவும் அப்பாவும் பூஜையில் அமர்வது என்று முடிவானது. அவர்களுக்குப் புத்தாடை வாங்கக் கடைக்குச் சென்றோம். அப்பா தனக்கான வேட்டி சட்டையைப் போனதும் எடுத்துவிட்டார். அம்மாவை அஹிம்சா பட்டில் புடவை எடுத்துக்கொள்ளச் சொன்னேன். அவரிடம் இல்லாத நிறமில்லை என்பதால் பூஜையில் நான் அமரவியலாத துக்கத்தோடு குழம்பித் தவிக்கிறார். கடைசியாக எட்டாயிரத்தி சொச்சத்திற்கு சோகத்தோடு மாந்தளிர் நிறத்தில் புடவையை எடுத்துக் கொண்டார்.

கிரஹப்பிரவேசம் சனிக்கிழமை என்பதால் அண்ணன் தன் குடும்பத்தோடு வெள்ளி மாலையே கிளம்பி வந்துவிட்டான். காலையில் என் தனித்த நிலைக்காகக் கண்ணைக் கசக்கியபடி அம்மா பூஜையில் உட்கார்ந்தார். இந்தப் புகையில் அமர்ந்தெழாவிடில் என் ஜென்மம் சாபல்யம் அடையாதாக்கும். ஒருவழியாகப் புகைமூட்டமும் ஐயரும் சித்தப்பாவும் நீங்கியதும் அந்த சிறிய அடுக்ககம் மூச்சு விடுகிறது.

அனு பால்கனியில் நின்று நின்று காற்று வாங்கினாள். அண்ணன் பிள்ளைகளை அழைத்துச் சென்று அவர்கள் வேண்டிய விளையாட்டு சாமான்களையெல்லாம் வாங்கித் தந்தேன். பொரி அள்ளிப்போய் ஏரிக்கரையோரம் தூவி, அதைக் கவ்வும் மீன்களைப் பார்ப்பதில் அவர்கள் துடியாய் நின்றனர். ஏரிக்கு நுழைவாயில் இந்தப்பக்கம் இல்லை. ஆனாலும் வாகனங்கள் விரையும் சாலையைக் கடந்து இருமுறை போய் வந்துவிட்டார்கள்; ஒருமுறை என்னோடும் மற்றொரு முறை அண்ணனோடும்.

இரவு அப்பாவும் அண்ணனும் அறைக் கட்டிலில் படுக்க, வாண்டுகள் திவானில். நான், அனு, சித்தி, அம்மா- நால்வரும் கூடத்தரையில் பாயும் ஜமக்காளமும் விரித்து, கிடந்ததைச் சுருட்டித் தலைக்கு வைத்துக்கொண்டு, புடவைகளைப் போர்த்திக்கொண்டு படுத்தோம். சித்தியும் அம்மாவும் பழங்கதைகளை ஆரம்பித்தார்கள்.

“ஏ ஷேராடீ, நீ வேண்ணா காத மூடிக்கோ. ஒருவாட்டி ரெண்டாவுது வ்டாட்டீன்னு நம்பர் சொல்லாத”, சித்தி சுற்றறிக்கை விட்டுவிட்டு நான் கேட்டுக் கேட்டு மனப்பாடமான தங்களுடைய சுயசரிதத்தின் பால்யப் பகுதிகளை விவரிக்கத் துவங்குகிறார். அவை ஒரு சாதனையாளர்களின் கதைகளோ, புரட்சிக்காரர்களின் கதைகளோ அல்ல. வெகுசாதாரணப் பிரஜைகளின் கதைகளே. ஆனால், சித்தி - தான் சொல்லும் பாங்கில் கதைகளுக்கு உயிர் கொடுப்பார்.

சித்தியின் நகைச்சுவை, நேர்முக வருணனை... எல்லாம் சித்தப்பா இல்லாத வேளைகளில் அரங்கேறும். அம்மாவுக்கு அவ்வளவு திறமையில்லை. அவ்வப்போது அடியெடுத்து சித்திக்கு உதவுவதோடு சரி. பொடிசுகள் இறங்கிவந்து தலைமாட்டில் படுத்துக் கதை கேட்டன. புரிந்தமாதிரி எங்களோடு அவை சிரித்து வைத்தன. கண்ணயர்ந்த வாலுகளை அள்ளியெடுத்து திவானில் படுக்கவைத்தேன். அனுவிற்கு இந்தக் கதைகள் புதிதென்பதால் இடையிடையே கேள்விகளோடு ஆர்வமாகக் கேட்டாள். ஆனால் கண்விழித்துப் பழக்கமில்லாததால் நடுஇரவில் அயர்ந்துவிட்டாள். நான் அரைத் தூக்கத்தில்.

பாத்ரூம் போக எழுந்த அப்பா, “பொழுதே விடியப்போவுது; இன்னும் தூங்கல?” மிரட்டிய பிறகே துயின்றோம்.

அத்தனை பேர் நெருங்கிப் படுத்திருந்ததால் குளிர் தெரியாமல் கதகதப்பாக இருக்கிறது.

மறுநாள் எல்லோரும் கிளம்ப. அண்ணன் என்னிடம், “ஸோ... வாட் நெக்ஸ்ட்?”

“நத்திங். ஐ ஜஸ்ட் வாண்ட் டு லிவ்; நாட் டு இமிடேட் லிவிங்.”

அனு என்றுமில்லாது என் கையை அழுத்தி விடைபெற்றாள். வாளிப்பான அந்தக் கைகளில் குக்கர் சுட்ட தழும்புகள். அம்மாவின் கைகளில் இருக்குமளவிற்கு அதிகமாக இல்லை. அப்பா, கோடைக்கு வருவதாகச் சொன்னார். பிற்காலத்தில் பெரிய அடுக்ககம் வாங்க நேர்ந்தால் எல்லோருமே வந்து தங்கலாம். திணறிக் கொண்டிருந்த அடுக்ககம் வெறிச்சோடிப்போனது. கழுவேற்றிக் கோர்க்கப்பட்ட செவ்வந்திப் பூக்களின் சரம் வாயிலில் மஞ்சளும் ஆரஞ்சுமாக வாடித் தொங்கியது. அதை அப்பாவோ அண்ணனோ வாங்கி வந்திருக்க வேண்டும். குழுவில் சேர்ந்தால் இப்படித்தான். சொந்த விருப்பு வெறுப்பு, கொள்கைகள் எல்லாமே இடமற்று - நொறுங்கிப் போகும்.

30

பால்கனிக்குப் போய் நின்றேன். காட்டுத்தீ மரத்தில் அங்கொன்றும் இங்கொன்றும் தீக்கங்குகளாகப் பெரிய ஆரஞ்சுப் பூக்கள் மலர்ந்திருந்தன. மழைக்காலத்தில் உதிரும் தடித்த பூக்களைப் பெருக்கி மூட்டையில் அள்ளுமளவிற்குப் பூத்து மாளும். கழுகொன்று உயர உயர வட்டமடித்துப் பறந்து கொண்டிருந்தது. உள்ளேபோய் BTVI மற்றும் ET வர்த்தக அலைவரிசைகளை மாற்றி மாற்றித் தட்டினேன். கடந்த மூன்று வாரங்களில் பச்சையும் சிகப்பும் தலைகீழாக மாறியிருக்கின்றன. அதாவது, ஏறியிருந்த பங்குகள் இறங்கியும் இறங்கியிருந்தவை ஏறியும் இருந்தன. பங்குச் சந்தையானது எப்போது எதைச் செய்யும் என்று கூறமுடியாது. இந்தப் புதிர்த் தன்மையே அதன் தனிச் சிறப்பு. அதை அறியவே மீண்டும் மீண்டும் அதற்குள் நுழைகிறோம். சந்தையின் போக்கிற்குத் தம்மை ஒப்புக் கொடுப்பவர்களே கரையை அடையலாம். எதிர்நீச்சல் போடுபவர்கள், வெள்ளப் பெருக்கில் மூழ்கும் அபாயம் இருக்கிறது.

ஒருவேளை துறைகளின் சுழற்சியால் இந்த மாற்றம் ஏற்பட்டிருக்கலாம். இத்தனை நாட்களாக மந்தித்துக் கிடந்த மூளை செயல்படத் துவங்கியது. நான் அவசரமாக ஜீன்ஸ், சர்ட்டுக்குள் நுழைந்து இரண்டிரண்டு படிகளாகத் தரிப்பிடத்திற்கு இறங்குகிறேன். சர்ட்டுக்குள் ஏதுமணிய மறந்துவிட்டதை அதிர்வு உணர்த்தியது. காட்ராயர் கருப்பு சட்டை - அதுவும் இருபுறமும் பாக்கெட் வைத்தது என்பதால் எதுவும் தெரியாது. இனி ஒரு நிமிடங்கூட தாமதிக்க ஏலாது.

லக்கிஸ்டாக்சில் நுழைந்த எனக்கு ஆரத்தி எடுக்காத குறையாக வரவேற்பு.

'இத்தன நாளா ஏன் வரல? அவ்வளவு லாபத்தையும் நழுவ விட்டுட்டீங்க' சிபி கூற,

சபாபதி, "சும்மா மேடம். வராததால எஸ்கேப் ஆயிட்டீங்க."

அவர் இழந்திருக்கலாம். கேஷ் டெர்மினல் முன்பிருந்த நாற்காலி வெறுமையாக இருந்தது. மத்தாய் சாரின் மனைவிக்கு மலேஷியாவில் உயரதிகாரி பதவி கிடைக்க, இவரும் தனக்கானதோர் வேலை தேடி அங்கேயே போய்விட்டாராம். மத்தாய் சாரின் இடத்தை நான் ஆக்கிரமித்துக் கொள்கிறேன்.

“எங்க குல்கர்னியக் காணும்?” ஓடிக்கொண்டிருந்த அலைவரிசையின் ஆஸ்தான பரிந்துரையாளரைக் குறித்துக் கேட்டேன்.

“அங்க்கிள் டூ வீக்ஸ் யூரோப் டூர் போயிருக்கிறாராம்,” பிரதீப்.

“குஜராத்தி அங்க்கிள் இல்லாதது எனக்கு லாஸ் கம்மியாயிருக்குப்பா”, சபாபதி.

வெடித்த சிரிப்புகள் கலவையாக...

“கம்பெனிக்காரன் கிட்ட கமிஷன் வாங்கிகிட்டு அவன் ஷேர் சஜஸ்ட் பண்றான் ஃப்ராடுன்னு ட்விட்டரெல்லாம் நவுத்துந்தி”, கஜலெட்சுமி என் கண்களைப் பார்த்துச் சொன்னார்.

இங்கு வரும் ஒரே மற்றொரு பெண்ணான என்னை அவர் மிஸ் செய்திருக்க வேண்டும்.

“அவுனா?” நான் கண்ணை அதீதமாக விரித்துக் கேட்க, நாங்கள் சமாதானமாகி சிரித்துக் கொண்டோம். அவரது வங்கியில் வலைத்தளக் கோளாறாம்.

எப்போதாவது வருகைதரும் ஓய்வுபெற்ற பிரிகேடியர், “மின்ட்டட் மணியா?” சபாபதியை வெறுப்பேற்றினார்.

பிரிகேடியர் பதவிக்குப் பொருத்தமற்று, சற்று பொசுங்கலாகவே இருப்பார் அவர்.

“சிபி, அம் எ ரிட்டையர்ட் மேன். ஒரு நாளைக்கு 1000 ரூபாய் வரும்படி ட்ரேடிங் செய்து தந்தால் போதும். டெர்மினல் முன்புதானே அமர்ந்திருக்கிறாய்?”

சிரித்து மழுப்பிய சிபி அவர் போனபின், “டேஞ்சரஸ் பர்ஸன் யா. போனமுறை டாட்டா ஸ்டீல் வாங்கச் சொன்னேன். லக்கிஸ்டாக்கோட கால்தான் அது. டாட்டா ஸ்டீல் வெல கொறஞ்சதும் ஹெட் ஆஃபீசுக்கு ஃபோன் பண்ணிக் கேக்கவான்னு மறைமுகமா மெரட்டினார். அதுலருந்து நா எதுவுமே சஜஸ்ட் பண்றதில்ல. அவருக்கு நஷ்டமே பாக்காம லாபம் மட்டும் பண்ணணும். அது சாத்தியமானா எதுக்கு இத்தன பெரிய கம்பெனி, ரிசர்ச் டீம், மார்க்கெட்டிங் எல்லாம்? அவர் இப்ப கோல்ஃப்

கிளப்பில் கோல்ஃப் விளையாடிட்டு வரார். டிஃபன்ஸ் காலனீல பங்களா. மகன் அமெரிக்காலே. ஐம்பது லட்சத்திற்கு ஷேர்ஸ் இருக்கு. அது ஏர்றது பத்தாதுன்னு டே ட்ரேடிங்குல வேற பணம் பண்ணப் பாக்குறார்- அதுவும் தன்னோட நேரத்தை செலவழிக்காம. இவருக்கெல்லாம் பென்ஷனே எவ்ளோ இருக்கும் தெரியுமா?"

எவ்வளவு இருந்தாலும் திகட்டாதது செல்வமொன்றே.

சிபி அனுப்பிய டிப்புகளைப் பார்த்த மத்தாய் சார், அவற்றில் தமக்கு உறுதியாகத் தோன்றிய பாங்க் ஆஃப் பரோடாவைத் தன்னுடையது, மனைவியுடையது, மகளுடையது ஆகிய 3 கணக்குகளிலும் ஆயிரம், ஆயிரம் வாங்கச் சொன்னார். மத்தாய் சாரின் கணிப்பு சரியாக இருக்குமென அங்கிருந்தவர்கள் பாங்க் ஆஃப் பரோடாவில் இறங்க, நான் மட்டும் காத்திருந்து விலை கொஞ்சம் குறைந்தபின் வாங்கினேன்.

"யூ ஹேவ் பிகம் ஸ்மார்ட் யா!" ஆச்சர்யப்பட்டார்கள்.

வரும் நாட்களில் இதுபோன்ற நிறைய ஆச்சரியங்கள் காத்திருப்பது அவர்களுக்குத் தெரியாது. இடையில் எடுத்துக்கொண்ட விடுப்பானது ஓர் வேகத் தடையைப்போல என் வேகத்தைக் குறைத்து விவேகமளித்திருக்கிறது.

தீட்டப்பட்ட என் புத்தி பளபளக்கிறது. மீனுக்கு நீந்துவது தானே ஜீவிதம், அடையாளம், இயக்கம், இன்பம்- எல்லாமே. மணி பதினொன்றாகியும் நான் எழுந்து அலுவலகத்திற்குப் போகாமலிருக்க, விடுமுறையா என்ற கேள்வி எழுந்தது. நான் வேலையை ராஜினாமா செய்துவிட்டதாகவும் இனி முழுநேர வர்த்தகம்தான் எனவும் கூற, 'உண்மையாகவா?' என்கிறார்கள்.

'ஆமாம். அதற்குத்தான் பிறகேதும் வாங்காமல் கிரெடிட் பாலன்சை அதிகரித்தேன். இப்போது லிமிட் ஜாஸ்தி கிடைக்குமில்லையா?'

"அஃப்கோர்ஸ் மேடம்."

பங்குச் சந்தையில் எந்த வகையான பாகுபாட்டிற்கும் இடமில்லை; வயது வரம்பில்லை. இங்கு ஒரு நாளைப்போல மற்றொரு நாள் இருக்காது. எனவே அலுப்பே தட்டாது. பெரிதோ, சிறிதோ... நம்மால் இயன்ற தொகையைப் போட்டுப் பங்கு பெறலாம். இந்த விறுவிறுப்பான விளையாட்டிற்குப் பொருள்வேறு கிடைக்கும். இங்கு நமக்குமேல் உயர் அதிகாரி என்று யாருமில்லை. நமக்குக் கீழே பணி செய்பவர்களை நம்பியிருக்கவும் தேவையில்லை. நாமே ராஜா; நாமே மந்திரி. மதியம் பிரதீப் தன் சாப்பாட்டைப் பிரிக்க,

நான் போய் ஒரு ஃப்ரூட் பிளாட்டரை வாங்கி சாப்பிட்டுவிட்டுத் திரும்பினேன்.

இப்போது எனக்கான மதிப்பு கூடியிருப்பது வெளிப்படையாகத் தெரிந்தது. எல்லாம் வெற்றி தந்த மதிப்பு. முன்பெல்லாம் லக்கி ஸ்டாக்ஸ் அல்லது சிபி அனுப்பும் பரிந்துரைகள் அல்லாது நான் சொந்தமாக எதையாவது வாங்கவோ விற்கவோ சொன்னால், அது சரிவராது எனத் தடுக்கும் பிரதீப்பும் சிபியும் இப்போது மறு வார்த்தையின்றி சொன்னதைச் செய்கிறார்கள். அங்கிருக்கும் ஒருசிலர், என் வர்த்தகத்தைப் பின்பற்றியும் பார்த்தனர். இதனால் என் பொறுப்பு அதிகரித்தது. நான் ஸ்டாப்லாஸ் போட்டே இயங்கினேன். அதற்கான சக்தி இப்போதிருப்பதால், அதை தூரத்தில் போட்டேன். எனவே கூடியவரை அவை அடிபடவில்லை. என் தன்னம்பிக்கையும் தாங்குதிறனும் கூடியிருப்பதால் மனம் தெளிவாக இருக்கிறது. என் கண்களை ஆகாயத்தின் மீதும், கால்களை நிலத்தின் மீதும் பதிக்கிறேன். சற்று கூடுதல் எண்ணிக்கையில் வர்த்தகங்களைக் கைக்கொண்டதால் என் கவனத்தை அவற்றில் முழுதாய்க் குவித்தேன். மூன்றரை மணி ஆனதே தெரியாத அளவிற்கு நேரம் பறந்துவிட்டது. கூட்டல்களும் கழித்தல்களும் ஆகக்கூடி ஐந்தாயிரம் ரூபாய் என் கணக்கில் வரவு காண்பித்தது கணினி. மோசமில்லை. தொடர் கவனிப்பினால், நஷ்டத்தை உடன் வெட்டுவதும் லாபத்தை நீட்டிப்பதும் சாத்தியப் பட்டது. காலை சந்தை திறக்கும்போதே வந்திருந்தால் பத்தாயிரம் ஈட்டியிருக்கலாம். இதில் ஜீவித்துவிடலாம் - துணிச்சல் வந்தது.

நான் ICI டீமேட் கணக்கில் எனக்கு விழுந்த பரிசுச் சீட்டைப் பற்றி மட்டும் எவரிடமும் மூச்சு விடவில்லை. சில விலைமதிப்பற்ற ரகசியங்கள் அவற்றிற்கான பெட்டகத்தில் பாதுகாக்கப் படத்தான் வேண்டும். ரவெளியே புலப்படாத ரகசியங்கள் வேர்களைப் போல. ஒருவருக்குள் புதைந்திருக்கும் ரகசியங்களின் கிளையோட்டத்தையும் ஆழத்தையும் பொறுத்தே அவருடைய வலிமையும் செழுமையும் அமையும். ஆழப் புதைந்த ரகசியங்கள் யாவும் காலவோட்டத்தில் வைரமாய் இறுகிப் புதையலாகும்.

31

வெளியே வந்த என்னுடைய சிகை திருத்தப்பட வேண்டியதைக் கரிக்குருவியின் கண்கள் காண்பித்தன. நான் வழக்கமாக சிகை திருத்தும் கோரமங்களா அழகு நிலையத்திற்குத் தொலைபேசி அழைத்து சாம்சன் இருக்கிறானா என விசாரித்தேன். தன்னுடைய சொந்த ஊரான மணிப்பூருக்குப் போயிருப்பதால், சாம்சன் இந்தவாரம் விடுப்பிலிருக்கிறானாம். அப்படியானால் அடுத்தவாரம் போய்க் கொள்ளலாம். சாம்சனையல்லாது வேறு யாரிடமும் என்னுடைய சிகையை ஒப்படைக்க நான் தயாரில்லை. முதன்முதலாக சாம்சனை சந்தித்த லாவெல் ரோட் அழகு நிலையத்திலிருந்து மூன்று நிலைய பந்தம்- சாம்சனுக்கும் என் சிகைக்குமானது.

சாம்சன் வெறும் ஒரு சிகை திருத்துபவனல்ல. மணிப்பூரின் இம்ப்பாலைச் சேர்ந்த சாம்சன், தன்னை 'ஹேர் ஸ்பெஷலிஸ்ட்', என்றே சொல்லிக் கொள்வான். சிகைதிருத்தும் நாற்காலியில் அமர்ந்ததும் தலையின் பளபளப்பையும் நிறத்தையும் உற்றுப் பார்ப்பான். சிகையைப் பிரித்ததும் நேர்த்தியான அவன் விரல்கள், நான்கைந்து இழைகளைச் சேர்த்துப் பிடித்து முடியின் ஈரப்பதத்தை சோதிக்கும். பின்னர் நீளமானதோர் ஒற்றைக் கூந்தலிழையைத் தேர்ந்தெடுப்பான். அதை வலிக்காதவண்ணம் ஒற்றைக் கையால் பிடித்துக்கொண்டு மற்றொரு கையால் இழுத்துப் பார்த்து அதன் பலத்தை நிர்ணயிப்பான். இப்படியாகக் கூந்தலைத் தன் கூர்மையான கண்ணால் படித்தபின்பே அதற்கான சிகை அலங்காரத்தைப் பிரத்தியேகமாக முடிவு செய்வான். அதற்குத் தேவையான வைத்தியம், போஷாக்கு யாவற்றையும் சிகை திருத்தும்போது மெலிய குரலில் எளிதாகப் புரியும்படி சொல்லிக்கொண்டே இருப்பான் சாம்சன். அவனுடைய கேள்விகள், கூந்தலைத் தாண்டி ஒருநாளும் சொந்த விஷயங்களைத் தொட்டதில்லை. சாம்சன் ஷாம்பூ தேய்க்கும் சுகத்தில் சொக்கும். இதமான இளஞ்சூட்டில் அலசிய ஈர சிகையை, பூச்சரத்தை சுற்றுவதுபோல அழுத்தாமல் பூத்துவாலையில் சுற்றி மென்மையாக ஒற்றி ஒற்றித் துவட்டுவான்.

அப்போது என் சிகையை நான் நேசிப்பேன். சாம்சன், உலர்ப்பானை இதமான சூட்டிலேயே உபயோகிப்பான். சிகையை செட் பண்ணி முடிக்கும்போது நான் புதிதாக உருப் பெற்றிருப்பேன்.

சாம்சனின் மஷ்ரூம் கட் போன்றதொரு செம்பட்டை சிகையலங்காரம், அவனுக்காகவே உருவானதுபோல அவனோடு பொருந்தியிருக்கும்; ஒற்றைக் காதில் அவன் அணிந்திருக்கும் கருப்பு தட்டைக் கடுக்கனும் தான். இத்தனை வேலைகள் செய்தாலும், விரல்களைத் தவிர- சாம்சனின் உரோமமற்ற வெண்கைகள் யாரையும் தீண்டாது. அவற்றில் அளவான முண்டாக்களும் உண்டு. அரையடி விலகிநிற்கும் சாம்சனின் டிசர்ட் அணிந்த உடலிலிருந்து ஆண்களுக்கே உரித்தான சிகரெட், வியர்வை, காட்டமான வாசனைத் திரவியம் - என எந்த வீச்சமுமே வராது. இவனொரு தேவகுமாரனோ எனத் தோன்றும்.

இப்படியாக சாம்சனிடம் சிகை திருத்திக் கொள்வது ஒரு வழக்கமான நிகழ்வல்ல; அதோர் அலாதியான சுகானுபவம். இதில் மயங்கிக் குறைந்தது ஐந்தாயிரமாவது கழற்றிவிட்டுத்தான் கிளம்பமுடியும். அது - சிகைதிருத்தும் கட்டணத்தோடு உங்கள் சிகையின் தன்மைக்குப் பொருந்தும் ஸ்பா, சீரம், ஷாம்பூ, கண்டிஷனர் -இவை எவற்றிற்காகவாவது இருக்கும். சிகை வைத்தியனான சாம்சனுக்கு நூறு ரூபாய் இனாம் கொடுப்பதெல்லாம் அவனை சிறுமைப் படுத்தும். குறைந்தது ஐநூறு ரூபாய் கொடுத்தால்தான் தகும். இம்முறை கொடுக்கலாம்.

தான் பணிசெய்த பெரிய அழகுநிலையத்தை விடுத்து, தன் நண்பனுக்கு உதவுவதற்காகவே நண்பனின் இந்தச் சிறிய அழகுநிலையத்திற்கு வந்திருக்கிறான் சாம்சன். இங்கு அவன் ஒரு முதலாளியைப் போலத்தான் உரிமையோடும் அதிகாரத்தோடும் வளைய வருவான். ஒருவேளை சாம்சன் இங்கு உழைப்புக் கூட்டாளியாக இருக்கலாம். சிகை, மீசை, தாடி-எல்லாம் திருத்துவதற்காக ஆண்களும் சாம்சனைத் தேடி வந்தவண்ணம் இருப்பார்கள். பாரீசில் பணிசெய்யும் வாய்ப்பு கிட்டியும் இந்தியாவை விட்டுப் போக மனசு வராததால் சாம்சன் இங்கு தங்கி சேவை செய்து கொண்டிருப்பது நமது பாக்கியம்; தேவகுமாரன் கைகளால் சுகப்படும் பாக்கியம்.

நான் இந்திராநகரின் 100 அடி சாலையில் இரண்டாவது தளத்திலிருக்கும் அழகு நிலையத்திற்குப் போனேன். வழக்கமாக நான் போகும் சனி, ஞாயிறுகளில் மனிதர்களைச் சுமந்தபடி இருக்கும் நாற்காலிகள் காலியாக ஓய்வெடுத்துக் கொண்டிருந்தன.

நான் முதலில் ஃபேஷியல் செய்வதற்காக உள்ளேயிருக்கும் தடுப்பில் என் சர்ட்டைக் கழற்றி, தோள் தெரியும்படியான அங்கியை மாட்டிக் கொண்டேன். வெள்ளை உறை மூடியிருந்த ரப்பர் மெத்தையில் படுத்து, களைத்த கண்களை மூடினேன்.

ஆவிகாட்டி முகத்தின் இடுக்குகளிலிருக்கும் கண்ணுக்குப் புலப்படாத பொடி பருக்களைத் தட்டைக் கம்பியால் குத்தி நெம்பியெடுத்தாள். நான் வலியில் நெளியும்போது தடுப்பிற்குள் இளம்பெண்ணொருத்தி நுழைகிறாள். அவள் அணிந்திருந்த மேல்தட்டு பிராண்டட் டி சர்ட்டும் முழங்கால் வரையிலான டைட்சும், அவளது செல்வத்தின் குறியீடாக இருந்தன. அவள் அடிக்கடி இங்கு வந்து கப்பம் கட்டிப் போவது, ஊழியைகள் அவளுக்கு கொடுத்த அதிகப்படி கவனத்திலிருந்து புரிந்தது. டிசர்ட்டில் அடங்கியிருந்த செழுமைகள், அவள் அங்கி மாற்றியதும் விம்மிப் புடைத்தன. அந்த அறையில் எனக்குப் பக்கவாட்டிலிருந்த மற்றோர் மெத்தையில் அவள் படுத்தாள்.

அவளுடைய வழுவழுவென்ற கால்களின்மேல் ஒருத்தி பெருந்தொடை வரை சூடான மெழுகைத் தடவி அதற்கான துணியை ஒற்றி சரக் சரக்கென்று பிய்த்து எடுத்தாள். அதேசமயம் இன்னொருத்தி கைகளின்மேலும் அதையே செய்தாள். அவளை ஓரக் கண்ணால் பார்த்தேன். அவளுடைய அக்குளிலும் பிகினி லைனிலும் அதே மெழுகைத் தடவ, எனக்கு அடிவயிறு கூசியது. ஆனால் அவள் முகமோ பெரிதாக மாறவில்லை. கண்ணில் மட்டும் நீர் தளும்பியது. அவளது அடிவயிறு கன்றிச் சிவந்தது. நான் இதுவரை வேக்சிங்கே செய்துகொண்டதில்லை. புருவத்தைக்கூட த்ரெடிங் செய்ததில்லை. அவை வடிவாக இருப்பது அதிர்ஷ்டம். இருந்த பூஞ்சை மீசை தாடியை மட்டும் லேசர் முறையின் நிரந்தரமாக நீக்கிவிட்டேன். பூஞ்சை மயிர்கள் தோலின் பாதுகாப்பு. இவ்வளவு வலியோடு தன்னை ஆண்களுக்கான விருப்பப் பண்டமாக சமைத்துக்கொள்ள வேண்டிய அவசியமே இல்லை என்பேன். எப்போதும் பசித்திருக்கும் ஆண்கள், எப்படியிருந்தாலும் புசித்து விடுவார்கள்.

இப்போது முகமூடி பூசப்பட்ட முகத்தோடு நான் பெடிக்யூருக்கும் அவள் மேனிக்யூருக்கும் வெளியே வந்து நாற்காலியில் அமர்ந்திருந்தோம். என் பாதங்களைக் கழுவித் துடைத்து நகங்களை வெட்டித் தேய்க்கின்றன மொழுமொழுவென்று கணுக்கள் தெரியாத மஞ்சள் விரல்கள். தன்னுடைய மொழி, மக்கள், உணவையெல்லாம் துறந்து பொருளீட்டுவதற்காக இத்தனை தூரம் வந்திருக்கிறாள் அந்த வடகிழக்குப் பெண். ஆனால் கருமமே கண்ணாயிருக்கும் அவளது

உள்ளடங்கிய சிறிய கண்களில் இழப்பேதும் தென்படவில்லை. அவள் கழுத்தில் தடியான தங்கச் சங்கிலி மதர்த்துத் தொங்கியது.

பணக்காரப் பெண்ணின் தந்தத்தால் செய்ததுபோன்ற விரல்களைப் பிடித்து, அதன் நகங்களை உலோகப் பட்டையால் பின்னோக்கி அழுத்தித் தள்ளினர். நான் பக்கவாட்டில் சாலையை நோக்கியிருக்கும் கண்ணாடிச் சுவர்பக்கம் திரும்பினேன். கண்ணாடிக்கு வெளியே கேஷுவரினா மரத்தின் தட்டையான உச்சியில் இளம்பச்சைத் தளிர்கள், மயில்தோகைகளைப் போல மெல்ல அசைந்தாடுகின்றன. அது, நிலையத்திற்குள்ளே கேட்கும் அடங்கிய வாத்தியத்திற்கு நடனமாடுவது போலிருக்கிறது.

அதற்குமேல் பார்க்கவியலாது என் இமைகளின்மேல் குளிர்ந்த பஞ்சுவட்டம் வைக்கப் பட்டது. பன்னீரின் வாசம்... என் பாதங்கள் பதமான வெந்நீரில்... நான் சொர்க்கவெளியில் சஞ்சரித்துக் கொண்டிருந்தேன். திடீரென்று காச் மூச்சென்று சத்தம். அதில் ஒரு குரல் மூக்கால் பேசியது. மற்றொன்று கரகரப்பாக. இவ்விரண்டின் சேர்க்கை, மண்டையைக் குடைந்து உள்ளே குத்தியது. கண்களைத் திறந்து பார்த்தேன். அழகு நிலையங்களில் பிள்ளைகளை அனுமதிக்கக் கூடாது. இரண்டு குட்டிச் சாத்தான்களும் அங்கிருந்த சோபாவிலும் நாற்காலியிலும் குதித்து அட்டூழியம் செய்துகொண்டிருந்தன. பெற்ற பெருமையில் பூரித்தபடி தாய்கள் இருவரும் தத்தம் இருக்கையில். அவர்களது சிகையில் தோய்ப்பதற்காகக் கிண்ணங்களில் நிறங்கள் குழைக்கப்பட்டன. இப்போது அந்தக் குரல்கள் உச்சஸ்தாயியில் சச்சரவு செய்ய, என் நெற்றிப்பொட்டு விண் விண் என இடிக்க ஆரம்பிக்கிறது.

தண்ணீர்த் தொட்டியிலிருந்த கால்களை வெளியெடுத்து நின்ற நான், "லுக், வீ கம் ஹியர் டு ரிலாக்ஸ். ஒன்று அவர்களைப் போகச்சொல்; இல்லையேல் நான் போகிறேன்.'

ஊழியைகள் செய்வதறியாது திகைக்க, என் கைப்பையை எடுத்து மாட்டினேன்.

'குழந்தைகளை விளையாட அழைத்துப் போகிறேன்', பல்லிளித்த பெருக்கும் பெண்மணி சமயோஜிதமாக சாத்தான்களை அழைத்துக்கொண்டு வெளியே வரவேற்பிடத்திற்குப் போனாள்.

நான்கு கண்கள் என்னை எரிக்க முயன்று தோற்றன. வளர்க்கத் துப்பில்லாத முண்டைங்க எதுக்குப் பிதுக்கித் தள்ளணும்? பேனாக் கத்தியை விழுங்கிய நெஞ்சு எரிகிறது.

வீட்டில் நுழைந்ததும் அப்படியே தரையில் படுத்து என் சுயசம்பாத்தியத்தின் குளுமையை அனுபவித்தேன். கழுத்து இன்னும் விறைப்பாகவே இருந்தது. கடந்த இரண்டு வாரங்களாக நானடைந்த மனக் கொதிப்பு இன்னும் ஆறவில்லை. தாய் மசாஜ் மையத்திற்குப் போய் உடல் மசாஜ் செய்யவேண்டும் என்றேன். வரவேற்பாளன் நாளை வரமுடியுமா என்று கேட்க, நான் முடியாது; இப்போதே என்றேன். ஏற்கெனவே என்னுடல் தன்னைத் தளர்த்திக்கொள்ளத் தயாராகிவிட்டது.

வேறொருவனோடு கிசுகிசுத்த வரவேற்பாளன், "பெண்கள் எல்லாம் போய்விட்டதால் ஆண் *masseurs* தான் இருக்கிறார்கள். சம்மதமா?"

நான் சம்மதித்தேன்.

'ஓவர் டைம் ஆதலால் ஒன்றரை மடங்கு கட்டணம் கட்டத் தயாரா?'

இரண்டுமடங்கு கட்டுவதற்கும் தயாராயிருந்த நான், "ஓகே", என்றேன்.

'மேடம், இது உங்களுக்காக மட்டும். எனவே வெளியில் சொல்லவேண்டாம்.'

என்னை பிகினியில் குப்புறப் படுக்கவைத்து இடுப்புக்கு மேல் ஒன்றும், கீழே ஒன்றுமாக பெரிய பூத்துவாலைகளால் மூடினான். மசாஜ் செய்யும் பகுதியில் மட்டும் அவ்வப்போது துவாலையை விலக்கினான். மற்ற இடங்கள் முற்றாக மூடப்பட்டிருந்தன. பெண்கள் செய்வதைவிட அழுத்தம் நன்றாக உரைத்தது. பிறகு நேராகப் படுக்கச் சொல்லி அவ்வண்ணமே தொடர்ந்தான். ஒரு மாவு பொம்மையைப்போல் மாசு மருவற்று இருந்த அந்த இருபது வயதுப் பையனின் கண்களில் கள்ளமில்லை. அவன் கைகள் செய்யும் மாயத்தில் இறுகிக் கிடந்த என் தசைகள் இளகிக் கொடுத்தன. என்னுடல் பஞ்சு பஞ்சாய்ப் பிரிவதாக உணர்வு. அவன் போனதும் எழுந்து உடை அணிந்தேன்.

வெளியில் வந்த என்னை "எப்படி இருந்தது மேடம்?" என்று கேட்டான்.

'அற்புதம்!'

'வேறு ஏதாவது... ஹோம் சர்வீஸ் தேவையா மேடம்?', அவன் முகத்தில் கபடம் திட்டுத் திட்டாக.

'பணம் பெரியதுதான். ஆனால் அதைவிடப் பெரியது சுயவிருப்பம். உன் சுயத்தை நழுவ விட்டால் நீ அடையும் பணத்திற்கு

மதிப்பில்லாமல் போய்விடும். சில இழப்புகள் ஈடுசெய்ய முடியாதவை.'

அதிகாமாகப் பேசிவிட்டேனோ... இல்லை. அந்தப் பையனின் முகத்தில் சிந்தனை ரேகைகள். சொல்லவேண்டியதைச் சொல்லாமலிருப்பதும் தவறுதான். மத்தாய் சார் என்னை எச்சரித்திருக்கவில்லையென்றால் இந்நேரம் நான் உருத்தெரியாது போயிருப்பேன். நம்முடைய அனுபவங்கள் நமக்குக் காலம் கடந்ததாயிருக்கலாம். பிறருடைய அனுபவங்களை எடுப்பதும் நம்முடைய அனுபவங்களைக் கொடுப்பதுமாக... இந்தக் கண்ணிகள் அறுபடாது தொடர்ந்துகொண்டே இருக்கவேண்டும். இந்த சங்கிலித் தொடரில்தான் அனுபவத்தின் பயன்பாடு இருக்கிறது.

தலைகுனிந்து நிற்கும் அவனிடம் அவசர அவசரமாக ஒரு நோட்டை உருவிக் கொடுத்தேன். ஓ... நூற்றுக்குப் பதிலாக இருநூறு ரூபாய்த்தாள் வந்துவிட்டது. அவன் நன்றி சொன்னான். நான் குட்நைட் சொன்னதும் தலைநிமிர்த்திக் கூச்சத்தோடு குட்நைட் சொன்னான்.

அவனது தோளைத் தட்டி, "டேக் கேர்," விடைபெற்றேன்.

அவன் தெளிவாய்ப் புன்னகைத்தான். அழகு நிலையத்தில் இரண்டாயிரம், இங்கு மூவாயிரம்- ஆகக்கூடி ஐந்தாயிரம். இன்றைய சம்பாத்தியம் முடிந்துவிட்டது. இனி வீட்டிற்குத் திரும்ப வேண்டியதுதான்.

உலகச் சந்தையை நாளை பார்த்துக் கொள்ளலாம். நான்தான் இன்றைய இருப்பை இன்றே முடித்துவிட்டேனே. உடைமாற்றி பால்கனிக் கதவைத் திறந்தால்... கீழே தெரிந்த காட்சி வெறியேற்றியது. பெர்முடா அணிந்த மனிதன் ஜெர்மன் ஷெஃபர்ட் நாயை நடைபாதையில் சங்கிலி தளர்த்தி விட்டிருந்தான். அது தன் அகற்றிய பின்கால்களைத் தாழ்த்தி, வெளியேற்றத் தயார்நிலையில். நான் கையைப் பலமாகத் தட்டி, "ஹலோ, ஐல் கால் த பொலிஸ்", அலறினேன்.

சத்தத்தால் நாய் தன் வளர்சிதை மாற்றத்தை விடுத்து நேராக நின்றது. ஆனால் அவன் நகர்வதாக இல்லை. படியிறங்க அவகாசமில்லை.

'உன் வீட்டுக் கழிவறையில் செய்யவேண்டியதை என் வீட்டு வாசலில் செய்ய வெட்கமாயில்லை?' சக்தியெல்லாம் திரட்டி ஆங்கிலத்தில் வீறிட்டென். சில சன்னல் திரைகள் விலக, சில தலைகள் பால்கனியில் தோன்ற, சங்கிலியை இழுத்துக்கொண்டு ஓட்டமும் நடையுமாக அகன்றான்.

மதுக்கோப்பையாகத் துலங்கிய அரைவட்ட நிலா அழைத்தது. ஒரு கோப்பை முழுதுமாக சிகப்பு வைனை நிறைத்துக்கொண்டு வந்து என் கூட்டு விளிம்பில் அமர்ந்தேன். கீழே மங்கிக் கிடந்த சாலையைத் தம் முகப்பு விளக்கொளியால் மெழுகிய வாகனங்கள், சாவிகொடுக்கப்பட்ட பொம்மைகளாக ஓடின. அவற்றின் சப்தம் கேட்கத்தான் செய்தது. அது என்னை இயக்கத்தில் வைத்திருக்க உதவும். PF பணம் வந்ததும் சிறிய காரொன்று வாங்கிக் கொள்ளாலாம். இரவில் போய்வரப் பாதுகாப்பாக இருக்கும். கோப்பை காலியானது. இனி சீக்கிரம் எழவேண்டிய நிர்பந்தம்தான் கிடையாதே. அந்த அரைலிட்டர் குப்பியில் மீதமிருந்த வைனையும் கோப்பையில் ஊற்றிக்கொண்டேன். சீட்டுக்கட்டைக் கலைத்துப் போட்டாயிற்று. இனி இஷ்டப்படி விளையாடிக் கொள்ளலாம். சாலையைத் தாண்டி ஏரிநீர் பாதரசமாகத் தளுக்கி மினுக்குகிறது. மிடறுகளை விழுங்க விழுங்க தாகம் குறைந்தமாதிரி இருந்தது.

பாராமுகமாய் வானில் நிலா, விண்மீன் வைரங்களை முனைப்பாக எண்ணிக் கொண்டிருக்கிறது. விடியலுக்குள் கணக்கு முடித்து எல்லாவற்றையும் பத்திரமாகப் பெட்டியில் வைத்துப் பூட்டவேண்டுமே. அது முக்கியமில்லையா? எண்ணட்டும்; எண்ணட்டும்.

❁ ❁ ❁